मृत्यूचं अमरत्व

ओशो

अनुवाद
स्वाती चांदोरकर

मेहता पब्लिशिंग हाऊस

MRUTYUCHE AMRATVA by OSHO

Translated into Marathi Language by Swati Chandorkar

मृत्यूचं अमरत्व / वैचारिक

अनुवाद : स्वाती चांदोरकर
बी-२, ओम पुष्पांजली सोसायटी, वीरा देसाई रोड,
अंधेरी (प.), मुंबई – ४०० ०५८ © ०२२-२६७६२९८६

मराठी अनुवादाचे व प्रकाशनाचे हक्क मेहता पब्लिशिंग हाऊस, पुणे

प्रकाशक : सुनील अनिल मेहता, मेहता पब्लिशिंग हाऊस,
१९४१, सदाशिव पेठ, माडीवाले कॉलनी, पुणे – ४११ ०३०

मुखपृष्ठ : सतीश भावसार

प्रथमावृत्ती : मार्च, २०१५

ISBN for Printed Book 9788184987027

ISBN for E-Book 9788184987034

दोन शब्द

'मी मृत्यू शिकवतो' – 'मैं मृत्यू सिखाता हूँ' ओशोंच्या या पुस्तकाचं भाषांतर करताना मृत्यूसंबंधीचे अनेक पैलू उलगडत गेले.

मी मरणाला कधी घाबरत होते का? आजही मी मरणाला घाबरते का? पुस्तक भाषांतर करत असताना असे प्रश्न मनात उठत होतेच. उत्तर मात्र नाही. त्यालाही कारण आहे. अनुभव आल्याशिवाय त्या प्रश्नांना उत्तर नाही.

'घाबरत नाही' असं म्हणता येणारच नाही. गाडीतून प्रवास करत आहे. गाडी वेगात आहे आणि अनपेक्षितपणे समोरून गाडी येते, तितक्याच वेगात. तिला चुकवायचं आहे आणि तो एक क्षण, दोन्ही गाड्या समोरासमोर... कट् मारला जातो, वाचतो... पण तो एक क्षण, ठोका चुकवतोच हृदयाचा. मृत्यूचं भयच ते. आलेल्या अनुभवामुळे अनेक जण म्हणतात – ''साक्षात मृत्यू बघितला!''

असे 'साक्षात मृत्यू' पाहणारे अनेक जण असतील प्रत्येकाच्या आयुष्यात. ओशो या अशा क्षणांना वेगळ्या पद्धतीने मांडतात.

'जन्म हेच मृत्यूचं दार' – सत्य. 'वाढदिवस' – माइल स्टोन. प्रवास घडतच असतो. गाडीच्या चाकाच्या एका-एका फेऱ्याने अंतर कमी कमी होतच असतं. पण महत्त्व माइल स्टोनला असतं; तसंच वाढदिवसाचं. क्षण क्षण जगतच असतो. क्षणाक्षणाने वाढदिवस जवळ येतच असतो. वय वाढतच असतं. पण गणती होते ती जन्मदिवसाच्या हिशोबात. म्हणजेच क्षणाक्षणाने जन्म होताक्षणी, मृत्यूच्या दिशेने प्रवास सुरू होतो. हे असे विचार आधीही मनात रुंजी घालायचे.

साधारण तीस-बत्तीस वर्षांपूर्वीची गोष्ट. माझा वाढदिवस होता. मी पाटण्याला राहायला होते. त्या वेळेला मी एक पत्र बापूंना पाठवलं होतं. त्या पत्राचा सूर काहीसा असाच होता. ''बापू, मृत्यू एक वर्षाने जवळ आला!'' बापूंचं पत्रं आलं, ''असा काय विचार करतेस?'' आज या पुस्तकाचं भाषांतर करताना असेच विचार भाषांतरित केले गेले आणि ते करत असताना मी खूप हसत होते.

प्रत्येक प्रवचनाची सुरुवात 'मेरे प्रिय आत्मन्' अशी आहे. ते तसंच ठेवलं आहे. 'आत्मन्' हा इतका लाघवी, जवळीक निर्माण करणारा शब्द आहे की, त्या शब्दाला तितका गोड, लाघवी शब्द मराठीत नाही. 'माझ्या प्रिय आत्म्यांनो' – नाही. हे वाक्य जवळीक दर्शवत नाही. म्हणून 'आत्मन्'च!

मृत्यू अमर आहे. मरण येतं ते शरीराला. आत्मा अमर आहे, असं सगळेच म्हणतात. पण मी म्हणते की, मृत्यू अमर आहे. मृत्यू मरत नाही आणि मरणाराही मरत नाही. आणि जगणाऱ्याला कुणी मारू शकत नाही.

'जगणं' जर नसेल तर मृत्यूही नाही आणि मृत्यू मुळातच नाही. हे सर्व गुंतागुंतीचं वाटत असेल, आहेसुद्धा. पण जसजसं आपण एकेक प्रवचन वाचत जातो, तसतसा हा गुंता सुटत जातो.

इथे मृत्यू म्हणजे आपण जे अव्याहत मरण बघत आलो आहोत, तसा मृत्यू नाही. हा मृत्यू, मित्र, सखा, दोस्त... जुनं सोडून घायला लावणारा आणि नवीन परिधान करायला लावणारा आहे.

हा मृत्यू चितेवर जळणारा नाही, जमिनीत पुरला जाणारा नाही. हा मृत्यू अमर व्हायला शिकवणारा. साधा, सरळ आणि सोपा.

ध्यानातून अनुभवास येणारा, निद्रेत सोबत करणारा. प्रत्येक पहाट एक नवा जन्म – असं दाखवणारा.

हा मृत्यू अमर आहे.
अनुभवायला हवा. जागेपणी अनुभवता येता यायला हवा.
सहजी अथवा प्रयत्नपूर्वक...

ओशोंचं
'मेरे प्रिय आत्मन्'...
ते आपल्याला मृत्यू शिकवत आहेत.
आपण विद्यार्थी होऊ या.

स्वाती चांदोरकर

अनुक्रम

आयोजित मृत्यू, अर्थात ध्यान आणि समाधीचे प्रायोगिक रहस्य

हे शरीर म्हणजे एक बी आहे आणि जीवन, चेतना आणि आत्मा यांचा एक अंकुर या शरीरात आहे. जेव्हा तो अंकुर फुटतो, तेव्हा मनुष्याचं 'बी' असणं संपून जातं आणि मनुष्य वृक्ष बनतो.

मेरे प्रिय आत्मन्,

आयुष्य काय आहे, माणसांना ते समजत नाही आणि जिथे आयुष्य म्हणजे काय, हेच जर समजत नसेल; तर मृत्यू समजेल, ही शक्यताच निर्माण होत नाही. आयुष्यच अपरिचित आणि अज्ञात असेल, तर मृत्यू परिचित आणि ज्ञात असणं शक्य नाही. खरंतर असं आहे की, आम्हाला जीवन म्हणजे काय, हे माहीत नाही, म्हणूनच मृत्यू घडतो, असं प्रतीत होतं. जे जीवन जाणतात, त्यांच्यासाठी मृत्यू एक असंभव

> आपण तीव्रतेने, अतिशय मनापासून, पूर्णत्वाने संकल्प केला की, मी परतत आहे माझ्या आत. कुणीही सातत्याने रोज अर्धा तास परतून यायचा संकल्प केल्यास, की मी मरू इच्छितो, मला बुडून जायचंय माझ्या आत, माझी सर्व ऊर्जा मी संघटित करू इच्छितो; तर थोड्याच दिवसांत, ती व्यक्ती अशा अनुभवाच्या जवळ पोचेल की, ऊर्जा आत संघटित होऊ लागली आहे. शरीर वेगळं होईल, बाहेर पडलेलं. केवळ तीन महिने हा प्रयोग करून बघावा. तुम्हाला तुमचं शरीर वेगळं झालेलं दिसून येईल.

शब्द आहे; जो कधी घडत नाही, घडला नाही आणि घडणारही नाही. जगात काही काही शब्द संपूर्ण खोटे आहेत, त्या शब्दांत सत्य अजिबातच नाही. अशा शब्दांमधला एक शब्द आहे 'मृत्यू' हा, जो नितांत असत्य आहे. मृत्यूसारखी घटना कधी घडतच नाही, पण आम्ही रोज लोकांना मरताना बघतो. सर्वत्र रोज मृत्यू घडत आहेत. गावागावातून स्मशानं आहेत. जर आम्ही नीट जाणलं, तर ज्ञात होईल की, जिथे जिथे आम्ही उभे आहोत, तिथे तिथे न जाणो किती मनुष्यांची कलेवरं जाळली गेली असतील. जिथे आम्ही आमचं घर बांधलं आहे, त्या भूमीवर, सर्व भूमीवर स्मशानं असतील कोणे एके काळी. करोडो-करोडो लोक मेले आहेत, रोज मरत आहेत. आणि तरीही मी जर म्हणतोय की, मृत्यू या शब्दासारखा दुसरा खोटा शब्द नाही, तर आश्चर्य वाटेल.

एक मारपा नावाचा फकीर तिबेटमध्ये होता. त्याच्याकडे एक माणूस गेला, म्हणाला, "मी जीवन आणि मृत्यू यांच्या संदर्भात काही विचारण्यासाठी आलो आहे." मारपा हसू लागला. म्हणाला, "जर जीवनाविषयी काही विचारायचं असेल, तर जरूर विचार, कारण मला त्याची माहिती आहे. राहिला मृत्यू, तर मृत्यूची आणि माझी कधीही भेट झालेली नाही, माझी ओळख नाही. मृत्यूसंबंधी त्यांना विचार, जे मेलेलेच आहेत किंवा मृत जीवन जगत आहेत. मी तर जीवन आहे. मी जीवनासंबंधी बोलू शकतो, सांगू शकतो. मृत्यूला मी ओळखत नाही." ही गोष्ट अशीच आहे, जसं तुम्ही ऐकलं असेल, की एकदा काळोखाने परमेश्वराकडे प्रार्थना केली की, हा तुझा सूर्य, माझ्या फार मागे लागला आहे. मी थकलोय. सकाळपासून तो माझा

पाठलाग करतो आणि अगदी संध्याकाळी कशीतरी माझी सुटका होते. माझा गुन्हा काय आहे? कसलं शत्रुत्व? मला त्रास देण्यासाठी हा सूर्य मला दिवस-रात्र पळवतोय. का? आणि मी इतका थकतो की, रात्रीसुद्धा शांतपणे विश्रांती घेऊ शकत नाही. मग लगेच पहाटे सूर्य येऊन माझ्या दाराशी उभा राहतो. परत पळावं लागतं, परत स्वत:चं संरक्षण करावं लागतं! अनंत काळापासून चालूच आहे. आता माझा धीर संपत आला आहे, माझी प्रार्थना आहे की, या सूर्याला जरा समजाव.

त्यावर परमेश्वराने सूर्याला बोलावलं, विचारलं, ''तू अनंत काळ या काळोखाच्या मागे का लागला आहेस? त्याने काय केलंय तुला? कशाला ही वैरभावना? काय तक्रार आहे?'' सूर्य म्हणाला, ''काळोख? अनंत काळ लोटलाय, या विश्वाचं परिभ्रमण मी करतो आहे, पण आत्तापर्यंत माझा त्याच्याशी परिचय झालेला नाही. मला काळोख माहीतच नाही. कुठे आहे तो? तुम्ही त्याला माझ्याजवळ बोलवा, तर मी त्याची क्षमा मागेन आणि पुढे त्याला ओळखेन, की हा काळोख आहे, म्हणजे पुन्हा माझ्याकडून तशी चूक होणार नाही.''

त्या गोष्टीलाही अनंत काळ झाला. परमेश्वराच्या फाइलमध्ये ही गोष्ट आजही जशीच्या तशी पडलेली आहे. तो अजूनही काळोखाला सूर्यासमोर आणू शकलेला नाही. कधी बोलवू शकणारही नाही. हा प्रश्न कधी सोडवता येणार नाही. सूर्यासमोर काळोखाला कसं आणता येईल? काळोखाची सत्ताच नाही. एग्झिस्टन्सच नाहीये. त्याची स्थिती विधायक नाही. काळोख म्हणजे केवळ प्रकाशाचा अभाव. तो म्हणजे प्रकाशाची गैरहजेरी, अनुपस्थिती. मग सूर्यासमोर सूर्याचीच अनुपस्थिती कशी बोलावता येणार?

नाही! काळोखाला सूर्यासमोर आणता येणार नाही. सूर्य तर खूपच मोठा आहे, पण एका छोट्या दिव्यासमोरही काळोखाला आणता येणार नाही. दिव्याच्या प्रकाशाच्या वलयात काळोखाचा प्रवेश कठीण आहे. जिथे प्रकाश आहे, तिथे काळोखाला कसं आणणार? जीवन आहे, तिथे मृत्यू कसा काय येऊ शकतो? जीवन तरी नाहीये, अथवा मृत्यू तरी नाहीये. दोन्ही गोष्टी एकाच वेळेस असणं शक्य नाही.

आम्ही जिवंत आहोत; पण आम्हाला जीवन म्हणजे काय, हे माहीत नाही. या अज्ञानामुळेच आम्हाला ज्ञात होतं की, मृत्यू येतो. मृत्यू एक अज्ञान आहे. जीवनाचं अज्ञानच मृत्यूची घटना बनून जातं. असं झालं असतं तर! आम्ही त्या जीवनाशी परिचित झालो असतो, जे आत आहे; तर त्या जीवनाच्या परिचयाच्या एक किरणानेही त्या अज्ञानाला तोडलं असतं; की मी मरू शकतो, अथवा कधी मेलो होतो, अथवा कधी मरेन! पण त्या प्रकाशाला आम्ही जाणतच नाही, जे आम्ही आहोत आणि त्या काळोखाला आम्ही घाबरतो, जो आम्ही नाही आहोत. या

प्रकाशाशी आम्ही परिचित होत नाही; जो आमचा प्राण आहे, जे आमचं जीवन आहे, जो आमची सत्ता आहे आणि त्या काळोखाला घाबरतो, जो आम्ही नाही आहोत.

मनुष्य मृत्यू नाहीये, मनुष्य अमृत आहे. संपूर्ण जीवन अमृत आहे. पण आम्ही अमृताकडे नजर वर करून बघत नाही. आम्ही जीवनाकडे, जीवनाच्या दिशेचा शोधच घेत नाही, एक पाऊलही उचलत नाही. जीवनाला अनोळखी राहतो आणि म्हणून मृत्यू भयावह वाटतो. म्हणून प्रश्न जीवन-मरण हा नाही, प्रश्न फक्त 'जीवन' असा आहे.

मला सांगण्यात आलंय की, मी जीवन आणि मृत्यू यांसंबंधी बोलावं. हे असंभव आहे. प्रश्न आहे तो फक्त जीवनाचा, मृत्यूनामक गोष्ट नाहीच आहे. जीवनाचं ज्ञान असेल, तर जीवन राहतं आणि जीवन ज्ञात नसेल, तर फक्त मृत्यू राहतो. जीवन आणि मृत्यू दोन्ही एकत्र एखाद्या समस्येसारखे उभे राहत नाहीत. जर आम्हाला माहीत आहे की, आम्ही जीवन आहोत, तर मग मृत्यू नाहीये. आणि जर आम्हाला माहीत आहे की, आम्ही जीवन नाही आहोत, तर मग मृत्यूच आहे, जीवन नाही. दोन्ही गोष्टी एकत्र असू शकत नाहीत. पण आम्ही सगळी माणसं मृत्यूला घाबरतो.

मृत्यूचं भयच सांगतं की, आम्ही जीवनाशी अपरिचित आहोत. मृत्यूचं भय, याचा एकच अर्थ आहे – जीवनाची अनभिज्ञता! आणि जीवन प्रत्येक क्षणी आमच्या आत प्रवाहित होत आहे. श्वासाश्वासात, कणाकणात, चहू दिशांनी, आत-बाहेर सर्वत्र जीवन, आणि आम्ही तरीही अपरिचित अनभिज्ञ. याचा एकच अर्थ की, माणूस गाढ झोपेत आहे. झोपेतच अशी संभावना होऊ शकते की, जे आम्ही आहोत, त्याच्याशी अपरिचित आहोत. एक खोल बेशुद्धी. याचा एकच अर्थ असू शकतो की, माणसाच्या प्राणाची संपूर्ण शक्ती सचेतन नाही, अचेतन आहे, बेशुद्ध!

एखादा माणूस निद्रिस्त असेल, तर त्याला काहीही जाणीव नसते की, मी कोण आहे? काय आहे? कुठला आहे? निद्रेच्या अंधारात सगळं बुडून जातं आणि अशीही जाणीव राहत नाही की, मी आहे अथवा नाही? झोपेचा पत्ता त्याला तेव्हा लागतो, जेव्हा तो जागा होतो. तेव्हा त्याला समजतं की, मी झोपलो होतो. झोपेत हे माहीतच नसतं की, मी झोपलो होतो. जेव्हा जागा असतो, तेव्हा समजतं की, मी झोपायला जात आहे. जोपर्यंत जागा आहे, तोपर्यंत माहीत असतं की, मी झोपलो नाहीये; पण जसा झोपतो, समजत नाही, की मी झोपलो आहे. जर तसं समजलं, तर त्याचा अर्थ असा होतो की, तो जागा आहे, झोपलेला नाहीये. नक्कीच मनुष्याला झोपेत समजत नाही की, मी आहे की नाही, कोण आहे?

याचा अर्थ असा होऊ शकतो की, कुणी गहिऱ्या आध्यात्मिक निद्रेत, संमोहित तंद्रीत वेढला गेला आहे. म्हणून त्याला जीवनाचा पत्ता लागत नाही की, जीवन काय आहे?

नाही, पण आपण मान्य करणार नाही. आम्ही म्हणू, "हे तुम्ही काय म्हणत आहात? आम्हाला पूर्ण माहीत आहे, जीवन म्हणजे काय ते. आम्ही उठतो, बसतो, चालतो, झोपतो."

एक दारुडासुद्धा चालतो, उठतो, बसतो, श्वास घेतो, डोळे उघडतो, बोलतो. एक वेडासुद्धा उठतो, चालतो, बोलतो, श्वास घेतो, जगतो. पण यामुळे दारुडा शुद्धीत आहे, असं म्हणता येत नाही आणि ना वेडा सचेतन आहे, असं म्हणता येतं.

एका सम्राटाची रस्त्यावरून शोभायात्रा निघाली होती. एक माणूस नाक्यावर उभा राहून दगड फेकू लागला, अपशब्द बोलू लागला. सम्राटाची मोठी शोभायात्रा होती. त्या माणसाला सैनिकांनी लगेच पकडलं आणि तुरुंगात टाकलं. पण तो जेव्हा अपशब्द बोलत होता, तेव्हा सम्राट हसत होता. त्याच्या सैनिकांना आश्चर्य वाटलं. वजीर म्हणाला, "आपण हसत आहात. का?" सम्राट म्हणाला, "जे मला ज्ञात आहे, जितकं मी समजतो त्यावरून, त्या माणसाला माहीत नव्हतं की, तो काय करत आहे. माझ्या समजुतीनुसार तो शुद्धीत नव्हता. ठीक. उद्या सकाळी त्याला माझ्यासमोर घेऊन या." सकाळी त्या माणसाला सम्राटासमोर हजर करण्यात आलं. सम्राटाने त्याला विचारलं, "काल तू मला अपशब्द बोलत होतास, काय कारण?" तो माणूस म्हणाला, "मी? आणि अपशब्द बोलत होतो? नाही महाराज, तो मी नसणार. मी नशेत होतो, शुद्धीत नव्हतो. मला काहीच आठवत नाही, तो मी नव्हतो."

आम्हीपण नाही आहोत. झोपेतच आम्ही चालतो, बोलतो, प्रेम करतो, घृणा करतो, युद्ध करतो. जर कुणी दूरच्या ताऱ्यावरून मनुष्याला – मनुष्यजातीला बघत असेल, तर असंच समजेल की, संपूर्ण मनुष्यजात अशा तऱ्हेने व्यवहार करत आहे की जणू निद्रेत, बेशुद्धीत करत आहे.

तीन हजार वर्षांत माणसांनी पंधरा हजार युद्धं केली आहेत. हे जागृत माणसाचं लक्षण नाही. जन्मापासून मृत्यूपर्यंतच्या कथा चिंतेच्या, दु:खाच्या, पीडेच्या कथा आहेत. आनंदाचा एक क्षणही उपलब्ध होत नाही. जीवनात आनंदाचा एक क्षण मिळत नाही. माहीतच नाही, की आनंद म्हणजे काय? असा माणूस जागृत आहे, असं म्हणता येत नाही. आयुष्य संपतं आणि आनंद परकाच राहतो.

पण आम्हाला याची जाणीव होत नाही, कारण आमच्या आजूबाजूला आमच्याचसारखी निद्रिस्त माणसं आहेत. आणि जर एखाद-दुसरा जागा झालेला मनुष्य जन्मला, तर आम्हा निद्रिस्त माणसांना इतका राग येतो त्याचा, की आम्ही लगेचच त्याची हत्या करतो. आम्हाला तो मनुष्य जास्त काळ सहनच होत नाही.

जीझसला आम्ही फासावर लटकवतो, कारण त्याचा गुन्हा हा आहे की, तो जागृत मनुष्य आहे. आम्हा निद्रिस्त माणसांना तुला बघून अपमानित व्हायला होतं.

आम्हा निद्रिस्त माणसांसाठी, तू एक जागृत माणूस म्हणून एक अपमानित चिन्ह ठरतोस. तुझं अस्तित्व आमच्या निद्रेत खंड पाडतं. त्यामुळे आम्ही तुझी हत्या करू. आम्ही सुकरातला विष पाजून त्याची हत्या करतो, आम्ही मन्सूरची मुंडी छाटतो. आम्ही जागृत माणसांबरोबर असाच व्यवहार करतो, जसा एखाद्या वेड्याशी करू, जो वेडा नाही. तुम्हाला याचा अंदाज नाहीये.

माझे एक मित्र वेडे होते. त्यांना वेड्यांच्या हॉस्पिटलमध्ये टाकलं. वेडाच्या ओघात हॉस्पिटलमधली एक फिनेलची बाटली त्यांनी पिऊन टाकली. त्यामुळे त्यांना इतक्या उलट्या झाल्या की, पंधरा दिवसांत संपूर्ण शरीरात बदल झाला. त्यांच्यातली मस्ती जणू निघून गेली आणि ते बरे झाले. पण त्यांना सहा महिन्यांसाठी पाठवलं होतं. ते मला म्हणालेही की, मी वेडा होतो, पण आता पूर्णपणे बरा झालो आहे. पण तरीही पुढे तीन महिने राहावं लागलं आणि तेव्हा मी जो त्रास सहन केला, त्याची तुलनाच होऊ शकत नाही. जोपर्यंत मी वेडा होतो, तेव्हा काही त्रास झाला नाही, कठीण वाटलं नाही; कारण सगळेच माझ्यासारखे होते. जेव्हा मी बरा झालो, तेव्हा मला समजलं की, मी कुठे होतो! कारण, मी झोपलो, तर दोघं माझ्या छातीवर बसले. मी चालत होतो, तर कुणी मला धक्के मारत होते. हेच आधीही घडत असणार, पण मला समजत नव्हतं. कारण मीही वेडा होतो. मला हेही जाणवत नव्हतं की, ही माणसं वेडी आहेत, जोपर्यंत मीही वेडा होतो. जेव्हा मी बरा झालो, तेव्हा मला समजलं की, ही माणसं वेडी आहेत. जसा मी बरा झालो, तसा मी त्या वेड्यांचा भक्ष्य झालो. मला कळत नव्हतं की, मी बाहेर कसा जाऊ? मी जर ओरडून सांगितलं असतं की, मी वेडा नाही, तर ते सगळे तसंच ओरडले असते की, आम्ही वेडे नाही. कुणी डॉक्टर मानायला तयार नव्हते.

आमच्या आजूबाजूला, सर्वत्र निद्रिस्त माणसांची गर्दी आहे आणि म्हणून आम्हाला समजत नाही की, आम्ही निद्रिस्त माणसं आहेत. मग जागा झालेल्या मनुष्याची आम्ही हत्या करतो, कारण त्याचा आम्हाला उपद्रव होतो.

एक इंग्रज विद्वान केनेथ वॉकर यांनी एक पुस्तक लिहिलं आहे आणि ते पुस्तक त्यांनी गुरजिएफ नावाच्या एका फकिराला समर्पित केलं आहे. समर्पणपत्रिकेत त्यांनी लिहिलेलं वाक्य अगदी अद्भुत आहे. 'टू जॉर्ज गुरजिएफ, द डिस्टर्ब ऑफ माय स्लीप.' – माझी झोप मोडणारे जॉर्ज गुरजिएफ यांना समर्पित!

थोडीशीच माणसं आहेत या जमिनीवर, जी लोकांची झोप मोडण्याचा प्रयत्न करतात. पण जर तुम्ही कुणाची झोप मोडण्याचा प्रयत्न केलात, तर ते निश्चितच त्याचा बदला घेतील. आजतागायत आध्यात्मिक निद्रेतून मनुष्याला जागं करण्याचा ज्यांनी प्रयत्न केला, आम्ही त्यांची मान पकडली. आम्हाला याचा बोध होतच नाही, कारण आम्ही सगळे एकसारख्याच निद्रेत आहोत.

एका गावाच्या संदर्भात मी ऐकलं आहे की, तिथे एक दिवस जादूगार आला होता आणि त्या गावाच्या विहिरीत त्याने एक पुडी टाकली. त्याने सांगितलं की, या विहिरीतलं पाणी पिणारा वेडा होईल. त्या गावात एकच विहीर होती. अजून एक विहीर होती, पण ती राजाच्या महालात होती. संध्याकाळ होता होता गावातल्या प्रत्येक माणसाला त्या विहिरीतलं पाणी प्यावं लागलं. तहान तर भागवायची होती, भले वेडे झालो तरी ठीक. संध्याकाळ होता होता संपूर्ण गाव वेडं झालं.

सम्राट मोठ्या आनंदात होता, त्याच्या राण्या मोठ्या आनंदात होत्या, महालात गाणी-नृत्य आयोजलं गेलं. त्याचा वजीर आनंदात होता की, आपण वाचलो. पण ते भ्रमात होते. कारण संपूर्ण महाल संध्याकाळ सरता सरता गावातल्या वेड्यांनी घेरून टाकला. संपूर्ण गाव वेडा, राजाचे सैनिक, पहारेदारही वेडे. संपूर्ण गावाने राजाच्या महालाला घेरून आवाज करायला सुरुवात केली की, राजाचं डोकं फिरलंय, असं वाटतं. आम्ही अशा वेड्या राजाला सिंहासनावर बसू देणार नाही. महालाच्या गच्चीवर राजा आला, त्याने सगळा गोंधळ बघितला आणि म्हणाला की, आता काही इलाज नाही. वजिराला त्याने विचारलं, ''आता काय करायचं? आपल्याला वाटत होतं की, आपण भाग्यवान, की आपली स्वतंत्र विहीर आहे. आता हे महागात पडलं.'' सर्व राजांना कधी ना कधी वेगळी, स्वतंत्र विहीर महागात पडते. जगभर महागात पडते. जे आज राजे आहेत, त्यांनाही उद्या स्वतंत्र विहीर महागात पडेल. स्वतंत्र विहीर धोकादायक आहे.

वजीर म्हणाला, ''आता काही उपाय नाही. तुम्ही मागच्या दारातून निघा, त्या विहिरीचं पाणी पिऊन लगेचच परतून या. अन्यथा हा महाल संकटात...''

''त्या विहिरीचं पाणी! तू मला वेडा करू इच्छितोस?''

वजीर म्हणाला, ''आता वेडं होण्यापलीकडे अन्य दुसरा मार्ग नाही.''

राजा, त्याच्या राण्या धावल्या. त्यांनी त्या विहिरीचं पाणी प्यायलं. त्या रात्री त्या गावात मोठा उत्सव साजरा झाला. सर्व गावकऱ्यांनी गाणी गायली, ते नाचले. त्यांनी आनंद साजरा केला, जल्लोष केला की, आमचा राजा बरा झाला. कारण त्या गर्दीत राजाही नाचत होता आणि शिव्याही देत होता. आता राजाचं डोकं ताळ्यावर आलं.

आमची झोप सार्वजनिक आहे, सार्वभौमिक आहे; कारण जन्मापासूनच आम्ही झोपलेले आहोत, म्हणून आम्हाला समजत नाही. या झोपेत आम्ही 'जीवन' कसं काय समजणार? इतकंच, की हे शरीर जीवन आहे आणि या शरीराच्या आत जराही प्रवेश करता येत नाही. हा समज म्हणजे, जसं कुणी राजमहालाच्या तटाबाहेर फिरत आहे आणि समजतोय की, हा राजमहाल आहे. त्या तटाला, भिंतीला टेकून झोपतो आणि समजतो की, मी महालात विश्राम करत आहे. ज्यांचा शरीराच्या आसपास आयुष्याचा, जीवनाचा बोध आहे; तो अशाच असमजूतदार माणसासारखा आहे, जो

महालाच्या तटभिंतीच्या बाहेर उभं राहून समजूत करून घेतो स्वत:ची की, मी महालाचा पाहुणा आहे.

शरीराच्या आत आमचा प्रवेश नाहीये, आम्ही शरीराच्या बाहेर जगतो. बस्! शरीराचा पापुद्रा, बाहेरचा पापुद्रा. शरीराच्या, आतल्या पापुद्र्याचा आम्हाला काही पत्ता नाही. बस्! फक्त भिंतीच्या बाहेरचा भाग... भिंतीच्या आतल्या भागाची आम्हाला जाणीव नाही, महाल तर फारच दूर आहे. भिंतीच्या बाहेरच्या भागालाच महाल समजतोय.

आम्ही आमच्या शरीराला बाहेरून जाणतो, आम्ही कधी आत उभं राहून या शरीराला बघितलेलं नाही. आतून, फ्रॉम विदिन! जसं, मी या खोलीच्या आत बसलो आहे, तुम्ही या खोलीच्या आत बसला आहात. आपण या खोलीला आतून बघत आहोत. एक माणूस बाहेर फिरतोय. तो या खोलीला बाहेरून बघत आहे. मनुष्य आपल्या शरीराच्या घरात स्वत:ला आतून बघण्यातही असमर्थ आहे. केवळ बाहेरून बघतो आणि तेव्हा मृत्यू होतो. कारण ज्याला आम्ही बाहेरून जाणतो, ती केवळ खोळ आहे... केवळ बाहेरील वस्त्रं. ती केवळ घराच्या बाहेरची भिंत आहे, घराचा मालक नव्हे. घराचा मालक आत आहे. त्या मालकाशी आमची ओळखच होत नाही. आतल्या भिंतीशी ओळख नाही होत, तर मालकाशी कशी होणार?

हा जो जीवनाचा अनुभव आहे, बाहेरूनचा, हा जीवनाचा अनुभवच मृत्यूचा अनुभव बनतो. हा जीवनाचा अनुभव हातातून निसटतो... कारण ज्या दिवशी या घराला सोडून आतले प्राण आकुंचन पावतात आणि बाहेरच्या भिंतीतून चेतना आत येते, त्याच दिवशी बाहेरच्या माणसांना समजतं, की हा माणूस मृत्यू पावला. आणि त्या माणसालाही वाटतं – मेलो, मेलो, मेलो. कारण ज्याला तो जीवन समजत होता, तिथून चेतना आत सरकू लागते. ज्या स्तरावर त्याला ज्ञात होतं की, हे जीवन आहे, त्या स्तरावरून चेतना आत प्रवेश करू लागते, नव्या यात्रेच्या तयारीने. आणि त्याचे प्राण ओरडू लागतात, ''मेलो! मेलो!'' सगळं बुडायला लागतं. कारण, तो जे समजत होता की, मी जीवन आहे, ते बुडतंय, ते निसटतंय, सुटतंय. बाहेरच्या माणसांना वाटतं की, तो मेला आणि त्या माणसालाही मरतानाच्या क्षणी, या मरणाच्या क्षणाला, या बदलणाऱ्या क्षणात असं वाटतं की; मी मेलो, मी गेलो.

हा जो देह आहे आपला, हे जे शरीर आहे आपलं, हे शरीर म्हणजे आपलं वास्तविक असणं नाही. आतून, खोलवर याहून अतिशय भिन्न आणि अगदी दुसऱ्या प्रकारचं आमचं व्यक्तित्व आहे. या शरीराच्या अगदी विरुद्ध आणि भिन्न आमचं जीवन आहे.

आम्ही एक बी बघतो. बीवर एक कठीण आवरण असतं. त्या आवरणाच्या आत एक मृदू, कोमल जीवनाचा अंकुर असतो. अतिशय नाजूक अंकुर, ते आवरण

त्याची रक्षा करतं. आतला अंकुर असतो अतिशय कोमल आणि त्याच्या संरक्षणासाठी आवरण, जी एक भिंत, एक तट, एका खोल बिजावर चढवलेली. ही जी भिंत म्हणजे बीज नाही आणि जे कुणी त्या भिंतीलाच बी समजेल, त्याला त्या जीवनाच्या अंकुराचा परिचय होणार नाही. जो आत लपला आहे, तो त्या भिंतीलाच धरून बसेल आणि अंकुर कधी निर्माण होणार नाही.

नाही. आवरण म्हणजे बीज नाही. खरंतर असं आहे की, बीज जेव्हा जन्म घेतं, तेव्हा आवरण तुटतं, विखरतं, मातीत गळून जातं. जेव्हा आवरण गळून जातं, तेव्हा बी आतून प्रकट होतं.

हे शरीर एक बी आहे आणि जीवन, चेतना आणि आत्मा यांचा एक अंकुर आत आहे. पण आम्ही या आवरणालाच बी समजून नष्ट होऊन जातो आणि तो अंकुर जन्मच घेत नाही, फुटत नाही. जेव्हा अंकुर फुटतो, तेव्हा जीवनाचा अनुभव मिळतो. जेव्हा तो अंकुर फुटतो, तेव्हा मनुष्याचं बी होणं संपतं आणि मनुष्य वृक्ष बनतो. जोपर्यंत मनुष्य केवळ बी आहे, तोपर्यंत तो एक केवळ 'शक्यता' आहे. जेव्हा त्याच्यात जीवनाचा वृक्ष निर्माण होतो, तेव्हा तो वास्तविक होतो. त्या वास्तविकतेला कोणी 'आत्मा' म्हणतं, कोणी 'परमात्मा'!

मनुष्य परमात्म्याचं बीज आहे. केवळ बीज आहे. जीवनाचा संपूर्ण अनुभव तर वृक्षाला येईल. बीजाला – बीला काय कळणार? त्याला वृक्षाचा आनंद कसा कळणार? बीला कसं समजणार की, हिरवी पालवी फुटेल, ज्यावर सूर्यकिरणं नाचतील? हवा वाहत राहील. त्या वाऱ्याच्या पानांमधून, फांद्यांमधून वाहण्यामुळे संगीत गुंजत राहील. त्या बीला कसं समजणार की, फुलं फुलतील आणि ती आकाशाच्या ताऱ्यांवर मात करतील? तिला कसं समजेल की, पक्षी गाणी गातील आणि प्रवासी त्या वृक्षाच्या सावलीत विश्रांती घेतील? वृक्षाचा अनुभव बीला कसा समजणार? बी तर वृक्षालाही ओळखत नाही. ती स्वप्नही बघू शकत नाही, जे वृक्षाला शक्य आहे. ते तर वृक्ष झाल्यानंतरच समजू शकेल.

मनुष्य जीवन जाणत नाही, कारण त्याने बी म्हणजेच सर्वस्व असं गृहीत धरलं आहे. त्याला जीवन तेव्हाच समजेल, जेव्हा आतल्या जीवनाचं पूर्णपणे वृक्षात रूपांतर होईल. परंतु आतल्या जीवनाचा वृक्ष होणं तर दूरच; शरीराच्या आत काही वेगळं, भिन्न आहे, याची आम्हाला जाणीवच होत नाही. त्याची आम्हाला आठवणच येत नाही. जीवनाची समस्या जे आत आहे, त्या अनुभवाची समस्या आहे आणि आम्ही जीवन म्हणजे जे बाहेर विस्तीर्ण असं आहे, त्याला मानतो.

एका वृक्षाला मी विचारलं, ''तुझं जीवन कुठे आहे?'' तो म्हणाला, ''त्या मुळांमध्ये जी दिसत नाहीत.'' मुळं दिसत नाहीत, तिथे जीवन आहे. वृक्ष जो दिसतो, तो तिथून जीवन घेतो, जे अदृश्य आहे.

माओत्से तुंगने आपल्या लहानपणाची एक घटना लिहिली आहे की, माझ्या आईच्या झोपडीच्या बाजूला एक बाग होती. आयुष्यभर तिने ती बाग फुलवली. त्या बागेतली फुलं इतकी मोठी मोठी आणि सुंदर होती की, त्यांना बघायला दूर-दूरच्या गावातून माणसं यायची. आणि असा एकही रूक्ष माणूस कधीही दिसला नाही, जो ती फुलं बघून काही क्षण तरी थांबला नाही. आई म्हातारी झाली, आजारी पडली. मी लहान होतो, पण आईला म्हणालो, "तू काळजी करू नकोस, मी बागेची काळजी घेईन.'' घरात मोठं माणूस कुणीही नव्हतं.

पंधरा दिवसांनंतर आई बरी झाली. मी दिवसभर बागेची काळजी घेत होतो, म्हणून ती निश्चित होती. पण पंधरा दिवसांनी ती जेव्हा बागेत आली, तेव्हा तिला दिसली ती, कोमेजलेली बाग. फुलं नव्हती, पानं गळून गेली होती, झाडं सुकली होती. ती रडू लागली, म्हणाली, "हे तू काय केलंस? सकाळपासून संध्याकाळपर्यंत काय करत होतास?'' मी रडू लागलो. तिला म्हणालो, "मला जमेल ते सर्वकाही करत होतो. प्रत्येक फुला-पानांवरची धूळ झाडत होतो. प्रत्येक फुलावर प्रेम करत होतो. प्रत्येक फुलावर पाणी मारत होतो. पण माहीत नाही, काय, कसं झालं? आणि सगळी झाडं कोमेजून गेली.'' आई रडता रडता हसू लागली. म्हणाली, "वेड्या! कदाचित तुला माहीत नाही. झाडांचे प्राण पानांमध्ये आणि फुलांमध्ये नसतात. त्यांचे प्राण मुळांमध्ये असतात, जी दिसत नाहीत. तू फुला-पानांना पाणी दिलंस, प्रेम केलंस, तर ते निरर्थक आहे. फुला-पानांची काळजी करूच नकोस. जर अदृश्य असणारी मुळं बळकट होत गेली, तर पानंफुलं आपली आपोआप उमलतील. त्यांची काळजी करण्याचं कारण नाही.''

पण माणसांनी जीवनाला असं समजलं आहे की, बाहेरची सर्वच्या सर्व फुलं, पानं यांचा जो विस्तार आहे – म्हणजे जीवन. मात्र आतली मुळं संपूर्णत: दुर्लक्षित आहेत. माणसांच्या आतली मुळं संपूर्णत: दुर्लक्षित आहेत. स्मरणच नाहीये या गोष्टीचं की, आतमध्येसुद्धा मी काही आहे. आणि जे काही आहे, ते आत आहे. शक्ती, जीवनाची संपूर्ण क्षमता आत आहे. तिथून ती बाहेर प्रकट होऊ शकते. प्रकटीकरण बाहेर आहे आणि अस्तित्व आत आहे. जे वास्तविक आहे, ते आत; जे विस्तीर्ण होतं, ते बाहेर. बाहेर आहे अभिव्यक्ती आणि आत्मा आत आहे.

आणि बाहेरच्या अभिव्यक्तीलाच जे जीवन समजतात, त्यांचं संपूर्ण जीवन मृत्यूच्या भयाने व्यापून जातं. ते जगतात, पण घाबरे होऊन, भीती असते मनात, कधीही मरू, कोणत्याही क्षणी मृत्यू येईल. आणि हेच मृत्यूला घाबरणारे, कोणाच्यातरी मृत्यूने रडतात आणि चिंतित होतात. त्यांचं रडणं, चिंतित होणं त्या माणसाच्या मृत्यूमुळे नसतं, तर तो मृत्यू त्यांच्या मृत्यूची बातमी घेऊन येतो. प्रत्येक मरण त्यांना त्यांच्या मरणाची बातमी देत राहतं. जी आपली माणसं, अगदी जवळची,

त्यांचा मृत्यू सर्वांत जोरदार बातमी आणतं. आणि मग प्राण कंठाशी येतात, भीती वाटते, थरथर जाणवते. त्यामुळे माणसं चांगले चांगले विचार मनात आणू लागतात की, आत्मा अमर आहे, आम्ही तर परमेश्वराचा अंश आहोत, आम्ही ब्रह्मस्वरूप आहोत. या सगळ्या अर्थहीन गोष्टी आहेत. हे म्हणजे स्वत:ला धोका देणं!

मरणाला घाबरणारा माणूस स्वत:ला बळकट करण्यासाठी सतत म्हणत राहतो की, आत्मा अमर आहे. तो असं सांगत असतो, ''नाही, मी मरणार नाही, कारण आत्मा अमर आहे.'' पण आतून प्राण कंपित होत असतात. ज्या माणसाला आत्मा अमर आहे, हे माहीत आहे, त्याला या गोष्टीचा उच्चार करण्याची आवश्यकताच नाही. कारण त्याला माहीत आहे, बस, संपलं!

पण मरणाला घाबरणारी ही माणसं जीवनाला जाणून घेत नाहीत आणि मध्य काढतात, अजून एक नवा धोका निर्माण करतात, 'आत्मा अमर आहे.'

म्हणूनच आत्मा अमर आहे असं मानणाऱ्या लोकांपेक्षा, मरणाला घाबरणारी माणसं शोधणं कठीण आहे. या देशातच हे दुर्भाग्य घडलंय. याच देशात आत्मा अमर आहे, असं मानणारे सर्वाधिक लोक आहेत आणि याच देशात मरणाला घाबरणाऱ्या डरपोक माणसांची संख्या जास्त आहे. या दोन्ही गोष्टी एकाच वेळी कशा काय घडतात?

जे जाणतात की, आत्मा अमर आहे; त्यांच्यासाठी मृत्यू संपला, ती भीती विसर्जित झाली. त्यांना आता कुणी मारू शकत नाही. आणि दुसरी गोष्ट लक्षात घ्या, ज्यांना कुणी मारू शकतं तेही अशा भ्रमात असू शकतात की, मी कुणाला मारू शकतो. कारण मारणं ही संकल्पनाच संपली. हे गुपित समजून घेणं गरजेचं आहे. जी माणसं म्हणतात की, आत्मा अमर आहे, ते मृत्यूला घाबरलेले आहेत आणि सतत बोलत राहतात – आत्मा अमर आहे. आणि अशी माणसं अहिंसेबद्दलही चर्चा करत राहतात. कारण एकच, की त्यांना कुणी मारू नये. जग अहिंसक व्हावं. का? ते असंच म्हणतील की, कुणालाही मारणं चूक आहे, पण अगदी आतूनची त्यांची भावना एकच की, मला मारू नका. जर त्यांना हे माहीत असतं की, 'मृत्यू नसतोच, तर मरणाची भीतीच नाही; ना मारण्याची भीती, ना या बोलण्यात काही अर्थ की, अहिंसा-आत्मा अमर आहे... वगैरे.

कृष्णाने अर्जुनाला सांगितलं की, तू घाबरू नकोस, कारण तुला जे समोर दिसत आहेत, ते आधीही खूप वेळा होते. तूही होतास, मीही होतो. आपण अनेकदा होतो आणि आपण पुढेही अनेकदा असू. जगात काहीही नष्ट होत नाही. म्हणून ना मरणाची भीती आहे, ना मारण्याचा प्रश्न आहे, जीवन जगण्याचा. आणि जे मरणाला आणि मारायला घाबरतात, ते जीवनाच्या दृष्टिकोनातून नपुंसक आहेत. जो मरू आणि मारू शकत नाही, तो जाणतच नाही की, जे आहे, ते ना मारता येतं,

ना ते मरतं, ना मृत्यू पावतं.

कसं असेल ते जग, जेव्हा सर्व जग अगदी आतून जाणेल की, आत्मा अमर आहे. त्या दिवशी मृत्यूचं भय विलीन होऊन जाईल. त्या दिवशी मरणाची भीती विलीन होईल, मारण्याची धमकीही विलीन होईल. त्याच दिवशी युद्ध विलीन होईल, त्याआधी नाही.

जोपर्यंत माणसांना वाटतं की, मी मारला जाईन, मी मरेन; तोपर्यंत जगातून युद्ध संपणार नाही. जरी गांधींनी अहिंसा शिकवली, बुद्धाने अथवा महावीरांनी, तरीही. संपूर्ण जगातून कितीही अहिंसा शिकवली जावो. जोपर्यंत मनुष्याला आतून असा विश्वास, अशी भावना निर्माण होत नाही की, तो अमृत आहे; तोपर्यंत जगातून युद्धं बंद होणार नाहीत. ती माणसं, ज्यांच्या हातात तलवारी दिसतात, असं समजू नका, की ते शूर आहेत. तलवार पुरावा आहे त्या माणसाच्या डरपोकपणाचा. चौकात ज्यांचे पुतळे तलवार धरलेले असे उभारले जातात, ते डरपोक माणसांचे पुतळे आहेत. बहादूर माणसाच्या हातात तलवारीची आवश्यकता नाही, कारण तो जाणतो की, मरणं आणि मारणं दोन्ही लहान मुलांच्या गोष्टी आहेत.

परंतु, एक अद्भुत प्रवंचना माणूस निर्माण करतो. ज्या गोष्टी त्याला ज्ञात नसतात, त्या गोष्टी त्याला ज्ञात आहेत, असं तो दर्शवत राहतो. केवळ भय! आतून भीती की, मरावं लागेल. रोज माणसं मरत आहेत. आतून शरीर क्षीण होताना दिसतंय, तारुण्य सरलं, वार्धक्य आलं. शरीर दुबळं होताना बघतोय; पण आतून म्हणत राहतोय की, आत्मा अमर आहे, स्वत:चा विश्वास गोळा करतोय, हिंमत ठेवतोय की, घाबरू नकोस. मृत्यू तर आहेच, पण नाही, ऋषिमुनी सांगतात की, आत्मा अमर आहे. मृत्यूला घाबरणारी माणसं अशा ऋषिमुनींच्या आजूबाजूला गोळा होतात, गर्दी करतात.

मी असं सांगत नाहीये की, आत्मा अमर नाही. मी असं सांगतोय की, आत्म्याची अमरता – असा सिद्धान्त सांगणारे लोक, मृत्यूला भिणारे लोक आहेत. आत्म्याची अमरता जाणून घेणं, ही अगदी वेगळी गोष्ट आहे. आणि हेही लक्षात ठेवा, आत्म्याची अमरता तेच जाणू शकतात, जे जिवंतपणी मृत्यूचा प्रयोग करतात. त्याशिवाय जाणण्याचा आणखीन वेगळा उपाय नाही. हे जरा समजून घेणं गरजेचं आहे.

मृत्यू म्हणजे नक्की काय होतं? प्राणाची सर्व ऊर्जा जी बाहेर पसरलेली आहे, विस्तीर्ण आहे; ती पुन्हा आकुंचन पावते, आपल्या केंद्रावर पोचते. प्राणाची ऊर्जा जी शरीराच्या कानाकोपऱ्यात पसरलेली आहे, ती ऊर्जा आकुंचन पावते, बिजात परतते. जसं दिव्याला आपण मंद केलं; तर पसरलेला प्रकाश कमी होतो, अंधारून येतं. प्रकाश कमी होऊन दिव्यापाशी येतो. जर आपण अधिकाधिक मंद करत गेलो; तर प्रकाश बीजरूपात, अनुरूपतेत मिसळून जातो, अंधार दाटून येतो.

प्राणाची ऊर्जा जी जीवनात प्रसरण पावलेली आहे; आपल्या केंद्रापाशी परतून येते, नव्या प्रवासासाठी पुन्हा बीजरूप धारण करते, पुन्हा ऊर्जाअणू बनते. हे जे आक्रसलं जाणं आहे, हे जे आकुंचन आहे, तेच मरण! मी मेलो! कारण ज्याला जीवन समजत होतो, ते निसटतंय. हात-पाय शिथिल होऊ लागतात, श्वास हरवतो, डोळ्यांना दिसत नाही, ऐकू येत नाही कानांना. ही सर्व इंद्रियं, हे शरीर एका ऊर्जेला बांधलं गेलं होतं; म्हणून जिवंत होतं. ऊर्जा परतून येत आहे. देह तर कलेवर आहे, जे पुनश्च कलेवर झालं. घराचा मालक घर सोडून घ्यायची तयारी करू लागला, घर उदास झालं, निर्जन झालं. वाटतं की, मी मेलो. मृत्यूच्या या क्षणी जाणवतं ते एकच की; मी मरतोय, संपतोय.

या भीतीपोटीच की, मी करतोय, संपतोय, इतकी जास्त चिंता मनात निर्माण होते की, त्यामुळे मृत्यूचा अनुभवही घेता येत नाही. अनुभव घेण्यासाठी हवी शांतता. इतके अशांत होतो की, मृत्यूला जाणू शकत नाही, वंचित राहतो.

अनंत वेळा आपल्याला मृत्यू आला आहे; पण तरीही मृत्यू म्हणजे काय, हे आम्हाला माहीत नाही. कारण प्रत्येक वेळेला जेव्हा मृत्यूची वेळ आली, आम्ही पुन्हा तेव्हा इतके व्याकूळ, बेचैन झालो – आणि अशा अवस्थेत कसलं ज्ञान? प्रत्येक वेळेला मरण आलं – गेलं आमच्या सभोवार, तरीही आम्ही अपरिचित राहिलो.

नाही, मृत्यूचा क्षण – त्या क्षणी मृत्यूला जाणू शकत नाही. पण आयोजित मरण होऊ शकतं. आयोजित मरणालाच 'ध्यान', 'योग', 'समाधी' म्हणतात. समाधीचा अर्थ एकच की, जी घटना मृत्यूत आपणहून घडते; समाधीत साधक प्रयत्नांनी, मोठ्या प्रयासाने जीवनाची संपूर्ण ऊर्जा आकुंचित करून आत घेऊन जातो, जाणीवपूर्वक! निश्चितच अशांत होण्याचं काही प्रयोजनच नाही. कारण तो प्रयोग करतोय आत जाण्याचा, चेतनेला केंद्रित करण्याचा. शांत मनाने! मृत्यू जे घडवतो, ते तो स्वत: करतोय आणि या शांततेतच त्याला जाणवतं की; जीवनऊर्जा आणि शरीर या दोन्ही भिन्न गोष्टी आहेत. तो बल्ब जो विजेमुळे पेटतो आणि ती वीज, दोन्ही भिन्न! वीज आकुंचन पावली, तर बल्ब निर्जीव होतो.

शरीर बल्बपेक्षा जास्त काही नाही. जीवन विद्युत आहे, ऊर्जा – एनर्जी, ती प्राण आहे, जी शरीराला जीवित करते, गरम करते, उत्पन्न करते. समाधीत साधक स्वत: मरतो आणि तो स्वत: मृत्यूत प्रवेश करतो, त्याला ज्ञात होतं की, हेच सत्य आहे, की मी आणि शरीर भिन्न आहोत. एकदा का हे ज्ञात झालं, की मी वेगळा आहे, तर मृत्यू समाप्त झाला. एकदा हे ज्ञात झालं की, मी वेगळा आहे, तर जीवनाच्या अनुभवाला सुरुवात झाली. मृत्यूची समाप्ती आणि जीवनाचा अनुभव एकाच पातळीवर एकत्र असतात. जीवन जाणलं की, मरण संपलं, मृत्यूला जाणलं की, जीवन सुरू झालं. जर नीट समजलात, तर एकाच गोष्टीला सांगण्याचे हे दोन मार्ग

आहे. एकाच दिशेला दर्शवणारी दोन विधानं, निर्देश.

याला मी 'धर्म' म्हणतो, कारण धर्म म्हणजे मृत्यूची कला. 'आर्ट ऑफ डेथ.' पण तुम्ही म्हणाल की, मी अनेकदा असं म्हणतो. 'धर्म म्हणजे जीवनकला.' 'आर्ट ऑफ लिव्हिंग'. निश्चितच या दोन्ही गोष्टी मी बोलतो, कारण ज्याला मरण समजलं, त्यालाच जीवन समजलं. धर्म आहे जगण्याची-मरण्याची कला. जर जाणून घ्यायचं असेल जीवन-मरण, तर तुम्हाला स्वेच्छेने शरीरातून ऊर्जेला खेचून घेण्याची कला शिकायला हवी, तेव्हाच तुम्ही जाणू शकाल. अन्यथा नाही. आणि ही ऊर्जा खेचता येते, ते कठीण नाही. ही ऊर्जा संकल्प केल्याने प्रसरण आणि आकुंचन पावते, केवळ संकल्प!

आपण पूर्णत्वाने संकल्प करू की, मी माझ्या आत परतत आहे. केवळ अर्धा तास जर कुणी असा संकल्प करत असेल, की मी करू इच्छितो, मी माझ्यात बुडून जाऊ इच्छितो. मी माझी संपूर्ण ऊर्जा केंद्रित करू इच्छितो, तर थोड्याच दिवसांत असा अनुभव येण्यास सुरुवात होईल की, ऊर्जा आत केंद्रित होऊ लागली आहे. शरीर सुटलं, बाहेर राहिलं. तीन महिन्यांचा पूर्णत्वाने हा प्रयोग, आणि तुमचं शरीर वेगळं पडलेलं, जे तुम्ही बघू शकता. आधी सुरुवातीला दिसेल की, मी आत वेगळा उभा आहे, तेजस, एका ज्योतीसारखा, सर्व शरीर आतून दिसतंय, जसं हे भवन आहे. आणि मग अजून थोडी जास्त हिंमत – तर ती जी जिवंत ज्योत आत आहे, तिला बाहेरही आणता येईल. आणि आम्ही बाहेरून बघू शकतो, की शरीर वेगळं पडलेलं आहे.

मला एक अद्भुत अनुभव आला, तो सांगतो. आत्तापर्यंत कधीही सांगितला नाही कुणाला. अचानक आत्ता आठवला, म्हणून सांगतो. सतरा-अठरा वर्षांपूर्वी एका वृक्षावर बसून रात्रीचा मी ध्यान करत असे. असा अनुभव वारंवार आला की, जमिनीवर बसून ध्यान केल्याने शारीरिक क्षमता वाढते. ते जे उंचावर, हिमालयात, पहाडांवर, डोंगरावर जाणारे योगी, त्यांची जी चर्चा होते, ती अकारण नाहीये. जितकं पृथ्वीपासून दूर, तितका शारीरिक प्रभाव कमी होत जातो. तर रोज एका मोठ्या वृक्षावर बसून ध्यान करत असे रात्रीचा. आणि एकदा ध्यानात इतका मग्न झालो की, शरीर झाडावरून, वृक्षावरून कधी खाली पडलं मला समजलं नाही. जेव्हा शरीर पडलं, तेव्हा मी चपापलो, की हे काय झालं?

मी तर वृक्षावरच होतो आणि शरीर खाली पडलं, हा अनुभव कसा होता. याचं वर्णन करता येणं कठीण आहे. मला माझं शरीर जमिनीवर पडलेलं वरून, वृक्षातून दिसत होतं. केवळ एक चंदेरी धागा, रजतरज्जू, नाभीतून निघालेला; ज्याने मी जोडला गेलो होतो. एक अत्यंत चमकदार रेघ. काहीही समजत नव्हतं की, आता काय होईल? परत कसा जाईन?

किती काळ अशा अवस्थेत होतो, माहीत नाही, पण तो विलक्षण अनुभव होता. शरीराच्या बाहेर येऊन प्रथमच बघितलं शरीर आणि त्या क्षणापासून शरीर समाप्त झालं. मृत्यू समाप्त झाला. कारण एक अजून देह दिसला पडलेला, जो शरीराहून भिन्न होता. एका अतिसूक्ष्म शरीराचा अनुभव मिळाला. किती काळ? हेच सांगू शकत नाही, असा हा अनुभव. पहाटे पहाटे दोन बायका दूध घेऊन गावाकडे निघाल्या होत्या. त्यांना ते पडलेलं शरीर दिसलं. मी सर्व बघत होतो वरून की, त्या दोघी त्या शरीराच्या जवळ येऊन बसल्या. कुणी मेलंय! आणि त्यांनी कपाळावर हात ठेवला आणि एका क्षणात, तीव्र आकर्षणाने मी पुन्हा माझ्या शरीरात आलो आणि डोळे उघडले गेले.

तेव्हा अजून एक अनुभव आला की, पुरुषाच्या शरीरात किमया, केमिकल चेंज स्त्री निर्माण करू शकते आणि पुरुष स्त्रीच्या शरीरात असा बदल घडवू शकतो. असंही वाटलं की, त्या स्त्रीचा स्पर्श आणि तेव्हाच माझं परतून येणं, हे कसं घडलं? आणि नंतर तर असे अनुभव अनेकदा आले. मग माझ्या लक्षात आलं की, हिंदुस्तानात ज्या तांत्रिकांनी समाधीवर आणि मृत्यूवर सर्वाधिक प्रयोग केले, त्यांनी स्त्रियांनाही आपल्या सोबत बांधून घेतलं होतं. गहिऱ्या, खोल समाधीच्या प्रयोगात शरीराच्या बाहेर तेजस शरीर निघून गेलं, सूक्ष्म शरीर गेलं, तर स्त्रीच्या साहाय्यतेशिवाय पुरुषाचं सूक्ष्म शरीर परत येऊ शकत नाही. अथवा, स्त्रीचं सूक्ष्म, तेजस शरीर बाहेर पडलं शरीराच्या, तर पुरुषाच्या साहाय्यतेशिवाय ते परतून येऊ शकत नाही. स्त्री-पुरुषाचं शरीर मिळतं, स्पर्शितं; तसा विद्युत्प्रवाह – इलेक्ट्रिक सर्कल पूर्ण होतं आणि ती बाहेर गेलेली चेतना, तीव्रतेने पुनश्च परतून येते.

आणि मग पुढल्या सहा महिन्यांत निदान सहा वेळा निरंतर असा अनुभव येत राहिला. आणि त्या सहा महिन्यांत हाही अनुभव आला की, माझं वय कमीत कमी दहा वर्षं कमी झालं. कमी याचा अर्थ, जर मी सत्तर वर्ष जगणारा असतो, तर तो आता साठ वर्ष जगेन. सहा महिन्यांत चित्र-विचित्र अनुभव आले. त्या सहा महिन्यांत छातीवरचे सगळे केस पांढरे झाले. माझ्या आकलनशक्तीच्या पलीकडचं होतं हे सगळं.

मग लक्षात आलं की, या शरीरात आणि त्या शरीरात जो एक ताळमेळ होता, जो संबंध होता; त्यात दरी निर्माण झाली आहे. मग समजलं की, शंकराचार्यांचं तेहेतिसाव्या वर्षी आणि विवेकानंदांचं छत्तिसाव्या वर्षी मृत्यू पावणं याचं कारण काही वेगळंच आहे. जर या दोहोंचा संबंध तीव्रतेने तुटेल, सुटेल; तर जगणं कठीण आहे. आणि मी हेही समजलो की, रामकृष्ण परमहंसाचं अनेक रोगांनी व्याप्त होणं, रमणचा कॅन्सर होऊन मृत्यू पावणं हे शारीरिक नाही; तर त्या दोहोंमधला ताळमेळ तुटला, या कारणास्तव होतं.

सर्वसाधारणपणे लोक असं म्हणतात की, योगी स्वस्थ असतात; पण खरंतर

हे अगदी उलट आहे. सत्य असं आहे की, संत, योगी नेहमी रोगी, रुग्ण आणि त्यांची आयुमर्यादाही कमी, असे असतात. याचं मूळ कारण असं की, दोन शरीरांमधल्या हव्या असलेल्या ताळमेळात विघ्न पडतं. जसं एकदा ते सूक्ष्म शरीर बाहेर पडतं, पुन्हा आत प्रविष्ट होताना पूर्णपणे, पूर्ण अवस्थेत आत प्रविष्ट होऊ शकत नाही. त्याची काही आवश्यकताही उरत नाही, काही प्रयोजनही नसतं, त्यात काही अर्थही राहत नाही.

संकल्प करून आत ऊर्जेला खेचता येतं. केवळ संकल्प, केवळ अशी धारणा, अशी भावना की, मी पुन्हा आत जाऊ, आत जायचंय, आत प्रवेश करायचाय, याचं तीव्र आंदोलन, पूर्ण प्राण यानेच भरून जावेत की; मला पुन्हा आत जायचं आहे. केंद्रापाशी पोचायचं आहे. मला परतायचंय, मला परतायचंय, मला परतायचंय. याची हाक इतकी तीव्र की; ती संपूर्ण शरीरात, कणाकणात गुंजून जाऊ दे, प्रत्येक श्वासागणिक – आणि मग कुठल्याही दिवशी ही घटना घडते आणि एका झटक्यात तुम्ही आत पोचता; प्रथमच शरीराला आतून बघता.

ही जी सहस्रनाडी अशी वाच्यता योगी करतात, ते फिजियॉलॉजी अभ्यासून नाही, शरीरशास्त्राशी त्यांचा संबंध नाही. या नाड्या त्यांनी जाणल्या, त्या आतून. म्हणूनच आज शरीरशास्त्र यावर विचार करतं, तर त्यांना प्रश्न पडतो की, या नाड्या कुठे आहेत? ही जी सात चक्रं सांगितली आहेत, ती कुठे आहेत? ती शरीरात कुठेच नाहीत. कारण शरीराची तपासणी आपण बाहेरून केली, तर ती मिळणार नाहीत. शरीराला आतून बघण्याचा अजून एक मार्ग आहे, इनर फिजियॉलॉजी, एक अतिसूक्ष्म शरीरशास्त्र. तिथून जाणल्यावर ज्या नाड्या जाणल्या गेल्या आहेत आणि जी केंद्रं जाणली गेली आहेत; त्यात तफावत आहे. या शरीरात त्यांचा शोध घेतला, तरी ती सापडणार नाहीत. ही केंद्रं या शरीराचे आणि त्या आतल्या आत्म्याचे धागे जुळवणारी क्षेत्रं आहेत. तिथे दोन्ही मिळतात.

सर्वांत मोठं क्षेत्र, संपर्कस्थान नाभी आहे. तुम्ही कधी विचार करा की, जर तुम्ही गाडी चालवत असताना अपघात झाला अचानक, तर सर्वप्रथम नाभी प्रभावित होते. नाभी अस्ताव्यस्त होऊन जाईल, कारण तिथे अतिशय खोल असं आत्मा आणि शरीर या दोहोंमधलं संपर्कक्षेत्र आहे. ते स्थान सर्वांत प्रथम, सर्वांत तीव्रतेने अस्वस्थ होतं, मरणाला समोर बघून. जसा मृत्यू समोर दिसतोय, लगेच नाभी विकटून, अस्वस्थ होईल संपूर्ण शरीरकेंद्रातून. आणि शरीराची एक आंतरिक व्यवस्था आहे, जी अंत:शरीर आणि हे शरीर यात संपर्कातून स्थापित झाली आहे. ज्या चक्रांची गोष्ट आहे, ती त्याची संपर्कस्थळं आहेत. निश्चितच एकदा तरी शरीराला आतून जाणून घेणं हे अगदी दुसरं जग जाणून घेणं आहे, ज्याचं आम्हाला पत्ता नाही. मेडिकल सायन्स या जगाबद्दल एक अक्षरही जाणत नाही आणि कधी जाणू शकणारही नाही.

एकदा हा अनुभव आला की, मी वेगळा आणि हे शरीर वेगळं, की मृत्यू संपला. मग मृत्यू नाहीच. मग तर शरीरातून बाहेर पडून शरीराला बघता येऊ शकतं. हा कुठलाही तत्त्वज्ञानाचा विचार नाही आहे अथवा दार्शनिक तात्त्विक चिंतन नाहीये की, मृत्यू काय आहे, जीवन काय आहे. जे यावर विचार करतात, त्यांना कवडीमोलाचंही फळ प्राप्त होत नाही. हा तर अस्तित्ववादी शोध आहे. समजता येतं की, मी जीवन आहे, समजता येतं, की मृत्यू माझा नाहीये. त्याला जगता येतं, त्याच्या आत प्रविष्ट होता येतं.

पण जे लोक केवळ विचार करत राहतात, की मृत्यू काय आहे, जीवन काय आहे; त्यांनी लाखो वेळा, जन्म-जन्म विचार जरी केला, तरी त्यांना काहीही ज्ञात होणार नाही. कारण आम्ही विचार करकरून करणार तरी काय? विचार अशाच गोष्टींबद्दल केला जाऊ शकतो, जे आपण जाणतो, जे ज्ञात आहे. जे अज्ञात आहे, त्यासंबंधी काहीही विचार होऊ शकत नाही. तुम्ही जे जाणता, त्याबद्दलच विचार करू शकता. जे आम्ही जाणत नाही, त्याची कल्पना कशी करणार? त्याची धारणा काय असणार? आम्हाला जीवन माहीत नाही, मृत्यू माहीत नाही. काय विचार करणार? म्हणूनच जगात जीवन-मृत्यूवर दार्शनिकांनी जे वक्तव्य केलं आहे, त्याला काही किंमत नाही. फिलॉसॉफी आदी विषयांवरच्या पुस्तकांना काहीही मोल नाही. कारण विचारपूर्वक केलेलं ते लिखाण आहे. केवळ 'योग'ने जीवन-मृत्यूवर जे भाष्य केलं आहे, त्या व्यतिरिक्त आजपर्यंत सर्व काही – फक्त शब्दांचा खेळ आहे. कारण योग जे सांगतो, तो एक जिवंत अनुभव आहे.

आत्मा अमर आहे, हा काही सिद्धान्त नाही, हा काही जणांचा अनुभव आहे. अनुभवापाशी जर जायचं असेल तरच... अनुभव या समस्येवर तोडगा काढू शकतो, की जीवन काय आहे, मृत्यू काय आहे. जसा हा अनुभव येईल, ज्ञात होईल, की जीवन आहे, मृत्यू नाही. जीवनच आहे, मृत्यू नाहीये.

मग आम्ही म्हणू की, मृत्यू तर होतो. याचा सर्व मिळून अर्थ इतकाच की, ज्या घरात आम्ही राहत होतो, ते घर सोडून दुसऱ्या घराकडे जाण्याचा प्रवास सुरू झाला. एका घरातून दुसऱ्या घरात. घराला सीमा आहे, सामर्थ्य आहे, घर एक यंत्र आहे. यंत्र थकतं, जीर्ण होतं आणि आम्हाला पार जावं लागतं.

जर विज्ञानाने किमया केली, तर मनुष्य शंभर-दोनशे अगदी तीनशे वर्षंसुद्धा जगू शकतो. पण त्यामुळे हे सिद्ध होणार नाही की, आत्मा नाहीये. इतकंच सिद्ध होईल की, काल-परवापर्यंत आत्म्याला घर बदलावं लागत होतं, आता विज्ञानाने जुनं घरच ठीकठाक केलं. वैज्ञानिकांनी असा विचार करू नये की, कितीही वर्षं माणूस जगला, तर त्यांनी हे सिद्ध केलं की, आत आत्मा असत नाही. नाही, यामुळे काहीही सिद्ध होत नाही. विकलांग झालेले अवयव बदलले गेले आणि आयुष्य

वाढलं त्या शरीराचं, तरीही हे दुरान्वयेही सिद्ध होत नाही की, आत्मा नाहीये.

उद्या टेस्टट्यूब बेबीज् जन्म घेतील, तेव्हा वैज्ञानिक अशा भ्रमात राहतील की, त्यांनी जन्म दिला जीवनाला; तर ते चूक आहे. त्यानेही काहीही सिद्ध होत नाही, असं मी म्हणतो.

आई-वडील काय करतात? एक स्त्री, एक पुरुष एकत्र येऊन स्त्रीच्या पोटात काय करतात? आत्म्याला जन्म देत नाहीत. ते केवळ एक संधी तयार करतात, जिथे आत्मा प्रविष्ट होऊ शकेल. आई-वडिलांचा एक अणू एक संधी निर्माण करतो. उद्या आम्ही अशी संधी टेस्टट्यूबमध्ये निर्माण करू. त्याने आत्मा निर्माण होत नाही. आईचं पोट हेसुद्धा एका टेस्टट्यूबसारखं आहे, एक यांत्रिक व्यवस्था. आत्मा त्यातून निर्माण होत नाही. आत्मा येतो. जन्म ही घटना दुहेरी – दोन बाजूंनी, दोन दिशांनी आहे. शरीराची तयारी आणि आत्म्याचं आगमन, आत्म्याचं त्या शरीरात उतरणं.

येणारा काळ हा आत्म्याच्या संदर्भात धोकादायक आणि अंधकारपूर्ण असणार आहे, कारण विज्ञानाची प्रत्येक घोषणा माणसांना असा विश्वास देईल की, आत्मा नाहीये. त्यामुळे आत्मा असिद्ध होणार नाही, त्यामुळे माणसांचा आत जाण्याचा जो संकल्प होता, तो क्षीण होईल. जर माणसांना असं समजू लागलं, की वय वाढतंय, टेस्टट्यूब बेबी जन्म घेत आहे, आता कुठे आहे आत्मा? मग मात्र जो प्रयत्न होता माणसांचा आतला शोध घेण्याचा, तो बंद होईल. आणि ही घटना दुर्भाग्य आहे, जी येणाऱ्या पन्नास वर्षांत घडेल. इथे मागच्या पन्नास वर्षांत अशी भूमिका तयार होत आहे.

जगात आजपर्यंत या पृथ्वीवर गरीब, दीन माणसं राहत आहेत. दु:खी, आजारी; त्यांचं वय कमी होतं, ना अन्न होतं, ना चांगले कपडे. परंतु आत्मिक दृष्टिकोनातून गरीब, दरिद्री लोकांची संख्या जितकी आज आहे; तेवढी आधी कधीही नव्हती. याचं एकमेव कारण की, आत काहीच नाहीये, तर तिथे जाण्याचा प्रश्नच नाही, असा विश्वास मनुष्यजातीला वाटू लागला तर प्रश्नच मिटला.

येणारा भविष्यकाळ अत्यंत अंधकारपूर्ण आणि धोकादायक असू शकतो. म्हणून प्रत्येक कानाकोपऱ्यातून याविषयीचे प्रयोग चालू राहायला हवेत की, अशी काही माणसं घोषणा देतील; केवळ शब्द किंवा सिद्धान्त यांची नव्हे; गीता, कुराण आणि बायबल यांच्या पुनरुक्तीची नव्हे; तर घोषणा हवी जिवंत – की, मी जाणतो, मी शरीरात नाही. केवळ शब्दांतून नाही, तर त्यांच्या संपूर्ण जीवनातून प्रकट होत राहायला हवी, तर कदाचित आम्ही माणसांना वाचवण्यात यश मिळवू. अन्यथा विज्ञानाची सर्वच्या सर्व विकसित अवस्था माणसांनाही एका यंत्रात बदलवून टाकेल आणि त्या दिवशी माणूस असा विचार करू लागेल की, आत काहीही नाहीये, त्या दिवशी आतले सर्व दरवाजे बंद होऊन जातील. त्यानंतर काय होईल, हे सांगता येणं कठीण आहे.

आजपर्यंत जास्तीत जास्त लोकांच्या आतली दारं बंद राहिली आहेत, पण कधीतरी एखादी साहसी व्यक्ती ही भिंत फोडून आत घुसते. कधी कुणी एक महावीर, कधी कुणी एक बुद्ध, कधी कुणी एक जीझस, लाओत्से तोडून टाकतात ही भिंत. पण ही शक्यता रोज रोज कमी होत चालली आहे, असं होऊ शकतं, शंभर, दोनशे वर्षांनंतर; जसं मी तुम्हाला आत्ता सांगितलं, की जीवन आहे, मृत्यू नाहीये, शे-दोनशे वर्षांनंतर मनुष्य म्हणेल, की मृत्यू आहे, जीवन नाहीये. हृदयाची तयारी तर पूर्ण झाली आहे. असं म्हणणारी माणसं तयार झाली आहेत. मार्क्स काय म्हणतो? तो म्हणतो की, पदार्थ आहे, परमात्मा नाहीये आणि जो तुम्हाला परमात्मा वाटतो, तोही पदार्थाची उत्पत्ती आहे. पदार्थातून तयार झालेला आहे. मार्क्स म्हणतो की, जीवन नाहीये, मृत्यू आहे. कारण जर आत्मा नाही, तर पदार्थ आहे; तर मग जीवन नाही, मृत्यूच आहे.

मार्क्सच्या या युक्तिवादाचा प्रभाव वाढत चालला आहे, हे कदाचित तुम्हाला माहीत नसेल. जगात अशी माणसं आहेत, ज्यांनी सदा 'आत्मा' नाकारला आहे, परंतु आत्मा नाकारणाऱ्या लोकांचा धर्म आजतागायत जगात निर्माण झालेला नाही. मार्क्सने प्रथम आत्मा नाकारणाऱ्या लोकांचा धर्म निर्माण केला. नास्तिकांचं आत्तापर्यंत कुठलंही ऑर्गनायझेशन नव्हतं. चार्वाक होते, बृहस्पती होते, एपीकुरस होते. जगात अद्भुत माणसं होती, जी आत्मा नाही असंच म्हणत होती; पण त्यांचं संघटन नव्हतं. मार्क्स जगातला पहिला असा मनुष्य, नास्तिक मनुष्य आहे, ज्याच्याकडे ऑर्गनाइज्ड चर्च आहे आणि अर्ध जग त्या चर्चच्या आत उभं राहिलं. येणाऱ्या पुढल्या पन्नास वर्षांत उरलेलं अर्ध जगही उभं राहील.

आत्मा तर आहे, परंतु त्याला जाणणारे सर्व दरवाजे बंद होत आहेत. जीवन तर आहे, परंतु त्या जीवनातल्या संदर्भात होणाऱ्या सर्व संभावना क्षीण होऊ लागल्या आहेत. सर्व दरवाजे बंद होण्याआधी, ज्यांच्यात थोडं तरी सामर्थ्य आहे, साहस आहे; त्यांनी स्वतःवर प्रयोग करायला हवा आणि प्रयत्न करायला हवा – आत प्रवेश करण्याचा, म्हणजे त्यांना अनुभव प्राप्त होईल. जगात निदान शे-दोनशे माणसांनी आतल्या ज्योतीचा अनुभव जरी घेतला, तरी धोका टळेल. करोडो लोकांच्या आतला अंधारही या थोड्या लोकांच्या जीवनज्योतीने दूर होऊ शकतो, एक लहानसा दिवा, न जाणो किती अंधकार तोडून देईल.

एखाद्या गावात, निदान एका माणसाला जरी ज्ञात झालं की, आत्मा अमर आहे; तर त्या गावाचं संपूर्ण वातावरण, त्या गावची हवा, त्या गावाचं संपूर्ण आयुष्य बदलून जाईल. एक लहानसं फूल उमलतं आणि त्याचा गंध दूरदूरपर्यंत पसरतो. एक माणूस, त्याचं ज्ञात होणं, संपूर्ण गावाचा आत्मा शुद्ध होण्यास कारणीभूत ठरतो.

पण आमच्या राज्यात किती साधू, किती ओरडणारे, आवाज करणारे आहेत की, आत्मा अमर आहे. त्यांची इतकी मोठी रांग, गर्दी आणि राज्याचं हे नैतिक चरित्र, आणि हे पतन! हेच दाखवून देतं की, हा सगळा धोकेबाज धंदा आहे. इथे आत्मा वगैरे जाणणारं कुणी नाही; ही गर्दी, ही रांग, इतकी फौज, इतकी मोठी साधूंची सर्कस संपूर्ण राज्यात; कुणी तोंडावर पट्टी बांधतंय, कुणी हातात काठी घेतंय... ही इतकी गर्दी. हा जमाव जर आत्मा जाणणारा आहे, तर राज्याचं जीवन इतकं खाली का घसरतंय? हे असंभव आहे.

मी तुम्हाला सांगतो, ही जी माणसं सांगतात, की सर्वसामान्यांनी जगाचं चरित्र बिघडवलं आहे; ते चूक आहेत. सामान्य माणूस कायम असाच आहे. जगाचं चरित्र उंच होतं, काही लोकांच्या आत्मानुभवामुळे. सर्वसामान्य माणसात काहीही फरक नाही. तो तसाच आहे, जसा होता. त्यांच्यात काही माणसं अशी होती, जी जिवंत होती, जी समाज आणि त्यांची चेतना यांना वर खेचत राहिली. त्याचं असणं हेच... आणि आज जर माणसांचं चरित्र इतकं नीच... तर त्याला जबाबदार साधू. जबाबदार महात्मा, जबाबदार आहेत धर्माच्या गोष्टी करणारे हे – अशी खोटी माणसं. सामान्यांना जबाबदार धरू नये, तशी त्यांच्यावर जबाबदारी कधी नव्हतीच, आजही नाही.

जर जगाला बदलायचं असेल, तर ही बडबड बंद करा की, आम्ही एक-एक माणसाचं चरित्र सुधारणार, नैतिक शास्त्र शिकवणार. जगाला बदलण्यासाठी आतून प्रयोग व्हायला हवा, तशी तयारी हवी, तीव्रता हवी. जास्त नाही, एका राज्यातून केवळ शंभर लोकांनी आत्म्याला जाणण्याच्या स्थितीपर्यंत पोचावं, तर संपूर्ण राज्याचं जीवन आपोआप उठेल. शंभर दिवे प्रज्वलित आणि संपूर्ण राज्य प्रकाशमान!

मी या विषयावर बोलण्यासाठी तयार झालो, तो केवळ याचसाठी की, असं होऊ शकेल की, कुणी साहसी माणूस आला; तर मी त्याला आमंत्रित करेन, की माझी तयारी आहे आत जाण्याची. तुझी असेल तर ये, तिथे सांगू शकेन की, जीवन काय आहे आणि मृत्यू काय आहे.

माझ्या या वक्तव्याला, बोलण्याला इतकं प्रेमाने आणि शांततेने ऐकलंत, म्हणून मी खूप आभारी आहे. आणि सर्वांत शेवटी सर्वांच्या आत बसलेल्या परमात्म्याला माझा प्रणाम, माझा प्रणाम स्वीकारा!

◆

'आध्यात्मिक विश्व आंदोलन'
म्हणजे काही व्यक्ती प्रबुद्ध होऊ शकतील

ज्यांच्या आत हाक आहे, त्यांच्यावर एक मोठं दायित्व आहे आज या जगासाठी. आज तर जगाच्या कानाकोपऱ्यात जाऊन सांगायला हवं की, थोड्या जणांनी बाहेर यावं आणि त्यांचं संपूर्ण जीवन या उंच शिखराचा अनुभव घेण्यासाठी समर्पित करावं.

काल संध्याकाळच्या चर्चेत मी काही गोष्टी सांगितल्या होत्या. त्या संदर्भात काही प्रश्न विचारले गेले आहेत. एका मित्राने विचारलं आहे, "जर पुरुष आणि स्त्री आत्म्याच्या जन्मासाठी आईच्या उदरात एक संधी उपलब्ध करतात, तर याचा अर्थ असा झाला की, आत्मा वेगवेगळा आहे आणि सर्वव्यापी नाहीये." त्यांनी असंही विचारलं आहे, "मी असं अनेकदा म्हणालो की, एकच सत्य आहे, एकच परमात्मा आहे, एकच आत्मा आहे, मग ही दोन्ही विधानं विरोधाभास निर्माण करतात."

मेरे प्रिय आत्मन्,

ही दोन विधानं विरोधी नाहीत. परमात्मा तर एकच आहे, आत्मा वस्तुत: एकच आहे, परंतु शरीरं दोन प्रकारची आहेत. एक शरीर, ज्याला आम्ही स्थूल शरीर म्हणतो, जे आम्हाला दिसतं; एक शरीर जे सूक्ष्म शरीर आहे, जे आम्हाला दिसत नाही. एका शरीराचा जेव्हा मृत्यू होतो, तेव्हा स्थूल शरीर संपुष्टात येतं; पण जे सूक्ष्म शरीर आहे, ते मरत नाही.

आत्मा दोन शरीरांमध्ये वास करत आहे, सूक्ष्म आणि स्थूल शरीर! हे जे पाण्याने, मातीने, हाडं, मांस, मज्जा यांनी बनलेलं शरीर आहे; ते संपतं. मग अत्यंत सूक्ष्म विचारांचं, सूक्ष्म संवेदनांचं, सूक्ष्म तंतूंचं, सूक्ष्म व्हायब्रेशन्सचं ते शरीर शिल्लक राहतं.

हे तंतूंनी वेढलेलं शरीर आत्म्याबरोबर पुन्हा यात्रा सुरू करतं आणि एका नव्या जन्मासाठी स्थूल शरीरात प्रवेश करतं. जेव्हा एका आईच्या उदरी नव्या आत्म्याचा प्रवेश होतो, त्याचा अर्थ असा की, 'सूक्ष्म शरीराचा प्रवेश!' मृत्यूसमयी केवळ स्थूल शरीर पडतं, सूक्ष्म शरीर नव्हे! परंतु परममृत्यूसमयी – ज्याला आम्ही 'मोक्ष' म्हणतो – त्या वेळी स्थूल शरीराबरोबरच सूक्ष्म शरीरही पडतं. मग आत्म्याचा जन्म होत नाही. तो आत्मा त्या विशालतेत लीन होऊन जातो. त्या विशालतेत हे जे विलीन होणं आहे, ते एकच आहे. जसा एक थेंब सागरात मिसळतो.

तीन गोष्टी समजून घेणं गरजेचं आहे. आत्म्याचं तत्त्व एक आहे. एका आत्म्याच्या तत्त्वसंबंधात दोन तऱ्हेची शरीरं सक्रिय होतात. एक स्थूल आणि एक सूक्ष्म. स्थूल शरीराशी आपला परिचय आहे. जे योगी सूक्ष्म शरीराशी परिचित होतात आणि योगाहूनही जे वर पोचतात, त्यांना आत्मा परिचित होतो.

सामान्य डोळे स्थूल शरीर बघू शकतात. योगदृष्टी ध्यानातून सूक्ष्म शरीर बघू शकतं. पण ध्यानातीत – ध्यानाच्याही पलीकडे, सूक्ष्म पार करून, त्याहूनही पुढे जे शेष राहतं; त्याला तर समाधीत अनुभव प्राप्त होतो. ध्यानाहूनही वरची पायरी, तर समाधी प्राप्त आणि त्या समाधीतला जो अनुभव, तो परमात्म्याचा अनुभव!

साधारण मनुष्याचा अनुभव, शरीराचा अनुभव आहे, साधारण योग्याचा अनुभव

सूक्ष्म शरीराचा अनुभव आहे. परमयोग्याचा अनुभव परमात्म्याचा अनुभव आहे. परमात्मा एक आहे, सूक्ष्म शरीरं अनंत आहेत. स्थूल शरीरं अनंत आहेत. ते जे सूक्ष्म शरीर आहे, तेच नवं शरीर ग्रहण करतं. आपण इथे अनेक दिवे जळताना बघत आहोत. विद्युत एकच आहे, अनेक नाहीयेत. ती ऊर्जा, ती शक्ती, ती एनर्जी एक आहे; परंतु दोन बल्बमधून ती प्रकट होत आहे. बल्बचं शरीर वेगवेगळं आहे, पण त्यांचा आत्मा एक आहे. आमच्यातून जी चेतना डोकावते, ती एक चेतना आहे. पण त्या चेतनेच्या डोकावण्यामध्ये दोन उपकरणांचा वापर केला गेला आहे. एक सूक्ष्म उपकरण, सूक्ष्म देह आणि दुसरं स्थूल उपकरण, स्थूल देह.

आमचा अनुभव स्थूल देहापाशीच थांबतो. हा जो स्थूल देहापाशी थांबलेला अनुभव आहे, हाच मनुष्याच्या जीवनाचा सर्व अंधार आणि दुःख आहे. पण काही जण सूक्ष्म शरीरापाशी थांबतात, ते म्हणतील की, अनंत आत्मा आहेत. पण जे सूक्ष्म शरीरापुढे जातात, ते म्हणतील की, परमात्मा एक आहे. आत्मा एक आहे, ब्रह्म एक आहे.

माझ्या या दोन विधानांमध्ये काहीही विरोधाभास नाही आहे. मी जे आत्म्याच्या प्रवेशाबद्दल म्हणालो, त्याचा अर्थ असा की, आत्मा ज्याचं सूक्ष्म शरीर अजून पडलं नाही. म्हणून आम्ही म्हणतो की, जो आत्मा परममुक्तता मिळवतो, त्याचं जन्म-मरण संपतं. आत्म्याचा जन्म अथवा मरण असं काही नाहीये. तो ना जन्म घेतो, ना मरतो. ते जे सूक्ष्म शरीर आहे, ते संपल्यानंतर जन्म-मरण राहत नाही. कारण नव्या जन्मासाठी सूक्ष्म शरीरच कारणीभूत ठरतं.

सूक्ष्म शरीराचा अर्थ आमचे विचार, आमच्या इच्छा, आमच्या वासना, आमचं ज्ञान, आमचा अनुभव. या सर्वांचा जो संग्रह, त्याचं बी. ते आमचं सूक्ष्म शरीर. तेच आम्हाला पुढच्या प्रवासाला घेऊन जातं. पण ज्या मनुष्याचे सगळे विचार नष्ट झाले, सर्व वासना क्षीण झाल्या, इच्छा विलीन झाल्या, ज्याच्या आत आता काही शेष राहिलं नाही; त्या मनुष्याला जाण्यासाठी कुठलं स्थळ उरलं नाही, जन्म घेण्यासाठी काही निमित्त नाही.

रामकृष्णांच्या जीवनात एक अद्भुत घटना घडली. रामकृष्णांना जी माणसं अगदी जवळून ओळखत असत, त्यांना ही गोष्ट अत्यंत कठीण जात होती पचवायला की, रामकृष्णांसारखा परमहंस, त्यांच्यासारखा समाधिस्त माणूस अन्नासाठी फार आतुर होतो. रामकृष्ण अन्नासाठी, जेवणासाठी फार आतुर असायचे आणि जेवणाची इतकी वाट बघायचे की, अनेकदा स्वयंपाकघरात जाऊन शारदा माँ यांना विचारायचे, ‘‘खूप वेळ झाला, काय बनवत आहेस आज?’’ ब्रह्मावर चर्चा चालू असायची आणि ते ब्रह्मचर्चा सोडून स्वयंपाकघरात जात, विचारत, ‘‘आजचा बेत काय?’’ शारदा माँ म्हणायच्या, ‘‘हे काय करताय तुम्ही? लोकांना काय वाटेल?

ब्रह्मचर्चा सोडून अन्नचर्चा करता.'' रामकृष्ण हसत आणि गप्प राहत. अनेक शिष्यांनीही त्यांना सांगितलं की, अशाने बदनामी होते. लोक म्हणतात की, अशा माणसाला कसं काय ज्ञान प्राप्त झालं, जो अजून अन्न म्हटल्यावर मोहित होतो. त्याची रसना इतकी, ज्याच्या जिभेला इतकं पाणी सुटतं!

एक दिवस मात्र शारदा – रामकृष्णांची पत्नी अतिशय रागावली, खूप बोलली. तेव्हा रामकृष्ण म्हणाले, ''वेडी, तुला माहीत नाही. ज्या दिवशी माझी अरुची प्रकट होईल अन्नासाठीची, तू समजून जा, तेव्हा माझी जीवनयात्रा केवळ तीन दिवसांची शिल्लक असेल. बस! केवळ तीन दिवस. त्याहून जास्त मी जगणार नाही.'' शारदा म्हणाल्या, ''याचा अर्थ?'' रामकृष्ण म्हणाले, ''माझ्या सर्व वासना क्षीण झाल्या आहेत, माझ्या सर्व इच्छा विलीन झाल्या आहेत. माझे विचार नष्ट झाले आहेत. पण जगाच्या हितासाठी मला थांबायचं आहे. त्यामुळे या एका वासनेला मी जबरदस्तीने पकडून ठेवलं आहे. जसं एखाद्या होडीच्या सर्व साखळ्या तुटल्या आहेत आणि एका साखळीमुळे ती होडी अडकून राहिली आहे. ती साखळी जर तुटली, तर ती होडी आपल्या अनंत यात्रेकरता निघून जाईल. मी प्रयत्नपूर्वक थांबलो आहे.''

त्या वेळी हे कुणाला कदाचित समजलं नाही. पण रामकृष्णांच्या मृत्यूच्या तीन दिवस आधी शारदा ताट वाढून घेऊन गेली रामकृष्णांच्या खोलीत. ते बसलेले होते. त्यांनी ताट बघून डोळे बंद केले, झोपले आणि शारदांकडे पाठ फिरवली. त्यांना अचानक आठवलं की, त्यांनी तसं सांगितलं होतं की, जेव्हा, ज्या दिवशी अन्नासंबंधात अरुची प्रकट करेन, त्यानंतर तीन दिवसांत माझा मृत्यू होईल. त्यांच्या हातातून ताट निसटलं, त्या रडू लागल्या. रामकृष्ण म्हणाले, ''रडू नकोस! तू जे सांगत होतीस, ती गोष्टही आज पूर्ण झाली.'' आणि बरोबर तिसऱ्या दिवशी त्यांचा मृत्यू झाला. एक छोटीशी वासना प्रयत्नपूर्वक त्यांनी जपली होती. ती वासना जीवनयात्रेचा धागा बनली होती. ती वासनाही संपुष्टात आली, तर जीवनयात्रेचा आधार संपला.

ज्यांना आम्ही 'तीर्थंकर' म्हणतो, 'बुद्ध' म्हणतो, 'ईश्वराचा पुत्र' म्हणतो, 'अवतार' म्हणतो; त्यांचीसुद्धा एक तरी वासना शेष राहते. ती वासना ते शेष ठेवू इच्छितात करुणेसाठी, हितासाठी, सर्वमंगल व्हावं यासाठी, लोकहितासाठी. ज्या दिवशी ती वासनासुद्धा क्षीण होते, त्या दिवशी जीवनाची ही यात्रा समाप्त होते आणि अनंताची अंतहीन यात्रा सुरू होते. त्यानंतर जन्म नाही, मरण नाही, त्यानंतर ना एक आहे, ना अनंत. त्यानंतर जे शेष राहतं, त्याला संख्येत मोजता येत नाही.

म्हणून जे जाणकार आहेत, ते सगळे जण असंही म्हणत नाहीत की, ब्रह्म एक आहे, परमात्मा एक आहे. कारण एक म्हणणं व्यर्थ आहे, जेव्हा दोन उरतच नाहीत. एक म्हणणं तेव्हाच सार्थ ठरतं, जेव्हा पुढे दोन-तीन असं मोजता येतं. संख्येमध्येच एक सार्थक आहे. म्हणूनच 'ब्रह्म एक आहे' असं जाणकार म्हणत नाहीत. ते

म्हणतात की, 'ब्रह्म अद्वैत आहे.' अद्भुत आहे हे! ते म्हणतात की, परमात्मा दोन नाहीयेत. ते म्हणतात की, परमात्म्याला संख्येत मोजण्याची आवश्यकताच नाही. एक असं म्हणून आम्ही संख्या दर्शवतो, जे चुकीचं आहे. परंतु, त्याच्यापर्यंत पोचणं तर दूर, आम्ही तर स्थूल शरीरापाशीच उभे आहोत. त्या शरीरावर जे अनंत आहेत, अनेक आहेत. त्या शरीराच्या आत जेव्हा आम्ही प्रवेश करू, तेव्हा आणखीन एक शरीर, सूक्ष्म शरीर उपलब्ध होईल. त्या शरीराला पार करू, तर ते उपलब्ध होईल, जे शरीर नाहीयेत. अशरीर – तो आत्मा!

मी जे काल सांगितलं, त्यात जराही विरोधाभास नाही.

आणखीन एका मित्राने विचारलं आहे, "आत्मा शरीराबाहेर निघून गेला, तर तो दुसऱ्या मृत शरीरात प्रवेश करू शकतो?"

करू शकतो. परंतु दुसऱ्या मृत शरीरात प्रवेश करण्यात काही अर्थ, प्रयोजन नाही. कारण, दुसरं शरीर मृत पावलं; कारण त्या शरीरातला आत्मा, त्या शरीरात राहण्यासाठी असमर्थ झाला. ते शरीर व्यर्थ झालं होतं, म्हणून सोडून गेला. काही प्रयोजन नाही त्या शरीरात प्रवेश करण्याचं. पण तशी शक्यता आहे.

पण हा प्रश्न महत्त्वाचा नाहीये की, दुसऱ्या शरीरात आम्ही कसा प्रवेश करू; आपल्याच शरीरात आपण कसे बसलो आहोत, याचाच आम्हाला पत्ता नाही. दुसऱ्या शरीरात प्रवेश करण्याच्या संदर्भातली व्यर्थ चर्चा करून त्यातून काय लाभ होणार? आम्ही आमच्याच शरीरात कसे प्रविष्ट झालो, हेच आत्म्याला माहीत नाही. आम्ही आमच्याच शरीरात कसे जगत आहोत, हेच आम्हाला माहीत नाही. आम्ही आमच्याच शरीरातून पृथक होऊन स्वतःला बघू शकतो, याचाही आम्हाला अनुभव नाही. दुसऱ्याच्या शरीरात प्रवेश करण्याचं काही प्रयोजनच नाही.

पण वैज्ञानिक दृष्टिकोनातून असं म्हणता येईल की, दुसऱ्याच्या शरीरात प्रवेश शक्य आहे. कारण शरीर ना दुसऱ्याचं आहे, ना आपलं आहे. सगळीच शरीरं दुसऱ्याची आहेत. जेव्हा आईच्या पोटात आत्मा प्रविष्ट होतो, तेव्हाही शरीरातच तो प्रविष्ट होत आहे. अगदी लहान शरीरात, पण शरीर तर आहे.

तो जो पहिल्या दिवशी आईच्या पोटात अणू तयार होतो, तो अणू तुमच्या पूर्ण शरीराची रूपाकृती आपल्यात लपवून घेतलेला असा आहे. पन्नास वर्षांनंतर तुमचे केस पांढरे होतील, ही शक्यताही त्या छोट्याशा बीजात लपलेली आहे. तुमचे डोळे, तुमचा रंग, तुमचे हात, तुमचं स्वास्थ्य, तुमचा रंग, तुमचे केस या सगळ्या गोष्टी त्या बीजात लपलेल्या आहेत. तो छोटासा देह, अणुशरीर, त्या शरीरात आत्मा प्रविष्ट होतो. त्या अणुशरीराची जी स्थिती आहे, त्यानुसार आत्मा त्यात प्रविष्ट होतो.

जगात मनुष्यजातीचं जीवन आणि चेतना रोज खाली घसरत आहे, त्याचं एकमात्र कारण आहे की, जगातली दांपत्यं श्रेष्ठ आत्म्यांना जन्म घेण्यासाठीची

सुविधा, तशी परिस्थिती निर्माण करत नाही आहेत. जी सुविधा तयार केली जात आहे, ती अत्यंत निकृष्ट आत्मा निर्माण होण्याची सुविधा आहे. मनुष्य मेल्यानंतर लगेचच त्या आत्म्याला जन्म मिळेल, हे गरजेचं नाहीये. साधारण आत्मे जे ना श्रेष्ठ असतात, ना निकृष्ट; तेरा दिवसांनंतर नवीन शरीर शोधून काढतात. पण निकृष्ट आत्मेसुद्धा थांबतात, कारण निकृष्टइतकंच निकृष्ट शरीर मिळणं, त्यासाठी अवसर लागतो. त्या निकृष्ट आत्म्यांनाच आपण 'भूत-प्रेत' म्हणतो. अतिश्रेष्ठ आत्मेही थांबतात, कारण इतकी श्रेष्ठ संधी उपलब्ध होणं कठीण असतं. त्या श्रेष्ठ आत्म्यांना आम्ही 'देवता' म्हणतो.

जुन्या काळात भूत-प्रेतांची संख्या जास्त होती आणि देवतांची खूप कमी. आज मात्र भूत-प्रेतांची संख्या कमी आहे आणि देवतांची जास्त. कारण देवपुरुषांचा जन्म होण्याची शक्यता कमी झाली आहे, भूत-प्रेतांचा जन्म होण्याच्या शक्यता, संधी वाढल्या आहेत. जी भूत-प्रेतं वाट बघत राहायची मनुष्यात प्रवेश करण्यासाठी, ती सर्वच्या सर्व मनुष्य जातीत प्रविष्ट झाली. म्हणून आज भूत-प्रेतांचं दर्शन दुर्मीळ झालं आहे आणि देवतांवरचा आमचा विश्वास कमी झाला आहे, कारण देवपुरुषच जर दिसत नसतील, तर देवतांवर विश्वास ठेवणं कठीण आहे.

एक काळ होता की, देवता इतकी वास्तविक होती की, जणू आमच्या जीवनाची इतर सत्यं. वेद – ऋषींनी मांडलेले वेद वाचताना असं वाटत नाही की, त्यांनी कुठल्या काल्पनिक देवतेबद्दल सांगितलं आहे. नाही! ते अशा देवतांबद्दल सांगत नाहीयेत, ज्या त्यांच्याबरोबर गप्पा मारायच्या, गाणी म्हणायच्या, हसायच्या. ते अशा देवतांबद्दल सांगत आहेत, ज्या पृथ्वीवर वास करायच्या, त्यांच्या अगदी निकट. आमचा देवलोकाशी असलेला संबंध नष्ट झाला आहे, कारण आमच्यात असे पुरुष नाहीत, जे सेतू बनू शकतील. जे मनुष्य आणि देवता यांच्यामध्ये उभे राहतील, सांगतील की, देवता अशा असतात. याची संपूर्ण जबाबदारी मनुष्यजातीच्या दांपत्यव्यवस्थेवर निर्भर आहे. ही सगळी दांपत्यव्यवस्था कुरूप आहे.

पहिली गोष्ट तर अशी आहे की, हजारो वर्षांपासून प्रेमपूर्ण विवाह आम्ही बंद केले आहेत. प्रेमाशिवाय विवाह होत आहेत. जो विवाह अप्रेमित असेल, त्या दांपत्यांमध्ये कधीही आध्यात्मिक संबंध निर्माण होऊ शकत नाहीत, जे प्रेमात संभव आहे. ती एकरूपता, ते संगीत निर्माण होऊ शकत नाही; जे एका श्रेष्ठ आत्म्याच्या जन्मासाठी आवश्यक आहे. त्यांचं प्रेम केवळ एकत्र राहण्यातून निर्माण झालेलं आहे. त्या प्रेमात आत्म्यांचं आंदोलन नसतं, जे दोन प्राणांना एक करतं. प्रेमाशिवाय जी मुलं जन्माला येतात, ती प्रेमपूर्ण असू शकत नाही, ती देवतांसारखी नसतात. त्यांची स्थिती भूत-प्रेतासारखीच असते. त्यांचं जीवन घृणा, क्रोध आणि हिंसा असं असतं. लहानशाच गोष्टीने फरक तयार होतो, फरक पडतो. जर व्यक्तित्वाची

लयबद्धता नसेल, तर अद्भुत परिवर्तन होतं.

स्त्रिया पुरुषांपेक्षा जास्त सुंदर का दिसतात? त्यांच्या व्यक्तित्वात सुडौलता का दिसते? त्या पुरुषांसारख्या का दिसत नाहीत? स्त्रीच्या व्यक्तित्वात एक संगीत, एक नृत्य आहे, जे पुरुषात दिसत नाही. एक छोटंसं कारण आहे. अगदी छोटं, की, तुम्ही कल्पनाही करू शकणार नाही. एका छोट्याशा कारणाने व्यक्तिमत्त्वात इतका फरक पडतो.

आईच्या पोटात जेव्हा पहिला अणू निर्माण होतो, त्या अणूचे चोवीस जीवाणू पुरुषाचे असतात आणि चोवीस जीवाणू स्त्रीचे असतात. जेव्हा चोवीस-चोवीस जीवाणू एकत्र येतात, तर अट्टेचाळीस जीवाणूंचा पहिला सेल निर्माण होतो. अट्टेचाळीस सेलमुळे जो प्राण निर्माण होतो – तो स्त्रीशरीर बनतो. संतुलित. पुरुषांचा जो जीवाणू असतो, तो सत्तेचाळीस जीवाणूंचा असतो. एका बाजूने चोवीस आणि एका बाजूने तेवीस. संतुलन बिघडलं. व्यक्तिमत्त्वातलं संतुलन तुटलं. स्त्रीची दोन्ही पारडी व्यक्तित्वं समान. त्यामुळे स्त्रीचा देह सुंदर, कमनीय; तिची कला, व्यक्तित्वाचा रस, व्यक्तित्वातलं काव्य निर्माण होतं.

आणि पुरुषाच्या व्यक्तिमत्त्वामध्ये जराशी कमतरता आहे. त्यांचा एक तराजू चोवीस जीवाणूंनी बनला आहे. आईकडून जे जीवाणू मिळतात, ते चोवीसने बनलेले असतात आणि पुरुषाकडून जे जीवाणू मिळतात, ते तेवीस असतात. पुरुषाच्या जीवाणूमध्ये दोन प्रकार असतात. चोवीस कोष्ठधारी आणि तेवीस कोष्ठधारी. तेवीस कोष्ठधारी जेव्हा आईच्या चोवीस कोष्ठधारी जीवाणूंशी मिळतात, तेव्हा पुरुषाचा जन्म होतो. म्हणून पुरुषांमध्ये एक अस्थिरता, बेचैनी जीवनभर असते. काय करू, काय नको करू, एक चिंता, हे करू की ते करू. या बेचैनीची सुरुवात त्या घटनेपासून होते आणि ती घटना म्हणजे त्याच्या पारड्यात एक जीवाणू कमी आहे. त्याच्या व्यक्तित्वाचं संतुलन कमी आहे. स्त्रीचं संतुलन पूर्ण आहे, लयबद्धता पूर्ण आहे.

इतकुशीच घटना इतका मोठा फरक निर्माण करते. त्याने स्त्री सुंदर झाली, पण विकसित नाही झाली. कारण ज्या व्यक्तित्वात समानता आहे, ती विकसित होत नाही. थांबून जाते. पुरुषाचं व्यक्तित्व विषम आहे. म्हणूनच तो पळत राहतो, विकास करतो. एव्हरेस्ट पार करतो, चंद्रावर जातो, शोध घेतो, विचार करतो, ग्रंथ लिहितो, धर्म निर्माण करतो. स्त्री हे करत नाही. तिच्या व्यक्तिमत्त्वातलं संतुलन पार होण्याची तीव्रता निर्माण होऊ देत नाही.

पुरुषाने सर्व सभ्यता विकसित केली, एका छोट्याशा गोष्टीमुळे की, त्याच्यात एक अणू कमी आहे आणि स्त्रीने असं केलं नाही, तिच्यात एक अणू पूर्ण आहे. इतकी लहानशी घटना व्यक्तित्वाचा इतका मोठा फरक निर्माण करते. आणि हे जीवशास्त्रही सांगतं. अजूनही खोल फरक आहेत.

पुरुष-स्त्रीचं मीलन घडतं आणि जे मूल जन्माला येतं; ते त्या दोघांत किती प्रेम, आध्यात्मिकता, पवित्रता, प्रार्थनापूर्ण हृदयाने ते एकमेकांच्या जवळ आले आहेत, यावर अवलंबून आहे की, किती उच्च आत्मा तिथे आकर्षित होतो. किती महान, विराट, विशाल चेतना त्या घराला आपलं घर बनवते, हे यावर ठरतं.

मनुष्यजात क्षीण, दीन, दरिद्री आणि दुःखी होत चालली आहे. याचं खोल कारण मनुष्य दांपत्यांमधली विकृती. आणि जोपर्यंत हे दांपत्यजीवन सुसंस्कृत, स्पिरिच्युअल होत नाही; तोपर्यंत मनुष्याच्या भविष्यात सुधारणा होऊ शकत नाही. आणि या दुर्भाग्यात अशा माणसांचाही हातभार आहे, ज्यांनी गृहस्थाश्रमाची निंदा केली आहे आणि संन्यासी जीवनाचा उदोउदो केला आहे. कारण एकदा जीवन निंदित झालं, तर त्या दृष्टीने विचार करणं आम्ही सोडून दिलं.

नाही. मी तुम्हाला सांगू इच्छितो की, संन्यासाच्या रस्त्याने फारच कमी लोक परमात्म्यापर्यंत पोचले. फारच कमी, विशिष्ट प्रकारचे, अत्यंत भिन्न लोक. अधिक लोक गृहस्थाश्रमातून दांपत्य-रस्त्यावरून परमेश्वरापर्यंत पोचले आहेत; पोचतात. आश्चर्य असं आहे की, गृहस्थमार्गावरून पोचणं अत्यंत सोपं, सुलभ आहे. पण त्याकडे कुणाचं लक्ष नाही. आजपर्यंत सगळे धर्म संन्यासींमुळे अतिप्रभावित झाले आहेत. आजपर्यंत गृहस्थांसाठी संपूर्ण धर्म विकसित झालेला नाही. जर गृहस्थांसाठी विकसित असता, तर आम्ही जन्माच्या पहिल्या क्षणी विचार केला असता की, कशा तऱ्हेच्या आत्म्याला आमंत्रित करायचं, हाक मारायची, आपल्या जीवनात प्रवेश घ्यायचा.

जर धर्माचं योग्य शिक्षण मिळालं आणि प्रत्येक व्यक्तीला धर्माच्या दिशेने योग्य विचार, कल्पना आणि भावना दिली जाऊ शकली; तर पुढील वीस वर्षांत येणारी नवी मनुष्य पिढी नक्कीच वेगळी तयार करता येईल.

तो माणूस पापी आहे, जो येणाऱ्या आत्म्यासाठी प्रेमपूर्ण निरोप न पाठवता भोग भोगतो; तो माणूस अपराधी आहे, त्याची मुलं अनुचित आहेत; जरी त्याने मुलाला विवाह झाल्यानंतर जन्म दिला. ज्या मुलांसाठी त्याने प्रार्थना आणि पूजा, परमात्म्याला स्मरण न करता बोलावलं, तो माणूस अपराधी आहे. सर्व संततीसमोर तो अपराधी राहील.

कोण आमच्या आत प्रविष्ट होतंय, यावर सर्व भविष्य अवलंबून आहे. आम्ही शिक्षणाची काळजी करतो, कपड्यांची, स्वास्थ्याची; पण मुलाच्या आत्म्याची काळजी आम्ही सरळ सोडून देतो. यामुळे कधीही चांगली मनुष्यजात निर्माण होऊ शकत नाही.

म्हणून अशी चिंता करू नका की, दुसऱ्याच्या शरीरात प्रवेश कसा करू. त्यापेक्षा याची चिंता करा की, तुम्ही याच शरीरात कसा प्रवेश केला आहेत.

यासंबंधी अजून एका मित्राने विचारलं आहे, ''आम्हाला आमच्या पूर्वजन्माचं

निश्चितच जाणू शकता. पण अजून तुम्हाला हाच जन्म नीट समजलेला नाही, तर पूर्वजन्म जाणून घेणं अतिशय कठीण आहे. मनुष्य पूर्वजन्म जाणू शकतो, कारण एकदा चित्तावर स्मृती ठसली की, ती नष्ट होत नाही. आमच्या चित्ताच्या खोल भागात, अचेतन भागात ती कायम हजर असते. आम्ही जे काही जाणतो, ते कधीही विसरत नाही.

जर मी तुम्हाला विचारलं की, तुम्ही १ जानेवारी, १९५० रोजी काय केलं होतं? तर कदाचित तुम्ही काही सांगू शकणार नाही. तुम्ही म्हणाल, ''१ जानेवारी, १९५०? काही आठवत नाही.''

पण जर तुम्हाला संमोहित केलं, आणि विचारलं, तर तुम्ही सकाळपासून संध्याकाळपर्यंतचा इतिहास, घटना सांगाल; जणू तो दिवस तुमच्या डोळ्यांसमोरून जात आहे. तुम्ही असंही सांगाल की, १जानेवारीला मी सकाळी चहा घेतला, त्यात साखर कमी होती. अगदी लहानसहान गोष्टी सांगाल. उदा. जे बूट मी घातले होते, ते पायांना टोचत होते.

संमोहित अवस्थेत तुमच्या आतल्या स्मृतींना बाहेर आणता येतं. मी या दिशेने अनेक प्रयोग केले आहेत, म्हणून सांगू शकतो. ज्यांना पूर्वजन्म जाणून घ्यायची इच्छा आहे, ते जाणून घेऊ शकतात. पण त्याआधी या जन्मात मागे जायला हवं. या जन्मातल्या स्मृतींमध्येच मागे जायला हवं. तिथपर्यंत, अगदी आईच्या पोटात जेव्हा गर्भधारणा झाली, त्यानंतर दुसऱ्या जन्मातल्या स्मृतींमध्ये प्रवेश करता येऊ शकतो.

पण लक्षात ठेवा, प्रकृतीने पूर्वजन्म विसरण्याची सोय अकारण केलेली नाही. कारण महत्त्वपूर्ण आहे. पूर्वजन्म सोडून द्या, याच जन्मातल्या एका महिन्यातल्या जर सर्व घटना लक्षात राहिल्या, तर माणूस वेडा होईल. जिवंत राहू शकणार नाही.

तर प्रकृतीची संपूर्ण व्यवस्था अशी आहे की, तुमचं मन किती तणाव झेलू शकतं, तितकीच स्मृती तुमच्यात शेष ठेवली आहे. उरलेलं सर्व अंधाराच्या गर्तेत जमा होते. जसं एखाद्या घरात मागच्या भागात कोठीची खोली असते. अनावश्यक वस्तू तिथे टाकल्या जातात आणि दार बंद केलं जातं. तसंच स्मृतीचं एक घर असतं – अचेतन, जिथे आठवणीत जे निरुपयोगी असतं, ते साठवलं जातं. तिथे जन्मोन्जन्मातल्या आठवणी गोळा झालेल्या आहेत. पण जर कुणी मनुष्याने अनवधानाने तिथे प्रवेश केला, त्या क्षणी तो वेडा होईल, इतक्या जास्त त्या आठवणी आहेत.

एक महिला माझ्याकडे हा प्रयोग करत होती. त्यांची पूर्वजन्म जाणून घ्यायची खूप इच्छा होती. मी त्यांना म्हणालो की, हे शक्य आहे; पण पुढे जे घडेल, त्याची जबाबदारी जाणून घेणं आवश्यक आहे. कारण पूर्वजन्म जाणल्यानंतर तुम्ही कदाचित

चिंतित आणि त्रासलेल्या व्हाल. त्या म्हणाल्या, ''मी का त्रासून जाईन? जे पूर्वी केव्हातरी घडून गेलं आहे. मग कशासाठी काळजी?'' त्यांनी प्रयोग सुरू केला. मी सांगितल्याप्रमाणे अतिखोल ध्यान केलं. हळूहळू स्मृतींच्या खालची पानं फडफडू लागली. जेव्हा त्यांना पहिल्यांदा आधीच्या जन्मात प्रवेश मिळाला, त्या धावत माझ्याकडे आल्या. हात-पाय थरथरत होते, रडत होत्या, अचानक आक्रोश करू लागल्या, ''मी विसरून जाऊ इच्छिते, मला विसरायचं आहे. आता मला त्या जन्मात पुढे जायचं नाही.'' मी म्हणालो, ''आता कठीण आहे. जे आठवलं आहे, ते विसरण्यासाठी बराच काळ जावा लागेल. पण इतकी भीती कशासाठी?'' म्हणाल्या, ''ते विचारू नका. मला वाटत होतं की, मी खूप पवित्र आहे; पण त्या जन्मात मी दक्षिण मंदिरातली एक वेश्या होते, देवदासी होते. आणि मी हजारो पुरुषांशी संभोग केला, मी माझं शरीर विकलं. मला हे विसरायचं आहे.' आठवण काढणं सोपं आहे, पण विसरता येणं कठीण आहे.

पूर्वजन्मात जाता येतं आणि ज्यांना जावंसं वाटत असेल, ते जाऊ शकतात. महावीर आणि बुद्ध यांनी मनुष्यजातीला सर्वांत मोठं दान दिलं आहे, ते म्हणजे अहिंसा वगैरे नाही, तर जातिस्मरणाचा सिद्धान्त. म्हणजे पूर्वजन्मात उतरण्याची क्रिया, कला. महावीर आणि बुद्ध ही दोघं पहिली माणसं आहेत पृथ्वीवरची, ज्यांनी प्रत्येक साधकाला असं सांगितलं आहे की, जोपर्यंत तुम्ही आत्म्याला ओळखत नाही, तोपर्यंत पूर्वजन्मात उतरू नका. त्यांनी प्रत्येक साधकाला पूर्वजन्मात घेऊन जायची काळजी घेतली.

एकदा का पूर्वजन्मात जायचं धारिष्ट्य कुणी केलं की, ती व्यक्ती दुसरीच कुणी होऊन जाईल. कारण तिला समजेल की, ज्या गोष्टी मी हजारो वेळा केल्या आहेत, त्याच पुन्हा करतो आहे. किती वेडेपणा! कित्ती वेळा मी संपत्ती जमवली, कित्ती वेळा घरं बांधली, कित्ती वेळा शान, पद... आणि आजही तेच करतो आहे. प्रत्येक वेळी यात्रा असफल झाली, ती यात्रा आत्ताही असफल होईल. त्या क्षणी पैशांसाठी धावणं बंद होईल, पद-प्रतिष्ठेचा मोह नष्ट होईल. किती स्त्रिया भोगल्या, तर स्त्रीला समजेल हजारो वर्षांत किती पुरुष भोगले आणि ना पुरुष तृप्त झाला, ना स्त्री तृप्त झाली. आणि आत्ताही विचार भोगाचेच आहेत. हे करोडो वेळा घडलं आहे.

एकदा याचं स्मरण झालं की, हे पुन्हा होणं शक्य नाही. कारण इतके वेळा केलं आहे आणि त्याचं फलित काहीही नाही, तर मग पुन्हा तसं करण्यात काही अर्थ नाही. बुद्ध आणि महावीर दोघांनी जातिस्मरणाचे प्रयोग केले, स्मृतीचे, पूर्वजन्माचे. आणि जो साधक एकदा त्या स्मृतीतून पार झाला, तो माणूस बदलला.

ज्या मित्राने मला हा प्रश्न विचारला आहे, त्यांना मी सांगू इच्छितो, की जर त्यांची इच्छा असेल, तर मी त्यांना पूर्वजन्मात घेऊन जाऊ शकतो. परंतु खूप

विचारपूर्वक हा प्रयोग करायला हवा. या जीवनातल्या चिंता पुरेशा आहेत, या जीवनातले त्रास पुरेसे आहेत. हे जीवन विसरण्यासाठी माणसं व्यसनी होतात. दिवसभरचा ताण विसरण्यासाठी रात्री दारू पितात. जो माणूस आजच्या दिवसाच्या आठवणी लक्षात ठेवू इच्छित नाही, तेवढी हिंमत नाही जीवनाला सामोरं जाण्याची; त्याला मागच्या जन्मातल्या आठवणी आठवण्याची हिंमत एकवटू शकेल?

हे तुम्हाला माहीत आहे का? सर्व धर्मांनी दारूला विरोध दर्शवला आहे. आणि हे साधारण नेते जगाला समजवतात, "दारू पिऊ नका, त्याने चरित्र नष्ट होतं, पैसा नष्ट होतो, भांडणं होतात.'' हे सगळं मूर्खपणाचं आहे. धर्माने दारूला विरोध दर्शवला आहे, कारण जो माणूस दारू पितो, तो स्वत:ला विसरण्यासाठी, तसा प्रयत्न करतो. आणि जो माणूस स्वत:ला विसरू बघतो, तो आपल्या आत्म्याशी कधीही परिचित होणार नाही. कारण आत्म्याशी परिचय होण्याकरता स्वत:ला जाणून घेणं आवश्यक आहे. म्हणून दारू आणि समाधी दोन भिन्न गोष्टी मानल्या गेल्या आहेत. सर्वसाधारणपणे दारू पिणारा माणूस वाईट समजला जातो. मला दारू पिणारी माणसं माहीत आहेत, मी ओळखतो त्यांना आणि न पिणाऱ्यांनाही ओळखतो. हजारो अनुभवांतून माझं मत असं बनलं आहे की, दारू पिणारी माणसं, दारू न पिणाऱ्या माणसांपेक्षा अनेक अर्थांनी चांगली आहेत. दारू पिणाऱ्यांमध्ये मला दया आणि करुणा, विनम्रता जितकी दिसली; तितकी न पिणाऱ्यांमध्ये दिसली नाही.

धर्माने या कारणास्तव दारूला विरोध दर्शवलेला नाही. विरोधाचं कारण माणूस स्वत:ला विसरण्याचा उपाय म्हणून दारू सेवन करतो, तो माणूस साहस सोडून देतो, आठवणी विसरण्यासाठी पितो. जो माणूस हाच जन्म आठवू इच्छित नाही, तो पूर्वजन्म कसे काय आठवणार? आणि जो पूर्वजन्म आठवू शकत नाही, तो हा जन्म बदलण्याचा प्रयत्न कसा करणार?

पुन्हा एक अंध जीवन, तशीच उजळणी. जे अनेकदा केलं आहे, तेच पुन्हा करत राहू. अंतहीन आहे ही प्रक्रिया आणि जोपर्यंत आम्हाला त्याचं स्मरण होत नाही, आम्ही त्याच चुका पुन्हा पुन्हा करत राहू. या शृंखलेला मग अंत नाही. पुन्हा पुन्हा मृत्यू. मग विसरणं, मग पुन्हा जन्म आणि पुन्हा त्याच चुका. ज्या लोकांनी या जीवनाला संसार म्हटलं आहे... संसाराचा अर्थ समजतो? संसार म्हणजे फिरत राहणारं चक्र.

भारताचा जो नकाशा आहे, त्याच्या मध्यावर चक्र आहे. कुणी हे चक्र तसं बनवलं, काय विचार करून तिथे ठेवलं? कदाचित त्यांना माहीत नाही. अशोकने ते चक्र कोरलं होतं आपल्या स्तुपावर; सांगण्यासाठी की, माणसांना समजण्यासाठी की, जीवन हे एक चक्र आहे. ज्यात प्रत्येक गोष्ट फिरून पुन्हा तिथेच येते, पुन्हा फिरू लागते. हे चक्र संसाराचं प्रतीक आहे. कुठल्या विजययात्रेचं प्रतीक नाही आहे.

आयुष्याचं रोज-रोजचं हरणं, याचं हे प्रतीक आहे. पण प्रत्येक वेळी आपण हे विसरतो आणि नावीन्याने रसास्वाद घेऊ लागतो.

एक तरुण एका तरुणीवर प्रेम करत आहे. त्याला माहीत नाही की, तो किती वेळा असा प्रेमात पडला आहे, पण तरीही आत्ता पुन्हा प्रेम करतो आहे. असा विचार करतो आहे की, आयुष्यात ही घटना प्रथमच घडत आहे. ही घटना अद्‍भुत आहे. पण ही अद्‍भुत घटना हजारो वेळा घडली आहे, हे जर त्याला समजलं, तर त्याची अवस्था तशीच होईल, जशी एखाद्या माणसाची एकच सिनेमा चाळीस-पन्नासदा बघितल्यानंतर होईल. जर तुम्ही आज सिनेमा बघायला गेलात तर ठीक. उद्याही तुम्हाला घेऊन गेलं कुणी, तुम्ही हरकत घेणार नाही. तिसऱ्या दिवशी मात्र तुम्ही म्हणाल की, बास, क्षमा करा. पण तुम्हाला जबरदस्तीने नेलं गेलं, चौथ्या-पाचव्या दिवशी पोलीस मागे लागले, घेऊनच गेले. पंधरा-सोळाव्या दिवशी तुम्ही मरावं असं तुम्हाला वाटेल की, नको सिनेमा, किती वेळा बघू? पण पोलीस मागे लागलेत, जबरदस्ती बघावाच लागेल, पण जर रोज सिनेमा बघून झाल्यानंतर तुम्हाला अफू खायला दिली आणि तुम्ही विसरून गेलात की, तुम्ही सिनेमा बघितला आहेत, तर दुसऱ्या दिवशी तुम्ही आनंदाने तिकीट घेऊन तोच सिनेमा मजेत बघाल.

मनुष्य प्रत्येक वेळी जेव्हा शरीर बदलतो, तेव्हा त्या शरीरात साठवल्या गेलेल्या सर्व स्मृतींचं दार बंद होऊन जातं. मग नवीन खेळ सुरू होतो. मग पुन्हा तेच सर्व, जे आधी अनेकदा झालं आहे. जातिस्मरणातून हे स्मरण होतं की, ही गोष्ट अनेकदा झाली आहे. ही कथा अनेकदा बघितली आहे, हे गाणं अनेकदा गायलं आहे. आता सहनशक्तीच्या पलीकडे गेलं आहे.

जातिस्मरणातून विरक्ती निर्माण होते, जातिस्मरणातून वैराग्य निर्माण होतं. अन्यथा वैराग्य निर्माण होत नाही. पूर्वजन्मातल्या आठवणींमुळे वैराग्य. आणि म्हणूनच जगातलं वैराग्य आता कमी झालं आहे. कारण पूर्वजन्मातल्या आठवणी आता कुणी आठवत नाही.

ज्या मित्राने मला विचारलं आहे, त्यांना मी सांगतो की, माझी पूर्ण तयारी आहे. मी जे काही सांगत आहे तो केवळ सिद्धान्त म्हणून मी सांगत नाहीये. मी जे जे सांगत आहे, प्रत्येक शब्दागणीक जिद्दीने प्रयोग करण्याची माझी तयारी आहे. जर कुणाची तशी तयारी असेल, तर मला आनंद आहे. काल मी आव्हान दिलं होतं की, जे कुणी संकल्प करून हिंमत दाखवेल... दोन-चार मित्रांची पत्रं आली आणि मला आनंद झाला. त्यांची इच्छा आहे, तर माझं दार उघडं आहे. त्यांना जितकं दूर जायचं असेल, मी तितकं दूर नेऊ शकेन. आता या जगाची ही गरज आहे की, निदान काही जणांनी प्रबुद्ध व्हावं. थोडे जरी प्रबुद्ध झाले, तर मनुष्यजातीला या अंधारातून बाहेर काढता येईल.

गेल्या पन्नास वर्षांत भारतात दोन प्रयोग केले जात आहेत. तुम्हाला याची जाणीवही नसेल की, दोन भिन्न प्रयोग गेल्या पन्नास वर्षांपासून भारतात होत आहेत. एक प्रयोग गांधींनी केला, एक प्रयोग श्री. अरविंद करत होते. गांधींनी एक-एक मनुष्याचं चरित्र उंचावर नेण्याचा प्रयोग केला. त्यात त्यांना यश आल्याचं दिसत होतं, पण ते संपूर्ण अपयशी ठरले. आणि गांधींनंतर, ज्यांच्याबद्दल गांधी विचार करत की, मी यांना उंचावर नेलं, ते नंतर सगळेच मातीचे पुतळे ठरले. जरासं पाणी पडलं आणि रंग वाहून गेला. वीस वर्षांत सर्व रंग उतरलेला आपण बघत आहोत. जोपर्यंत सत्तेचा पाऊस पडला नव्हता, तोपर्यंत त्यांचे चेहरे सुंदर दिसत होते आणि त्यांचे खादीचे कपडे अगदी स्वच्छ धुतलेले, टोप्या अशा दिसत की; जणू देशाला उंचावर नेऊन ठेवणार. पण त्याच टोप्यांना गावागावातून होळीत जाळून टाकलं गेलं. कारण देशाच्या भ्रष्टाचाराचं ते प्रतीक झालं. गांधींसारखा प्रयोग प्रत्येक वेळी केला गेला आणि प्रत्येक वेळी अपयशच आलं.

श्री. अरविंद एक प्रयोग करत होते ज्यात ते यशस्वी झाल्याचं दिसलं नाही. ते सफल झाले नसले, तरी त्यांची दिशा अगदी योग्य होती. ते असा प्रयोग करत होते की, हे शक्य आहे का, की काही आत्मे उंची गाठतील आणि त्यांच्या सान्निध्यात दुसरे आत्मे जागृत होतील आणि ते आवाज देतील आणि अजून आत्मे जागृत होतील, उंची गाठतील. हे शक्य आहे का की, एका मनुष्याचा आत्मा वरची पातळी गाठेल, तर त्याच्या सान्निध्यात संपूर्ण मनुष्यजातींचे आत्मे वरच्या स्तरावर जातील.

हे केवळ शक्य नाही, तर हेच शक्य आहे. याहून दुसरी गोष्ट आज यशस्वी होऊ शकत नाही. आज माणूस इतक्या खालच्या पातळीवर गेला आहे, की जर आम्ही एका एका माणसाला बदलत राहिलो, तर हा असा बदल कधीही होणार नाही. उलट जो माणूस असा बदल करण्यासाठी जाईल, तर तोच या इतरांच्या सहवासात बदलून जाईल, हीच शक्यता जास्त आहे, भ्रष्ट होण्याची शक्यता आहे.

तुम्ही बघता आहात, जितके जण जनतेची सेवा करण्यासाठी जातात, थोड्याच दिवसात जनतेचा खिसा कापणारे सिद्ध होतात. ते लोकांना सुधारायला जातात. पण लोक त्यालाच सुधरवण्याचा विचार करतात. नाही. हे होऊ शकत नाही.

जगातला मनुष्यजातीचा इतिहास असं सांगतो की, जगातली चेतना एका काळात एकदम वरच्या स्तरावर होती. तुम्हाला कदाचित अंदाज नाही, की २५०० वर्षांपूर्वी हिंदुस्तानात बुद्ध, महावीर, प्रबुद्ध कात्यायन, मक्खली गोशाल, संजय वेलट्टीपुत्र झाले. युनानमध्ये सुकरात, प्लेटो, अरस्तू, प्लेटिनस झाले. चीनमध्ये लाओत्सु, कन्फ्यूशिअर्स, च्वांगत्से झाले. २५०० वर्षांपूर्वी संपूर्ण जगात दहा-पंधरा लोक इतके मूल्यवान झाले की, त्या दरम्यान जगातली चेतना गगनाला भिडली. सर्व जगात सुवर्णयुग आलं. इतका प्रखर आत्मा मनुष्याचा कधी प्रकट झाला

नव्हता. आजही नाही.

महावीरांबरोबर पन्नास हजार लोक दिव्यासारखे प्रखर झाले आणि गावागावातून हिंडू लागले. बुद्धांबरोबर हजारो भिक्षुक उभे राहिले आणि त्यांचं तेज, त्यांची ज्योत गावागावांना जागं करू लागली. ज्या गावात बुद्ध या भिक्षुकांना घेऊन पोचत, तीन दिवसांतच त्या गावातले वारे बदलून जात. ज्या गावांत दहा हजार भिक्षुक वास्तव्य करत, प्रार्थना करत; त्या गावातला अंधार मिटून जायचा, गावात प्रार्थनेचं पांघरूण पसरलं जायचं, जणू त्या गावातल्या हृदयात फुलं उमलत, जी आधी कधीही फुललेही नसत.

काही थोडी माणसं वरच्या स्तरावर पोचली आणि खालच्या लोकांच्या नजरा त्यांच्याकडे बघण्यासाठी उंचावल्या गेल्या. खालच्या लोकांच्या नजरा तेव्हाच उंचावतात, जेव्हा वर काही बघण्यासारखं असतं. वर बघण्यासारखं काहीच नाही आणि खाली बघण्यासारखं बरंच काही आहे. जो माणूस जितका खाली जातो, तितकं मोठं घर बांधतो. तितकी मोठी तिजोरी, गाड्या, दागदागिने...! तर खाली बघण्यासारखं खूप काही आहे. दिल्ली तर खड्ड्यात बसली आहे. अगदी खाली. पाताळात बघाल, तर दिल्ली दिसेल. ज्याला दिल्लीला जायचं असेल, त्याला पाताळात उतरावं लागेल. खाली अजून खाली.

वर बघण्यासारखं काहीही नाहीये. कुणाकडे बघणार? कोण आहे वर? आणि याहून दुर्भाग्य काय असणार की, वर बघण्यासारखा एकही आत्मा नाही. ज्यांच्याकडे बघून प्राणात आकर्षण निर्माण होईल, ज्यांच्याकडे बघून प्राण धिक्कार करू लागतील स्वतःचा की, हा दिवा मीसुद्धा होऊ शकलो असतो; हे फूल माझ्यातही फुलू शकलं असतं; हे गाणं मीसुद्धा गाऊ शकलो असतो. हे बुद्ध, महावीर, कृष्ण, जीझस मीही होऊ शकलो असतो. एकदा मनात हा विचार आला की, 'मीही होऊ शकलो असतो.' पण कुणी तसा वर असेल, तर त्याला बघून असा विचार मनात येईल; तर प्राण वरची यात्रा सुरू करतील. आणि लक्षात ठेवा, प्राण नेहमी यात्रा करतात, वरच्या दिशेने नाही, तर खालच्या दिशेने. प्राण थांबत कधीच नाही. जीवन प्रत्येकक्षणी गतिमान आहे. वरच्या दिशेने चेतना उभी राहायला हवी.

मी संपूर्ण जगात एक आंदोलन करू इच्छितो. खूप जणांकडून नाही, थोडेही, हिंमत असणारे लोक, जो प्रयोग करण्यासाठी मान्यता देतील. जर शंभर माणसं भारतातून प्रयोग करण्यासाठी तयार होतील, की आम्ही आत्म्याला त्या उंचावर घेऊन जाऊ, जिथपर्यंत माणसांना आता येणं शक्य आहे; तर वीस वर्षांत भारताचा चेहरामोहरा बदलून जाईल. विवेकानंद मृत्यूसमयी म्हणाले होते की, मी हाक मारत राहिलो शंभर माणसांना, पण ते आले नाहीत आणि मी हरलो, तसाच मरत आहे, हरलेला! केवळ शंभर जण आले असते, तर मी पूर्ण देशात बदल केला असता.

विवेकानंद हाक मारत राहिले आणि शंभर माणसं आली नाहीत. आणि मी ठरवलं की, मी हाक मारणार नाही, तर गावागावातून शोधून काढेन, डोळ्यांत डोकावून बघेन, की ती माणसं कोण आहेत? हाक मारून येत नाहीत, तर खेचून आणावं लागेल. तर ज्या मित्रांना माझं आव्हान योग्य वाटतंय आणि ज्यांच्यात साहस आणि बळ आहे, ज्यांच्यात हिंमत आहे, अशा रस्त्यावरून जाण्याची, जो संपूर्ण अपरिचित आहे, अशा समुद्रात ज्याचा आमच्याजवळ नकाशा नाहीये, तर अशांनी समजून घ्यायला हवं की, हे साहस त्यांच्यात एकमेव कारणामुळे आहे की, त्यांना परमात्म्याने हाक मारली आहे. अन्यथा हे शक्य नाही.

ज्यांच्या आत ही हाक आहे, त्यांच्यावर मोठं दायित्व आहे जगासाठी. आज तर जगाच्या कानाकोपऱ्यात जाऊन हे सांगण्याची गोष्ट आहे की, काही माणसांनी बाहेर यावं आणि तो उंच स्तर अनुभवण्यासाठी आपलं संपूर्ण जीवन समर्पित करावं. जीवनातले सर्व सत्य, जीवनातले सर्व अनुभव असत्य होत जात आहेत. जीवनातले उंच स्तर आजपर्यंतचे ते सर्व काल्पनिक होते; पुराणातल्या गोष्टी होत आहेत. दोनशे-चारशे वर्षांनी मुलं नाकारतील की; बुद्ध आणि महावीर, जीझस यांसारखे लोक होते. त्यांना या गोष्टी वाटतील.

पाश्चिमात्य देशात राहणाऱ्या एका माणसाने पुस्तक लिहिलं आहे, त्यात त्याने म्हटलंय की, जीझससारखा माणूस झालाच नाही. हे एक जुनं नाटक आहे, जे हळूहळू लोक विसरले आणि त्यांना वाटू लागलं, हा इतिहास आहे.

आता आम्ही रामलीला खेळतो. राम कधी काळी होते, म्हणून आम्ही रामलीला खेळतो. शंभर वर्षांनंतर मुलं म्हणतील की, रामलीला म्हणून एक खेळ होता आणि लोकांना त्या वेळी वाटायचं की, कुणी राम होते. आधी रामलीला, नंतर राम! हे एक नाटक असणार, अनेक दिवस चालत होतं. कारण आम्हाला बुद्ध, राम, जीझससारखी माणसं दिसणं बंद होईल. तर आमचा विश्वास कसा बसणार?

मग माणसाचं मन कधी मान्य करणारच नाही की, इतक्या वरच्या पातळीवरची माणसं असू शकतात. माणसाचं मन हेही मान्य करू शकत नाही की, माझ्याहून मोठा कुणी आहे. तो स्वतःलाच सर्वांत मोठा समजतो. इतरांमध्ये हजार तऱ्हेचं न्यूनत्व शोधत राहतो की, सांगू शकेल, हा माणूस लहान आहे.

माणूस हळूहळू सर्व नाकारत जाईल. कारण त्यांची प्रतीकं, चिन्हं कुठेही दिसत नाहीत. दगडी मूर्ती किती काळ सांगत राहतील की बुद्ध होते, महावीर होते. आणि कागदावर लिहिलेले शब्द किती काळ सांगतील की, क्राइस्ट होते. आणि गीता किती काळ सांगू शकेल, की कृष्ण होते?

नाही. जास्त काळ हे नाही चालणार. आम्हाला माणूस पाहिजे, जीझससारखा, कृष्णासारखा, बुद्धासारखा, महावीरसारखा. येणाऱ्या पन्नास वर्षांत जर आम्ही अशा

माणसांना जन्म दिला नाही, तर मनुष्यजात एका अत्यंत अंधकारपूर्ण युगात प्रवेश करेल. मग भविष्य काहीही नाही.

ज्या लोकांना असं वाटतं, की जीवनासाठी काही करू शकतो, त्यांच्यापुढे एक मोठं आव्हान आहे. आणि मी तर गावागावातून आव्हान देत फिरेन. जिथे मला तशी नजर, तसे डोळे मिळतील, मला तसं वाटेल, की, हे दिवा बनू शकतात यांच्यात ज्योत प्रज्वलित होऊ शकते; तर मी सर्व श्रम घेण्यास तयार आहे. मरताना मीसुद्धा असं म्हणायला नको की, मी शंभर माणसांना शोधत होतो, पण मला मिळाले नाहीत.

माझ्या गोष्टी इतक्या प्रेमाने आणि शांतपणे ऐकल्यात, त्यासाठी मी आभारी आहे. आणि शेवटी सर्वांमध्ये असलेल्या परमात्म्याला माझा प्रणाम. माझा प्रणाम स्वीकारा.

◆

जीवनाच्या मंदिरात
मृत्यूचं दार आहे

मृत्यूमधून ना मुक्त व्हायचं आहे, ना मृत्यूला जिंकायचं आहे.
मृत्यूला जाणून घ्यायचं आहे. जाणून घेणंच मुक्ती असतं, जाणणं हाच जय!

वारंवार बोलून कुठलीही गोष्ट खरी होत नाही. मृत्यू नाहीये, असं बोलून मृत्यू नाही, असं होणार नाही. मृत्यूला जाणून घ्यायला हवं, साक्षात्कार व्हायला हवा की, मृत्यू काय आहे? मृत्यूला डोळ्यांसमोर उभं करायला हवं, बघायला हवं, जगायला हवं, ओळख करून घ्यायला हवी.

मात्र, आम्ही सगळे मृत्यूकडे पाठ फिरवून पळत राहतो, तर मृत्यूला बघणार कसं? कुणी मेलंय, प्रेत जातंय रस्त्यावरून; तर आम्ही आमच्या मुलांना घरात घेतो, दार बंद करून टाकतो.

मेरे प्रिय आत्मन्!

जे आम्ही जाणून घेतो, त्यातून आम्ही मुक्त होतो. आणि जे आम्ही जाणून घेतो, ते आम्ही जिंकूनही घेतो. आमचं हरणं आणि जिंकणं आमच्या अज्ञानाव्यतिरिक्त दुसरं काहीही नाही. अंधार आहे, म्हणून पराजय आहे. प्रकाश असेल, तर हरणं अशक्य. प्रकाश विजय होईल.

मृत्यूच्या संदर्भात सर्वप्रथम हे सांगू इच्छितो, मृत्यूइतकं असत्य दुसरं काहीही नाही. पण मृत्यूच सत्य वाटतो. केवळ सत्य नव्हे, तर जीवनातलं केंद्र मृत्यूच वाटतो. आणि असं प्रतीत होतं की, संपूर्ण जीवन मृत्यूने व्यापलेलं आहे. आपण कितीही विसरू, पण मृत्यू चहूबाजूंनी अगदी जवळ आहे, असं वाटत राहतं. आपल्या सावलीपेक्षाही आपल्या निकट मृत्यू आहे.

जीवनाला जे रूप आपण दिलं आहे, तेही मृत्यूच्या भीतीने दिलेलं आहे. मृत्यूच्या भीतीमुळेच समाज बनला, राष्ट्र बनली, परिवार, मित्र बनले, जमवले. मृत्यूच्या भयाने धन साठवलं, त्यासाठी अहोरात्र धावपळ चालू आहे आणि सर्वांत आश्चर्यकारक म्हणजे मृत्यूच्या भीतीने भगवान, ईश्वर, परमात्मा यांची देवळं उभी राहिली. त्याच भीतीने गुडघे टेकून प्रार्थना करणारी माणसं आहेत. त्याच भीतीने आकाशाकडे हात पसरून जोडून माणसं उभी आहेत आणि मृत्यूहून असत्य दुसरं काहीही नाही. म्हणून मृत्यूला सत्य मानून आम्ही जी काही जीवनव्यवस्था केली, तीसुद्धा असत्य झाली.

पण मृत्यूचं असत्य आम्हाला कसं कळणार? आम्ही हे जाणणार कसं की, मृत्यू नाहीये? आणि जोपर्यंत आम्ही हे जाणून घेत नाही, तोपर्यंत आमची भीती विलीन होणार नाही. जोपर्यंत मृत्यूची भीती आहे, तोपर्यंत जीवन सत्य असू शकणार नाही. आणि जोपर्यंत मृत्यूच्या कल्पनेने आम्ही कंपित होतो, तोपर्यंत जीवन जगण्याची क्षमता आम्ही मिळवू शकत नाही.

जीवन केवळ तोच जगू शकतो, ज्याच्या समोरून मृत्यूची सावली नष्ट झाली. कापणारं मन कसं जगू शकेल? आणि सतत मृत्यू जवळ येत आहे, असा विचार मनात घर करून बसला असेल, तर आम्ही जगणार कसं?

कितीही विसरायचा प्रयत्न केला, तरी मृत्यूला विसरू शकत नाही आम्ही. स्मशान जरी गावाबाहेर असलं, तरी काही फरक पडत नाही. ते दिसतंच. रोज कोण

ना कोण मरतं आणि आमच्या जीवनाची घडी विसकटून जाते. प्रत्येक वेळा जेव्हा मृत्यू होतो, तर आपल्यालाी जाणवतं की, मीही मरेन असाच. जेव्हा आम्ही कुणाच्या मृत्यूवर रडतो, तेव्हा ते रडणं त्या मृत्यूसाठी नसतं, आमच्या मृत्यूच्या बातमीनेही रडत असतो. दुसऱ्याच्या मृत्यूने दुःखी होताना, स्वतःच्या मृत्यूची शक्यता दिसते. अश्रू त्याचेही असतात.

प्रत्येक मृत्यू हा आपला मृत्यूही असतो आणि असे आम्ही जर वेढले गेलो असू, तर जगणार कसे? तोपर्यंत जगणं अशक्य आहे. तोपर्यंत आम्हाला जीवनाचा पत्ताच समजणार नाही; ना त्यातला आनंद, ना त्याचं सौंदर्य, ना त्याचा रस! तोपर्यंत जीवनाचा जो परमरस आहे – परमात्मा – त्याच्या मंदिराच्या दारापर्यंतही आपण पोचू शकणार नाही.

मृत्यूच्या भयाने एका तऱ्हेची मंदिरं निर्माण केली आहेत, ती परमात्म्याची मंदिरं नाहीयेत. त्याच भीतीने प्रार्थना निर्माण झाल्या, त्याही परमात्म्यासाठीच्या नाहीयेत. परमात्म्याच्या मंदिरापर्यंत तोच पोचतो जो; ज्याने जीवनाचा भरभरून आनंद घेतला. परमात्म्याच्या पायऱ्या सौंदर्य आणि जीवनरसाने पूर्ण भरलेल्या आहेत आणि परमात्म्याच्या घंटा केवळ त्यांच्यासाठी वाजतात, जे सर्व तऱ्हेच्या भीतीतून मुक्त होऊन अभय होतात.

मग तर हे कठीण वाटतं. आम्ही मृत्यूने भरलेलं, तसंच जीवन जगू इच्छितो. असं होणं कदापि शक्य नाही. दोन्हींतून एकच गोष्ट सत्य असू शकते. लक्षात ठेवा, जर जीवन सत्य आहे, तर मृत्यू सत्य असू शकत नाही. आणि जर मृत्यू सत्य आहे, तर जीवन म्हणजे केवळ एक स्वप्न, एक असत्य.

पण आम्ही दोन्ही गोष्टींना एकत्र धरून ठेवलं आहे. असंही वाटतं की, आम्ही जगत आहोत आणि असंही वाटतं की, आम्ही मरू.

एक गोष्ट ऐकिवात आहे की, एका डोंगराच्या पायथ्याशी एका फकिराचं वास्तव्य होतं. अनेक माणसं त्याच्याकडे अनेक गोष्टी विचारायला जात. एकदा एका माणसाने जीवन-मृत्यूसंदर्भात माहिती विचारली. फकीर म्हणाला, ''जर जीवनासंबंधी काही जाणून घ्यायचं असेल, तर तुमचं स्वागत आहे, माझे दरवाजे उघडे आहेत, या! पण जर मृत्यूसंदर्भात काही जाणायचं असेल, तर दुसरीकडे कुठेतरी जा. कारण मी ना कधी मेलो आहे, ना कधी मरेन. मृत्यूचा मला अनुभव नाही. तुम्ही त्यांना जाऊन विचारा, जे मेले आहेत! त्यांना विचारण्याचा काही उपायही नाही. आणि माझ्याकडे मेलेल्या लोकांचा ठावठिकाणा नाही. कारण मला जेव्हापासून समजलं आहे की, मरू शकत नाही; तेव्हाच मला असंही समजलं की, मरत कुणीच नाही. कोणीच मेलेलं नाही.''

असा कसा विश्वास ठेवणार यावर? आपण तर रोज कुणाला ना कुणालातरी

मरताना बघतो. रोज मृत्यू होतात. मृत्यू मोठं सत्य, प्राणांना छेदून जातो. डोळे बंद केले जरी, तरी मृत्यू दिसतो. त्याने आम्हाला वेढून टाकलंय, तर हे सत्य कसं काय नाकारणार?

काही जण नाकारण्याचा प्रयत्नही करतात. मृत्यूच्या भयानेच काही लोक मान्य करतात की, आत्मा अमर आहे, केवळ भीतीने. जाणत नाहीत, तर मानतात. काही माणसं रोज सकाळी उठून हेच बोलतात मंदिरात, मशिदीत बसून की, आत्मा अमर आहे, आत्मा मरत नाही, आणि त्यांचा असा भ्रम आहे की, असा जप केल्याने आत्मा अमर होईल. आणि असा जप रोज रोज केला, तर मृत्यूला असत्य ठरवता येईल.

जप केल्यामुळे मृत्यू असत्य ठरत नाही. मृत्यू तर केवळ जाणून घेतल्याने असत्य होतो.

लक्षात ठेवा. ही अतिशय आश्चर्याची गोष्ट आहे की, जी गोष्ट पुन्हा पुन्हा बोलत राहतो, त्याच्या विरोधातल्या गोष्टींचा आम्ही नेहमी स्वीकार करतो. जेव्हा एखादा माणूस असं बोलत राहतो की, मी अमर आहे, आत्मा अमर आहे; तेव्हा आतून त्याला माहीत असतं की, मी मरणार आहे. जर त्याला माहीत आहे की, मी मरणार नाही, तर त्याला तसं वारंवार बोलण्याची आवश्यकता नाही.

म्हणून असं दिसून येतं की; जो समाज, जो देश आत्म्याच्या अमरत्वाच्या गोष्टी करतो, त्यांच्याहून अधिक मृत्यूला घाबरणारे शोधणं कठीण आहे. हा आमचाच देश आहे, जो आत्म्याच्या अमरत्वाच्या गोष्टी अथक सांगत राहतो. पण आमच्यापेक्षा जास्त मरणाला घाबरणारे या पृथ्वीवर कोणी आहेत?

या दोन गोष्टींचा ताळमेळ कसा बसणार? आत्मा अमर मानणारे कधी गुलाम होतील, अशी शक्यता आहे? मरणासाठी तयार राहतील, कारण मृत्यू नसतोच हे त्यांना माहीत आहे. जे जाणतात की, जीवन अमर आहे, ते प्रथम चंद्रावर उतरतील. ते पहिले असतील एव्हरेस्टवर पोचणारे, महासागराच्या तळाशी जाणारे.

नाही. आम्ही अशांपैकी नाही आहोत. ना आम्ही चंद्रावर जाणार, ना एव्हरेस्टवर, ना सागराच्या तळाशी आणि आम्ही आत्मा अमर आहे, असं मानणारी माणसं आहोत आणि हेच वारंवार बोलतही राहतो.

वारंवार बोलून कुठलीही गोष्ट खरी होत नाही. मृत्यू नाहीये, असं बोलून मृत्यू नाही, असं होणार नाही. मृत्यूला जाणून घ्यायला हवं, साक्षात्कार व्हायला हवा की, मृत्यू काय आहे? मृत्यूला डोळ्यांसमोर उभं करायला हवं, बघायला हवं, जगायला हवं, ओळख करून घ्यायला हवी.

मात्र, आम्ही सगळे मृत्यूकडे पाठ फिरवून पळत राहतो, तर मृत्यूला बघणार कसं? कुणी मेलंय, प्रेत जातंय रस्त्यावरून; तर आम्ही आमच्या मुलांना घरात घेतो, दार बंद करून टाकतो. स्मशानं म्हणूनच गावाच्या वेशीबाहेर बसतात. कुणी

मरणाबद्दल काही बोलत असेल, तर आम्ही म्हणतो, असं बोलू नका.

एका संन्याशाबरोबर मी काही दिवस राहिलो होतो. ते संन्यासी रोज आत्म्याच्या अमरत्वाच्या गोष्टी सांगायचा. मी त्यांना एकदा म्हणालो की, तुम्ही असा कधी विचार करता का, मरणाचा दिवस एक एक करत तुमच्या जवळ येतो आहे? ते म्हणाले, ''अशा अपशकुनी गोष्टी बोलू नका.'' मी म्हणालो, ''जो माणूस म्हणतो की, आत्मा अमर आहे, त्याला अपशकुन वाटतोय, ही तर मोठी गडबड आहे मग.'' खरंतर मृत्यूच्या गोष्टीने त्यांना कसलीही भीती, अपशकुन, काही वाईट दिसलं नाही पाहिजे. कारण मृत्यू त्यांच्यासाठी नाहीच आहे. कारण ते म्हणत होते की, आत्मा अमर आहे.

आम्ही सगळे जण हेच करत आहोत आणि मृत्यूला पाठमोरे होऊन पळत आहोत.

एकदा, एका गावातला एक माणूस अगदी वेडा झाला. भर दुपारी एका निर्जन रस्त्यावरून तो जात होता. भराभरा चालत होता जेणेकरून निर्जन रस्त्यावर भीती न वाटावी. खरंतर भीती अशा ठिकाणी असते, जिथे कुणी असतं. जिथे कोणीच नाही, तिथे भीती कशाची? पण आपण अशा ठिकाणी घाबरतो, जिथे कुणीही नसतं. खरंतर आपल्याला आपलीच भीती वाटत असते. आम्ही स्वत:ला जितके घाबरतो, तितके कुणालाच घाबरत नाही. म्हणून कुणी बरोबर असेल – कुणीही – तर कमी भीती वाटते.

तो माणूस एकटा होता आणि घाबरला आणि पळू लागला. जेव्हा तो त्या सुनसान रस्त्यावरून भर दुपारी पळू लागला, त्याला स्वत:च्याच पायांचा आवाज ऐकू येऊ लागला. तो घाबरला की, कुणीतरी मागून येतंय. म्हणून त्याने डोळ्यांच्या कोपऱ्यातून हळूच मागे बघितलं, तर एक लांबलचक सावली त्याचा पाठलाग करताना त्याला दिसली. त्याचीच सावली – लांबलचक. तो अजून जोरात पळू लागला. मग तो माणूस कधी थांबू शकलाच नाही, अगदी मरेपर्यंत! वेडा झाला शेवटी.

पण वेड्यांची पूजा करणारेही भेटतात. तो जेव्हा गावातून पळून जायचा, लोकांना वाटायचं, मोठी तपश्चर्या – त्यात मग्न होता. तो केवळ रात्रीच्या अंधारात थांबायचा, जेव्हा सावली हरवायची. तेव्हा त्याची खातरी व्हायची की, मागे कुणीही नाहीये. पण कालांतराने रात्रीही पळू लागला. त्याला असं वाटायचं की, दिवसभरात मी जितका त्या सावलीपासून दूर निघून येतो, रात्री आराम करायला थांबलो; की सावली तोपर्यंत पुन्हा जवळ पोचते. सकाळी पुन्हा माझा पाठलाग करते. मग तर तो पूर्ण वेडा झाला. खाणं-पिणं विसरून गेला. त्याला पळताना बघणारे अनेक जण त्याच्यावर फुलं फेकू लागले, कोणी हातात पोळी देऊ लागलं, कुणी पाणी. त्याची पूजा वाढतच गेली. लाखो लोक त्याचा आदर करू लागले.

पण तो वेडा एक दिवस पळता पळता पडला आणि मरण पावला. ज्या गावात तो मरण पावला, त्या गावातल्या लोकांनी एका झाडाखाली त्याची समाधी बनवली. त्या गावातल्या एका वृद्ध फकिराला गावातल्या लोकांनी विचारलं की, याच्या समाधीवर आम्ही काय लिहू? तर त्या फकिराने एक ओळ त्यावर लिहिली.

कुठल्यातरी गावात, कुठेतरी ती समाधी आजही आहे. तुम्ही जर गेलात कधी तिथे, तर वाचा. त्या समाधीवर फकिराने लिहिलं आहे, 'इथे एक असा माणूस निजला आहे, जो आयुष्यभर आपल्या सावलीपासून पळत राहिला, संपूर्ण आयुष्य त्यात हरवलं. त्याला हे इतकंही माहीत नाही, जितकं त्याच्या समाधीला माहीत आहे. कारण समाधी सावलीत आहे आणि पळत नाही. म्हणून समाधीची कुठलीही सावली नाही.'

आम्हीसुद्धा पळतो. आश्चर्य वाटेल की, कुणी माणूस सावलीपासून पळतो? आम्ही सगळे सावलीपासून पळत राहतो आणि ज्यापासून आम्ही पळतो, तोच आमच्या पाठी पडतो. जितके आम्ही जास्त धावतो, त्याचं धावणंही तितकंच जास्त होतं.

मृत्यू आमची सावली आहे. आम्ही जर त्याच्यापासून पळत राहिलो, तर त्याच्या समोर कधी उभे राहून ओळखू शकणार नाही की, तो काय आहे? जर तो माणूस थांबला असता, मागे वळून बघितलं असतं, तर स्वत:शीच हसला असता, म्हणाला असता, ''किती वेडा आहे मी, सावलीपासून पळतोय?''

आता सावलीपासून कुणी दूर पळू शकेल का? तर कधीच पळू शकणार नाही. आणि तिच्याशी कुणी भांडलं, तर कधी जिंकू शकणार नाही. याचा अर्थ असा नाही की, सावली बलशाली आहे. याचा अर्थ इतकाच की, सावली नाहीच, तिला जिंकण्याचा प्रश्न येतच नाही. जे मुळातच नाही, त्याला जिंकता येत नाही.

म्हणून लोक मृत्यूकडून हरतात, कारण मृत्यू म्हणजे जीवनाची सावली. जेव्हा जीवन चालू राहतं, तेव्हा त्याची सावलीही चालू राहते. या छायेला आम्ही वळून बघत नाही. आम्ही कित्येकदा पळून पळून थकलो आहोत, धडपडलो आहोत. या किनाऱ्यावर तुम्ही प्रथमच येत आहात, असं नाही. हा किनारा नसेल, दुसरा किनारा असेल. हे शरीर नाही, कुठलं दुसरं शरीर असेल. पण पळणं मात्र हेच होतं; असेच पाय, तेच पळत होते.

याच मृत्यूला घाबरत आम्ही अनेक जीवन जगतो आणि तरीही ओळखू शकत नाही आणि बघू शकत नाही. आम्ही इतके घाबरलेले आहोत की, जेव्हा मृत्यू समोर येतो, तो त्याच्या सावलीने आम्हाला वेढून टाकतो; तेव्हा आम्ही भीतीने बेशुद्ध होतो.

कोणीही मनुष्य मरताना साधारणपणे शुद्धीत नसतो. जर शुद्धीत एकदा तरी राहिला, तर मृत्यूचं भय त्याच्यासाठी कायमचं विलीन होईल. जर त्याने एकदा बघितलं की, मृत्यू म्हणजे काय असतं, मरताना काय होतं; तर दुसऱ्यांदा त्याला

मृत्यूची भीती वाटणार नाही, कारण 'मरण' असं काही नसतंच. असंही नाही की, तो मृत्युंजयी झाला. विजय आपण त्याच्यावर मिळवतो, जो असतो. केवळ जाणून घेतल्याने मृत्यू संपून जातो. विजय मिळवण्यासाठी शेष काही उरत नाही.

पण आम्ही अनेकदा मेलो आहोत. पण जेव्हा केव्हा मेलो, तेव्हा बेशुद्ध झालो. जसं डॉक्टर ऑपरेशनआधी बेशुद्ध करतो पेशंटला! मरणाला आम्ही इतके घाबरतो की, मरताना आम्ही स्वेच्छेने बेशुद्ध होतो. बेशुद्धावस्थेत मरतो आणि बेशुद्धावस्थेतच नवा जन्म होतो. ना आम्ही मृत्यूला बघू शकत, ना जन्माला. आणि म्हणूनच आम्हाला हे कधीही समजत नाही की, जीवन शाश्वत आहे. मृत्यू आणि जन्म या दोहोंमधला काळ, यापेक्षा जीवन अतिरिक्त काहीही नाही. जिथे आम्ही वस्त्र बदलतो अथवा घोडे बदलतो.

पूर्वीच्या काळी जेव्हा रेल्वे नव्हती, लोक घोडागाडीतून प्रवास करायचे. एका गावातून दुसऱ्या गावात जायचे, तेव्हा घोडे बदलत, कारण घोडे थकून जात. नवीन घोडे, प्रवास चालू. पुन्हा पुढल्या गावात घोडे बदलले जायचे. पण त्या घोडे बदलणाऱ्यांना असं वाटायचं नाही, की आम्ही मेलो, आमचा पुन्हा जन्म झाला; कारण ते शुद्धीत घोडे बदलायचे.

पण कधी असंही व्हायचं की, कुणी दारूच्या नशेत प्रवास करायचं. घोडे बदलले जायचे. मग तो निरखून बघायचा, म्हणायचा, ''अरे, हे सगळं बदललं आहे.''

मी असं ऐकलंय की, अशाच एका दारू पिणाऱ्या घोडेस्वारानेही असंच म्हटलं होतं की, मी तर बदललो नाही ना? हा तो घोडा नाहीये, ज्यावर मी होतो; तर मी दुसरा कुणी झालो आहे की काय?

जन्म आणि मृत्यू केवळ वाहनं बदलण्याची स्थानं आहेत; जिथे जुनं वाहन सोडून दिलं जातं, थकलेले घोडे सोडून दिले जातात आणि उमदे घोडे घेतले जातात. पण या दोन्ही कृती आमच्या बेशुद्धावस्थेत होतात. ज्यांचा जन्म आणि मृत्यू बेशुद्धावस्थेत आहे, त्यांचं जीवनही शुद्धीत असू शकत नाही. तेही अर्धबेशुद्धीत जातं.

तर मी काय सांगू इच्छितो? मी हे सांगू इच्छितो की, मृत्यूला बघणं गरजेचं आहे; जाणून घेणं, ओळखणं गरजेचं आहे. पण हे तर जेव्हा मरण येईल, तेव्हाच होऊ शकतं. मी जेव्हा मरेन, तेव्हा बघू शकेन. मग आत्ता उपाय काय?

हो. आत्ता एक उपाय आहे. आत्ता आम्ही स्वेच्छेने मृत्यूत प्रवेश करू शकतो. आणि मी तुम्हाला सांगतो की, ध्यान अथवा समाधी यापेक्षा वेगळी नाही. ध्यान अथवा समाधी स्वेच्छेने मृत्यूच्या अनुभवात प्रवेश करणं आहे. जी शरीरातून मोकळं झाल्यानंतर एके दिवशी आपोआप घडणारी घटना. आम्ही आपल्या स्वेच्छेने शरीराला सोडून जाऊ आणि जाणू शकू की, मृत्यू झाला. मरण घटलं. आम्ही मृत्यूचा आज रात्रीही अनुभव घेऊ शकतो. कारण मृत्यूची घटना याचा अर्थ इतकाच

आहे की, आमचं शरीर आणि आमचा आत्मा यांत त्या एका यात्रेवर भेद अनुभवणं. जिथे बैलगाडी मागे राहते आणि यात्री पुढे निघून जातो.

एकदा शेख फरीदकडे एक माणूस आला आणि त्या माणसाने विचारलं, ''असं ऐकलंय की, जेव्हा मन्सूरचे हात कापले गेले, पाय कापले गेले, तर मन्सूरला वेदना झाल्या नाहीत; पण माझा विश्वास बसत नाही. पायांत छोटासा काटा घुसला, तरी त्रास होतो. हात-पाय तोडले-कापले, तर वेदना होणार नाहीत? या सर्व कपोलकल्पित कहाण्या वाटतात. आणि असंही ऐकलंय की, जेव्हा जीझसला सुळावर लटकवलं, तेव्हा ते जराही दु:खी झाले नाहीत. त्यांना शेवटची इच्छा विचारली, तर ते म्हणाले की, या लोकांना क्षमा कर हे प्रभो. कारण त्यांना माहीत नाही, की ते काय करत आहेत. सुळावर चढवलंय, खिळे ठोकलेत, रक्ताने माखलेले जीझस, आणि त्यांची अंतिम प्रार्थना त्याच लोकांसाठी ही अशी? विश्वास बसत नाही.''

हे वाक्य तुम्हीसुद्धा ऐकलं असेल. संपूर्ण जगात जीझसला मानणारे लोक हे वाक्य अनेकदा बोलतात. वाक्य अगदी सरळ आहे. जीझस परमात्म्याला या लोकांना क्षमा करण्यास सांगतात. कारण त्यांना ते काय करत आहेत, हे माहीत नाही. सर्वसाधारणपणे हे वाक्य वाचणारे त्याचा असा अर्थ काढतात की, जीझस असं म्हणत आहेत की, बिचारे जाणत नाहीत, की माझ्यासारख्या चांगल्या माणसाला ते मारत आहेत.

नाही. जीझसच्या बोलण्याचा हा अर्थ नाही आहे. जीझसच्या बोलण्याचा अर्थ असा होता की, या वेड्यांना माहीत नाहीये की, ज्याला ते मारत आहेत, तो कधी मरू शकत नाही. त्यांना क्षमा कर. त्यांना माहीत नाहीये की, ते एक असं काम करत आहेत, जे संभव नाही.

तो माणूस शेख फरीदला म्हणाला, ''विश्वास बसत नाही की, मरणारा माणूस इतकी दया, करुणा दाखवू शकतो. त्या क्षणी तर तो रागाने वेडापिसा होईल.''

फरीद मस्त हसू लागला. म्हणाला, ''तू छान प्रश्न विचारलास. पण याचं उत्तर मी नंतर देईन. माझं एक छोटंसं काम कर. हा नारळ जरा फोडून आण. पण तोडताना काळजी घे की, आतला गर तुटता कामा नये.'' नारळ कोवळा होता. तो माणूस म्हणाला, ''माफ करा. मला जमणार नाही. नारळ कच्चा आहे, मी तो सोलला, फोडला, तर गर तुटणारच.'' फरीदने दुसरा नारळ दिला, जो सुकलेला होता. ''हा तोडून आण. याचा गर तर तू अखंड ठेवशील?'' तो माणूस 'हो' म्हणाला.

फरीद म्हणाला, ''तुला तुझं उत्तर दिलं मी. काही समजलं?'' तो माणूस 'नाही' म्हणाला. फरीद म्हणाला, ''हा नारळ ठेवून दे. काही फोडण्याची आवश्यकता नाही. मी तुला असं सांगण्याचा प्रयत्न करत आहे की, जो कच्चा नारळ आहे, त्याचा गर करवंटीला चिकटून आहे. नारळ फोडलास की, करवंटीला गर चिकटलेला तोही

तुटणार. मग एक सुकलेला नारळ आहे. ज्याचा गर म्हणजे खोबरं तयार झालंय, थोडंसं आक्रसलंय, ते करवंटीपासून सुटं झालंय. तू नारळ तोडलास तरी खोबरं तुटणार नाही, कारण त्या दोघांत अंतर निर्माण झालंय, एक दूरत्व! आता तू म्हणतो आहेस की, नारळ तोडला, तरी खोबरं वाचू शकतं. मी तुझ्या प्रश्नाचं उत्तर दिलं.''

तो माणूस तरीही समजू शकला नाही, तसं फरीद म्हणाला, ''जा, मर आणि समज! त्याशिवाय तुला समजणार नाही. पण तरीही समजणार नाही, कारण तेव्हा तू बेशुद्ध असशील. नारळ आणि आतला गर एक दिवस वेगळे होतील, पण तेव्हा तू बेशुद्ध होशील. जर समजून घ्यायचं असेल, तर आत्तापासूनच नारळ आणि खोबरं वेगळं करायला शीक. आत्ता. जिवंत असताना. आणि आत्ता जर नारळ-खोबरं वेगळं झालं, तर मरण संपलं. ते अंतर निर्माण झाल्याबरोबर समजतं की, नारळ वेगळा, खोबरं वेगळं. आता नारळ फुटला, तरी मी वाचणार. आता माझ्या तुटण्याचा प्रश्नच नाही. मृत्यू घटला, तरी तो माझ्यात प्रवेश करू शकत नाही. तोच मरेल, जो मी नाही, जो मी आहे, तो तसाच आहे; अखंड.''

ध्यान अथवा समाधी यांचा हाच अर्थ आहे की, आम्ही आपली खोळ आणि गर यांना वेगळं करायला शिकू. ते वेगळे होऊ शकतात, कारण ते वेगळे आहेत.

म्हणून ध्यानाला मी म्हणतो की, स्वेच्छेने मृत्यूत प्रवेश, आपल्याच इच्छेने मरणात प्रवेश. जो माणूस स्वतःच्या इच्छेने मृत्यूत प्रवेश करतो, त्याला मृत्यूचा साक्षात्कार होतो की, हे आहे मरण आणि हा आहे मी!

सुकरात मृत्युशय्येवर आहे, अगदी शेवटचे काही क्षण उरलेत. विष वाटलं जातंय त्याला मारण्यासाठी, विषाची पावडर होत आहे तयार, आणि तो पुन्हा पुन्हा विचारतोय, ''किती वेळ लागतोय विषाची पावडर होण्यासाठी?'' त्याचे मित्र रडत आहेत, म्हणत आहेत, ''लागू दे वेळ, आम्हाला तुम्ही अजून काही काळ... आम्ही विष वाटणाऱ्या माणसांना लाच दिली आहे, समजावलं आहे की, हळूहळू वाटा.'' तेव्हा सुकरात उठून विष वाटणाऱ्यांना विचारतो, ''नवीन आहात का? खूप वेळ लागतोय विष वाटायला? आधी कधी पावडर बनवली नाहीत का? याआधी फाशीची शिक्षा दिलेल्या माणसासाठी कधी पावडर बनवली नाहीत?''

तो माणूस म्हणाला, ''आयुष्यभर देत आलोय. पण तुझ्यासारखा वेडा माणूस बघितला नाही. तुला इतकी घाई का? अजून काही काळ श्वास घे, अजून काही काळ जग, अजून काही काळ जीवनात रहा. म्हणून मी हळूहळू वाटतोय. आणि तू वेड्यासारखं एकसारखं विचारतो आहेस. एवढी घाई का आहे मरण्याची?''

सुकरात म्हणतो, ''अगदी घाई आहे. मला मरण म्हणजे काय, हे बघायचं आहे. हेसुद्धा बघायचं आहे की, मरण आलं, मी मेलो; तरी मी वाचतो की नाही. जर मी वाचलो नाही, तर मग सगळंच संपलं. आणि जर वाचलो, तर मृत्यू समाप्त

होतो. खरंतर मी हे बघू इच्छितो की, मृत्यूच्या या घटनेत कोण मरतंय. मृत्यू की मी? मी हे न जाणता कसं बघणार?''

मग सुकरातला विष दिलं गेलं. सगळे छाती बडवत रडत राहिले, मित्रांना शुद्ध नाहीये. आणि सुकरात काय करतोय? सुकरात सांगतोय, ''माझे पाय मेले, पण मी जिवंत आहे. माझ्या गुडघ्यापर्यंत विष पोचलंय. तेही मेले, पण मी जिवंत आहे. म्हणजे एक गोष्ट नक्की समजली, की पाय म्हणजे मी नव्हतो. आता मांड्याही मेल्या, तरी मी जिवंत आहे. मित्रांनो, तुम्ही रडू नका. तुम्हाला ही एक संधी मिळाली आहे, बघा. एक माणूस मरतोय आणि तुम्हाला सांगतोय की, तरीही तो जिवंत आहे. माझे पाय पूर्ण कापून जरी टाकलेत, तरीही मी आहे.'' आणि मग सुकरात सांगत राहिला, ''हात मेले, तरीही मी आहे. हळूहळू सर्व शांत होत चाललंय, सगळं बुडून जातंय. तरीही मी तेवढाच आहे. असं होऊ शकतं की, थोड्या वेळाने हे सर्व सांगण्यासाठी मी नसेन, पण तुम्ही असं समजू नका की, मी संपलो. कारण इतकं शरीर मेलं, तरीही मी आहे, तर अजून थोडं शरीर मेलं, तर मी का संपेन? असं होऊ शकतं, की सांगणारा मी नसेन, कारण शरीराद्वारेच सांगता येतं. पण तरीही मी असेन.'' आणि मग शेवटच्या क्षणी तो सांगतो, ''आता हे शेवटचं, कारण जीभ लुळी पडत आहे. आता मी एक अक्षरही बोलू शकणार नाही, पण तरीही मी अजूनही सांगतोय की, मी आहे.''

ध्यानात हळूहळू असाच प्रवेश करावा लागतो. हळूहळू एक एक गोष्ट सुटत जाते, अंतर निर्माण होत जातं. मग तो क्षण येतो की, वाटतं सगळं दूर झालं आहे. जसं किनाऱ्यावर कुणा दुसऱ्याचं प्रेत पडलं आहे, असं वाटेल आणि मी आहे. शरीर तिथे पडलेलं आहे, तरीही मी आहे. वेगळा, भिन्न अगदी दुसरा.

जसा हा अनुभव येतो, तसा जिवंतपणी मृत्यूचा साक्षात्कार झाला. मग आमचा आणि मृत्यूचा कधीही काहीही संबंध येणार नाही. मृत्यू येत राहील; पण तोपर्यंत मुक्काम, वस्त्र बदलावं लागेल, जिथे आम्ही नवीन घोडे घेऊ, नव्या शरीरावर स्वार होऊ आणि एका नव्या यात्रेचा प्रारंभ होईल, नव्या मार्गावर. पण मृत्यू आम्हाला संपवू शकणार नाही.

ही गोष्ट साक्षात्कारानेच होऊ शकते. आम्हाला जाणून घेतलंच पाहिजे, पार गेलंच पाहिजे. आणि मृत्यूला आम्ही इतके घाबरतो, म्हणून ध्यानही करू शकत नाही.

माझ्याकडे किती माणसं येतात, सांगतात की, आम्ही ध्यान करू शकत नाही. आता मी त्यांना काय सांगू की, त्यांचा खरा त्रास काय आहे ते? खरा त्रास, त्यांना असलेली मृत्यूची भीती हा आहे. ध्यान मरणाची एक प्रक्रिया आहे. ध्यानात आम्ही तिथेच पोचतो, पूर्ण ध्यानात – जिथे मेलेला माणूस पोचतो. फरक इतकाच आहे की, मेलेला मनुष्य बेशुद्धीत पोचतो, आम्ही शुद्धीत पोचतो. मेलेल्या माणसाला

कळतच नाही की, कवच कसं तुटलं आणि गर वाचला. आणि इथे माहीत असतं की, गर वेगळा झालाय आणि कवच वेगळं झालंय.

जी माणसं ध्यान करू शकत नाहीत, त्याचं एकमेव कारण म्हणजे मृत्यूची भीती. आणि म्हणूनच ते कधी समाधीत प्रवेश करू शकत नाहीत. समाधी म्हणजे स्वहस्ते मृत्यूला निमंत्रण. ये, मी मरायला तयार आहे. मला जाणून घ्यायचं आहे की, मेलो जरी, तरी मी वाचेन की नाही. आणि चांगलं आहे की, जर मी हे जाणीवपूर्वक जाणून घेईन. कारण बेशुद्धीत ही घटना घडली, तर मला काहीच समजणार नाही.

आजच्या रात्रीत ही गोष्ट मी प्रथम सांगतो तुम्हाला की, जोपर्यंत तुम्ही मृत्यूपासून लांब धावत राहाल, तोपर्यंत मृत्यूसमोर तुम्ही हरत राहाल. आणि ज्या दिवशी मृत्यूसमोर सरळ उभे ठाकाल, त्या क्षणी मृत्यू नष्ट होईल, तुम्ही शेष राहाल.

या येणाऱ्या तीन दिवसांत मृत्यूच्या समोर तुम्ही कसे उभे राहू शकाल, या प्रक्रियेवरच मी बोलेन. या तीन दिवसांत अशी अपेक्षा आहे की, अनेक जण मरण जाणतील, मरू शकतील. आणि जर इथे मरू शकलात, या किनाऱ्यावर – आणि हा किनारा अगदी अद्भुत आहे, या किनाऱ्यावर अशा माणसाच्या पाया पडला होता कुणी, ज्याने कुठल्याशा युद्धात सांगितलं होतं... अर्जुनाला कृष्णाने सांगितलं होतं की, तू चिंता करू नकोस आणि घाबरू नकोस. तू मारणं आणि मरणं याला घाबरू नकोस, कारण मी तुला सांगत आहे की, कुणीही मरत नाही, आणि कुणीही मारत नाही. ना कधी कोणी मेलंय, ना कधी मरू शकतं. आणि जो मरतो, जो मरू शकतो, तो मेलेलाच आहे. आणि जो मेलेला नाही, जो मरू शकत नाही, तोच जीवन आहे.

ज्या किनाऱ्यावर त्या कृष्णाचा पदस्पर्श झाला आहे, तिथे आज अचानक आपण एकत्र आलो आहोत. या वाळूने कृष्णाला येताना-जाताना बघितलं आहे. लोकांना वाटलं असेल की, कृष्णाचा मृत्यू झाला, मेलाच. आम्ही जे मृत्यूला सत्य समजतो, त्यांच्यासाठी सगळे मरतात. या समुद्राने, या वाळूने नाही जाणलं, की तो मेला. या आकाशाने, चंद्र-चांदण्यांनी नाही जाणलं, की तो मरण पावला. जीवनात मृत्यूची अशी लहरच नाहीये. पण आमच्या मनात मृत्यूचाच विचार – तोच सत्य...!

आम्हाला आमच्या मृत्यूचा विचार इतका का आहे? आम्ही आत्ता तर जगत आहोत, पण मृत्यूला घाबरतो आहोत. का? यामागे एक गुपित आहे, जे समजून घ्यायला हवं.

एक मजेशीर गणित आहे. आम्ही स्वतःला मरताना तर कधी बघितलेलं नाही. पण दुसऱ्यांना मरताना बघितलं आहे. आणि हे बघता बघताच आपली धारणा मजबूत होते की, मलाही मरावं लागणार.

आता एक थेंब आहे आणि हजारो थेंबांमध्ये तो पडला. सूर्याचा एक किरण प्रखरतेने त्या थेंबावर पडला आणि त्याची वाफ झाली. आजूबाजूच्या थेंबांना वाटलं, तो थेंब मरण पावला. त्यांना असं वाटणं स्वाभाविक आहे, कारण काही क्षणांपूर्वी तो थेंब होता आणि आता नाहीये. पण तो थेंब आत्ताही ढगांमध्ये आहे. हे त्या थेंबांना कसं समजणार, जोपर्यंत स्वत: वाफ होत नाहीत, आणि ढगांमध्ये जात नाहीत? आणि तो थेंब पुन्हा थेंब होऊन समुद्रात मिसळलाही असेल, हे त्या थेंबांना ही यात्रा केल्याशिवाय समजणार नाही.

आम्ही जेव्हा कुणाला मरताना बघतो, वाटतं, गेला – संपला. आम्हाला माहीतच नाही की, तो वाफ झाला. तो पुन्हा सूक्ष्म झाला आणि त्याने नव्या प्रवासाला सुरुवात केली. हे आम्हाला कसं दिसणार? आम्ही असंच समजतो, अजून एक व्यक्ती हरवली आणि रोज एखादा थेंब हरवत आहे आणि हळूहळू आमचा हा समज पक्का होत जातो की, मलाही मरावं लागेल. मीही मरेन. आणि मग भीतीने आपण ग्रासून जातो. दुसऱ्यांना बघून ही भीती निर्माण होते. दुसऱ्यांना बघून आपण जगतो, म्हणून सर्व कठीण होऊन जातं.

काल रात्रीच मी माझ्या मित्रांना सांगत होतो. एक यहुदी फकीर होता. तो स्वत:च्या दु:खांनी त्रासला होता. कोण त्रासत नाही? आम्ही सगळेच आमच्या दु:खाने त्रासलेले आहोत आणि आमच्या दु:खाचं सर्वांत मोठं कारण, दुसऱ्याचं सुखी असणं हे आहे. याचं एक गणित आहे, तेच गणित, ज्याबद्दल मी मरणाच्या संदर्भात बोललो होतो. आम्हाला आमचं दु:ख आणि समोरच्या माणसाचा चेहरा दिसतो. असा चेहरा, जो हसरा आहे. त्यांच्या आतलं दु:ख आम्हाला दिसत नाही. आपण स्वत:सुद्धा असंच तर करतो. दु:खी असलो, तरी आपला चेहरा हसरा असतो. दु:ख लपवण्यासाठी हसणं ही एक क्लृप्ती आहे.

कोणीही स्वत:ला आपण दु:खी आहोत, हे दाखवू इच्छित नाही. सुखी जर होऊ शकलो नाही, तर देखावा तरी केला जातो सुखी असण्याचा. दु:ख दाखवणं म्हणजे हार वाटते, पराजय वाटतो, दीनता वाटते. म्हणून एक हसरा चेहरा असतो आपला. नाटक, अभिनय! आणि आतून मात्र आपण जसे असतो, तसेच राहतो. मग विचार येतो की, सगळं जग सुखी आहे, मीच असा दु:खी आहे.

त्या फकिराचंही असंच झालं. त्याने एका रात्री परमात्म्याला सांगितलं की, मी तुला असं सांगत नाहीये की, मला दु:ख देऊच नकोस; कारण जर मी दु:ख देण्यासाठी योग्य असेन, तर मला दु:खच मिळेल, पण इतकी प्रार्थना तर करू शकतो की, इतकं जास्त देऊ नकोस? जगात सगळे हसताना दिसतात आणि मीच काय तो रडका! सगळे प्रसन्न दिसतात आणि मी उदास, अंधारात हरवलेला. मी तुझं असं काय घोडं मारलंय? एक कृपा कर, मला कुठल्याही दुसऱ्या माणसाचं

दु:ख दे आणि त्याला माझं दे. बदल कुणाशीही – मला मान्य आहे.

रात्री तो झोपला, तेव्हा त्याला स्वप्न पडलं. स्वप्नात त्याला भव्य महाल दिसला, ज्यात लाखो खुंट्या होत्या आणि लाखो लोक येत होते. प्रत्येकाच्या पाठीवर आपापल्या दु:खाचं गाठोडं होतं. दु:खांची गाठोडी बघून तो घाबरला, कारण त्याच्या पाठीवरही असंच गाठोडं होतं. तो आश्चर्यचकित झाला, कारण प्रत्येकाच्या दु:खाचं गाठोडं त्याच्या गाठोड्याच्या आकाराइतकंच होतं. सर्व गाठोडी एकाच आकाराची होती.

पण तो अगदी चकित झाला. हा शेजारी तर रोज हसताना दिसतो. सकाळी विचारावं, ''कसे आहात?'' तर अगदी आनंदाने सांगतो, ''एकदम ओके!'' हादेखील इतकं दु:खाचं ओझं वाहतो आहे? नेता, अनुयायी, गुरूसुद्धा, शिष्य, ज्ञानी आणि अज्ञानी, श्रीमंत-गरीब, आजारी, स्वस्थ – सगळेच दु:खाची गाठोडी पाठीवरून वाहत होते.

चकित झाला. आज प्रथमच गाठोडं दिसलं. आत्तापर्यंत केवळ चेहरे दिसत होते. त्या महालात एक आवाज घुमला, ''सगळ्यांनी आपापली दु:खं त्या खुंट्यांवर टांगावीत.'' याने लगेचच आपलं दु:ख खुंटीवर टांगलं. सर्वांनी तेच केलं. कुणीही एका क्षणासाठीही आपलं दु:ख स्वत:पाशी ठेवू इच्छित नाही. टांगून द्यायची संधी मिळाली, टांगून दिलं. पुन्हा आवाज घुमला, ''आता ज्याला ज्याचं गाठोडं निवडायचं असेल, त्यांनी तसं निवडावं.''

तर आपण असा विचार करू की, लगेचच फकिराने एखादं गाठोडं निवडलं असणार. नाही. अशी चूक त्याने केली नाही. तो पळाला आपलं गाठोडं घेण्यासाठी की, कुणी दुसऱ्याने ते उचलू नये. नाहीतर संकटात पडू, कारण सर्वच गाठोडी एकसारखी होती. त्याने विचार केला की, आपलंच गाठोडं ठीक आहे. कमीत कमी त्यात ओळखीचं दु:ख आहे! दुसऱ्यांच्या गाठोड्यात न जाणो किती अपरिचित दु:ख असतील. परिचित दु:ख तसंही कमीच – जाणलेलं, माहितीतलं. घाबरून धावला, स्वत:चं गाठोडं घेण्यासाठी.

त्याने जेव्हा सर्वत्र घाबरून बघितलं, तेव्हा त्याला दिसलं, प्रत्येक जण धावत होता आणि प्रत्येकाने स्वत:चंच गाठोडं उचललं होतं. त्याने विचारलं, ''घाई काय आहे?'' तर कुणी म्हणालं, ''आम्ही घाबरलो. आम्ही असा विचार करत होतो की, सगळे जण सुखात आहेत. आम्ही तुलाही सुखी समजत होतो. तूही रस्त्यातून हसत जात होतास. आम्हाला कधी वाटलं नाही की, तुझ्या आत दु:खाचं इतकं गाठोडं आहे.'' फकिराने विचारलं, ''स्वत:चीच गाठोडी का घेतलीत? बदलली का नाहीत?'' ते म्हणाले, ''आम्ही परमेश्वराकडे प्रार्थना केली होती, दु:ख बदलून दे हवं तर म्हणून. पण आम्हाला कल्पना नव्हती की, प्रत्येकाकडे इतकं दु:ख आहे.

मग वाटलं, आपलं स्वत:चंच घ्यावं, निदान ते ओळखीचं तरी आहे. विनाकारण नव्या दु:खात कशाला पडा? या जुन्या दु:खाची सवय झाली आहे.''

त्या रात्री कुणीही कुणाचंही गाठोडं घेतलं नाही. फकिराची झोप उडाली. त्याने परमेश्वराचे आभार मारले की, तुझी मोठी कृपा की, तू मला माझं दु:ख परत केलंस. मला माझंच दु:ख मिळालं. आता मी अशी प्रार्थना पुन्हा करणार नाही.

खरंतर हे गणित आहे. दुसऱ्यांचे चेहरे आम्हाला दिसतात आणि स्वत:चं सत्य दिसतं. तेव्हा चूक होते. जीवन आणि मृत्यू यांच्या संदर्भातही हेच चुकीचं गणित काम करतं. दुसरे मरताना दिसतात, तुम्ही तुम्हाला मरताना कधी बघत नाही. दुसऱ्यांचं मरण दिसतं आणि त्यांच्या आत काही शेष राहतं की राहत नाही, आम्ही हे जाणत नाही. आणि जेव्हा आम्ही मरतो, तेव्हा आम्ही बेशुद्ध असतो. म्हणून मृत्यू अपरिचित राहतो.

म्हणून हे आवश्यक आहे की, आम्ही आपल्या स्वेच्छेने मृत्यूत उतरावं. एकदा कुणी मृत्यूचं दर्शन घेतं, तो मृत्यूतून मुक्त होतो, मृत्यूवर विजय मिळवतो. विजेता म्हणणंही चुकीचं आहे, कारण जिंकण्यासारखं काही उरतच नाही. मृत्यू असत्य होतो. मृत्यू राहतच नाही.

जसं कुणी दोन अधिक दोन पाच म्हणतं. मग त्याला समजतं की, पाच नाही चार आहे; तर तो काय म्हणेल, पाचाला जिंकून चार बनवलं? तो म्हणेल की, जिंकण्याचा प्रश्नच नाही. पाच हा माझा भ्रम होता. चूक होती. ती समजली, संपलं!

मृत्यूतून ना मुक्त व्हायचं आहे, ना मृत्यूला जिंकायचं आहे. तर मृत्यूला जाणून घ्यायचं आहे. जाणून घेणंच मुक्ती बनतं आणि जिंकणंही. म्हणून मी आधीच सांगितलं की, ज्ञान शक्ती आहे, ज्ञान मुक्ती आहे, ज्ञान विजय आहे. मृत्यूचं ज्ञान मृत्यूला विलीन करतं. मग विनासायास आम्ही प्रथमच जीवनाशी जोडले जातो.

म्हणूनच ध्यानाच्या संदर्भात एक गोष्ट मी सांगितली की, ध्यान म्हणजे स्वेच्छेने मृत्यूत प्रवेश आहे. दुसरी गोष्ट अशी की, स्वेच्छेने मृत्यूत प्रवेश, तोच जीवनात प्रविष्ट होतो, होऊन जातो. मृत्यूचा शोध घेण्यासाठी जातो खरा, पण मृत्यू मिळत नाही, परमजीवन तिथे मिळतं. मृत्यूचं भवन शोधण्यासाठी जातो, पण जीवनाचं मंदिर सापडतं. जो मृत्यूच्या भवनापासून पळतो, त्याला जीवनाच्या मंदिरापर्यंत पोचता येत नाही.

मी तुम्हाला सांगू इच्छितो की, जीवनाचं जे मंदिर आहे, त्याच्या भिंतीवर मृत्यूच्या सावलीची चित्रं खोदलेली आहेत. भिंतीवर मृत्यूचे नकाशे आहेत. आणि आम्ही मृत्यूपासून दूर पळतो, तर जीवनाच्या मंदिरापासूनही दूर पळतो. जेव्हा आम्ही मृत्यूसाठी तयार आहोत, तर आम्ही भिंतींसाठीसुद्धा तयार आहोत. आत प्रवेश करू, तर आम्ही जीवनाच्या मंदिरात पोचू. जीवनाची देवता आहे आणि मृत्यूच्या भिंती

आहेत. आणि त्या भिंतीवर चित्रं खोदलेली आहेत, जी बघून आम्ही पेळत राहतो.

तुम्ही जर कधी खजुराहोला गेला असाल, तर एक अद्भुत गोष्ट तुम्हाला दिसेल. खजुराहोच्या मंदिरात चारही भिंतींवर मैथुनाच्या मूर्ती कोरलेल्या आहेत, ज्या अश्लील वाटतात. जर त्या मूर्ती बघून कुणी पळून गेलं, तर आतल्या परमात्म्याच्या मंदिरापर्यंत पोचणार नाही. आत परमात्म्याची प्रतिमा आहे, तर बाहेर कामवासना यांच्या मूर्ती खोदलेल्या आहेत.

ते लोक मोठे अद्भुत होते, ज्यांनी खजुराहोचं मंदिर बनवलं. त्यांनी जीवनातली गहिरी गोष्ट खोदली. त्यांनी सांगितलं की, बाहेर भिंतीवर तर सेक्स आहे आणि तिथूनच जर पळून गेलात, तर ब्रह्मचर्यही उपलब्ध होणार नाही. बाहेरच्या भिंतीवर संसार आहे, आणि संसारापासून पळून गेलात, तर परमात्म्यापर्यंत कधीही पोचू शकणार नाही; कारण संसाराच्या भिंतीच्या आत जो बसला आहे, तो परमात्मा आहे.

मी अगदी हेच सांगत आहे. कुठे ना कुठे, एखाद्या गावात आम्हाला असं मंदिर बांधायला हवं, ज्याच्या भिंतीवर मृत्यू असेल आणि आत परमात्मा, जीवनाची देवता असेल. असंच सत्य आहे. पण आम्ही मरणापासून पळतो आणि जीवनाच्या देवतेपासून वंचित राहतो.

तर मी या दोन्ही गोष्टी एकत्र सांगतो आहे. स्वेच्छेने मृत्यूत प्रवेश म्हणजे ध्यान आहे आणि जो स्वेच्छेने मृत्यूत प्रवेश करतो, तोच जीवन उपलब्ध करतो. म्हणजे मृत्यूचा साक्षात्कार व्हावा, म्हणून जो जातो, शेवटी जाणतो की, मृत्यू विलीन झाला आणि जीवनाला मिठी मारली. अगदी उलट गोष्ट आहे, उलटं वाटतं हे, मृत्यूला शोधायला जावं आणि जीवनाची भेट व्हावी. पण हे उलट नाहीये.

मी वस्त्रं परिधान केलं आहे. जर मला शोधायला आलात, तर प्रथम तुम्हाला वस्त्रंच भेटतील. वस्त्रं म्हणजे मी नाहीये आणि जर माझ्या वस्त्रांना भिऊन पळून गेलात, तर माझ्यापर्यंत कधी पोचणारच नाही. पण जर माझ्या वस्त्रांना न घाबरता माझ्या जवळ आलात, तर माझ्या वस्त्रांच्या आतल्या शरीरापर्यंत पोचाल. पण खोलवर विचार केलात, तर शरीरसुद्धा वस्त्रच आहे. आणि जर माझ्या शरीरापासून दूर पळून गेलात, तर शरीराच्या आत बसलेल्या – त्याला भेटणं होणार नाही. आणि जर शरीरालाही घाबरला नाहीत आणि शरीरालाही वस्त्र मानून अजून आत प्रवास केलात; तर आत बसलेला तो... ज्याला भेटण्याची, ज्याच्याशी एकरूप व्हायची आकांक्षा सर्वांनाच आहे, तो भेटेल.

काय गंमत आहे! शरीराची भिंत आहे आणि आत्म्याचा देव आत विराजमान आहे. पदार्थाची भिंत आहे आणि आत चेतना विराजमान आहे. ही उलट गोष्ट आहे. भिंत पदार्थाची आणि देव जीवनाचा. हे जर नीट समजून घेतलं, तर मृत्यूची भिंत आहे आणि जीवनाचा देव आहे.

जसं गुलाबाला काटे आहेत आणि फूल फुललेलं आहे. जर कुणी काट्यांना घाबरलं, तर फुलापर्यंत कधीच पोचू शकणार नाही. पण ज्यांना काटे मंजूर आहेत, आणि तो फुलाच्या जवळ गेला, तर समजतं की, काटे फुलाच्या केवळ रक्षणासाठी आहेत, त्याची बाहेरची, रक्षा करणारी भिंत. मध्ये फूल फुललेलं आहे आणि काटे आणि फूल यांत शत्रुत्व नाही. फूल काट्यांचंच एक अंग आहे आणि काटे फुलाचं एक अंग आहे. एकाच झाडाच्या रसधारेतून दोघांचा जन्म झाला आहे.

ज्याला आम्ही जीवन म्हणतो, ते जीवन आणि ज्याला आम्ही मृत्यू म्हणतो, तो मृत्यू – दोन्ही एकाच महाजीवनाची अंगं आहेत. जो श्वास मी घेत आहे – श्वास घेणं, श्वास सोडणं, एक श्वास आत, तोच श्वास बाहेर, जो श्वास आत जातो – तो म्हणजे जीवन आणि बाहेर पडणारा श्वास म्हणजे मृत्यू. पण दोन्ही एकाच महाजीवनाची पावलं आहेत. डावं-उजवं दोन्ही एकत्र चालत राहतात. जन्म एक पाऊल आहे, मृत्यू दुसरं पाऊल आहे. पण जर आम्ही बघू शकलो, आत उतरू शकलो, तर महाजीवनाचं दर्शन होतं.

या तीन दिवसांमध्ये जो ध्यानाचा प्रयोग आपण करणार आहोत, तो मृत्यूत प्रवेश करण्याचा प्रयोग आहे. त्याच्या अनेक बाजूंबद्दल मी तुमच्याशी बोलेन. आत्ता, आज रात्रीच्या प्रयोगासाठी जे आपण बसणार आहोत; त्याबद्दल काही गोष्टी समजावून सांगतो.

माझी दृष्टी तुमच्या लक्षात आली आहे की, आम्हाला अशा ठिकाणी जायचं आहे, जिथे मृत्यू समाप्त होतो. आत, आत अजून आत. आणि बाहेरचा तो सर्व परीघ सोडून द्यायचा आहे, जो मृत्यूमुळे सुटतो.

मृत्यूत शरीर सुटतं. भाव संपतात, विचार हरवतात, मैत्री, शत्रुत्व संपतं. सर्वच सुटतं. बाहेरच्या जगातल्या सर्व गोष्टी सुटतात. उरतो केवळ आपण एकटे. केवळ मी उरतो, केवळ चेतना राहते.

तर ध्यानातही आम्हाला सर्व काही सोडून देऊन मरायचं आहे. केवळ तेवढंच राहायचं आहे – मी जाणतो – 'द्रष्टा' इतकंच आत उरायला हवं. तर मृत्यू घटित होईल. आणि या तीन दिवसांत निरंतर प्रयोगात स्वतःला सोडून द्यायची आणि मरण्याची हिंमत दाखवलीत, तर ती घटना घडून येईल, ज्याला 'समाधी' म्हणतात.

हे लक्षात ठेवा. समाधी हा शब्द अद्भुत आहे. ध्यानाच्या परिपूर्णतेलाही समाधी म्हणतात आणि मृत पावल्यावर जी कबर बांधली जाते, त्यालाही समाधी म्हणतात. कधी असा विचार केलात की, या दोहोंना समाधी का म्हणतात? या दोहोंत एक गुपित, रहस्य, समान अर्थ आहे.

प्रत्यक्षात ज्याला समाधी उपलब्ध होते, त्याचं शरीर केवळ कबर होते, अजून काही शिल्लक राहत नाही. तो जाणतो की, आत कुणी वेगळंच आहे, बाहेर एक

घेरा आहे. जसा कुणी माणूस मरतो, आम्ही त्याची कबर बांधतो. त्याला समाधी नाव देतो. पण ती समाधी कुणी इतर बांधतात. इतरांनी समाधी बांधण्याअगोदर जर आपण आपली समाधी बनवली, तर ती घटना घडली, ज्याची आम्हाला तहान आहे. इतरांना समाधी बनवण्याची संधी मिळणार नाही.

जर आम्ही आपली समाधी बनवली, तर केवळ शरीर मरेल, माझ्या मरण्याचा प्रश्न उरणार नाही. मी कधीही मेलेलो नाहीये आणि कधीही मरणार नाही. कुणीही कधी मेलेलं नाहीये आणि मरणार नाही. पण हे जाणून घेण्यासाठी मृत्यूच्या सर्व पायऱ्या उतराव्या लागतील.

तर तीन पायऱ्या मला तुम्हाला सांगायच्या आहेत. आत्ता आपण प्रयोगही करू. कोण जाणे, या तटावर तुमची समाधी बनेल; जी इतरांनी नव्हे, तर तुमचीच तुम्ही निर्माण केलेली असेल! स्वनिर्मित! स्वेच्छेने!

तीन टप्पे आहेत. पहिला टप्पा, शरीराची शिथिलता. शरीराला इतकं शिथिल करायचं आहे की, असं वाटावं, ते दूर कुठेतरी पडलेलं आहे. त्याचं आमच्याशी काहीही नातं नाही. शरीराच्या ताकदीला आत खेचून घ्या. आम्ही शरीरात ताकद घालतो. जितकी घालू, तितकी ती पडते. जितकी खेचून घेऊ, तितकी खेचली जाते.

तुम्ही विचार करा. जेव्हा तुमचं कुणाशी भांडण होतं, तेव्हा तुमच्या शरीरात जास्त ताकद येते. कुठून येते ती? रागात मोठ्ठा दगड उचलून फेकूही शकता, जो तुम्ही शांत असताना हलवूही शकत नाही. कुठून येते ही ताकद? शरीर तुमचं आहे, कुठून ताकद येते? ही ताकद तुम्ही घालता. गरज आहे, संकट आलंय, शत्रू समोर उभा आहे. दगडाला बाजूला केलं नाही, तर जीवन धोक्यात आहे, तेव्हा तुम्ही तुमची संपूर्ण ताकद शरीरात घालता.

एकदा एक माणूस दोन वर्षांपासून अर्धांगवायूने आजारी होता. पडून होता पलंगावर; ना हलता येत होतं, ना बसता येत होतं. डॉक्टरांचाही नाइलाज झाला होता. शेवटी त्यांनी सांगितलं की, हा आजार मरेपर्यंत राहणार. आणि अचानक एका रात्री त्या माणसाच्या घराला आग लागली. सगळी घरातली माणसं बाहेर धावली. बाहेर आल्यानंतर त्यांना त्या माणसाची आठवण आली की, कुटुंबप्रमुखाला आपण आतच सोडून बाहेर आलो. आता त्यांचं काय होणार? पण तेवढ्यात त्यांना दिसलं की, म्हातारा सर्वांच्याही आधी बाहेर आला होता. सर्वांनी विचारलं, ''तुम्ही आलात कसे?'' तो म्हणाला, ''मी कसा काय चालू शकतो? असं कसं झालं?'' आणि पुन्हा तो पक्षाघाताने पडला. त्याने विचारलं की, मी कसा चालू शकतो? पण तो चालत आला होता. 'कसा' हा प्रश्नच नव्हता.

घराला आग लागली, सगळे पळत होते. त्या क्षणी तो विसरला की, मला अर्धांगवायू झाला आहे. सर्व शक्ती त्याने शरीरात ओतली. पण बाहेर आल्यावर

जेव्हा सगळे विचारू लागले, तेव्हा त्याला आठवलं की, अरे! मी तर आजारी आहे; तो पुन्हा पडला. त्याची शक्ती परतून गेली.

आता हे त्याच्याही आकलनशक्तीच्या पलीकडचं आहे की, ही घटना घडली कशी. आता सगळे त्याला समजवत आहेत की, तुला अर्धांगवायू नाहीये. तू इतकं चालत आलास, तू आयुष्यभर चालू शकतोस. पण तो म्हणतो, ''मला हात उचलता येत नाहीये, माझा पाय उचलत नाहीये. हे कसं घडलं, मला खरंच माहीत नाही. कोणी नेलं मला बाहेर?''

त्याला कुणीही बाहेर आणलं नाही. तो स्वतःच आला. पण त्याला माहीत नाही की, संकटात असताना त्याच्या आत्म्याने सर्व शक्ती त्याच्यात घातली, त्याच्या शरीरात! आणि हेही खरं की, नंतर त्याने आपली शक्ती परत घेतली आणि तो माणूस पुन्हा आजारी झाला. असं एखाद्याच पक्षाघात झालेल्या माणसाबद्दल घडलं असं नाहीये. अशा शेकडो घटना पृथ्वीवर घडल्या आहेत. कोणत्याही धोकादायक घटनेत माणसं आजारपण विसरतात आणि संकट टळलं की, पुन्हा अवस्था पूर्वीसारखी होते. पण संकटात मात्र विसर पडतो की, मी कुठल्या अवस्थेत आहे.

मी सांगतोय की, शरीरात शक्ती आपण घातलेली आहे, पण ती काढण्याचं शास्त्र आमच्यापाशी नाही. रात्री आम्हाला म्हणूनच आराम मिळतो, कारण शक्ती आपोआप निघून जाते आणि आत शरीर शिथिल होऊन पडतं. सकाळी आम्ही पुन्हा ताजेतवाने होतो. पण काही माणसं रात्रीसुद्धा आपली शक्ती बाहेर टाकू शकत नाहीत. शरीरात शक्ती राहते, म्हणून झोप येणं कठीण होतं. इन्सोमेनिया – झोप न येणं हे एकाच गोष्टीचं लक्षण आहे, की शरीरात टाकलेली ताकद परतीचा रस्ता जाणत नाही.

प्रथम ध्यानासाठी, मृत्यूत प्रवेश करण्याचा जो पहिला टप्पा आहे, तो म्हणजे शरीरातून सर्व शक्ती काढून घेणं.

ही एक गमतीची गोष्ट आहे की, केवळ तसा भाव निर्माण झाला की, सर्व शक्ती परतून जाते. थोडा वेळ जर कुणी मनात असा भाव आणला की, माझी शक्ती आत परतत आहे आणि शरीर शिथिल होतंय, तर त्याला शरीर शिथिल झालेलं जाणवेल. शरीर अशा अवस्थेला पोचतं की, स्वतःचा हात उचलायचा असेल, तर उचलता येत नाही. हा आमचा भाव आहे, जो आम्ही शरीराकडून खेचून घेऊ शकतो.

पहिली गोष्ट म्हणजे, शरीरातल्या सर्व प्राणांचं आत परतून येणं. तर शरीर एखाद्या खोळीसारखं पडून राहील आणि अगदी असं दिसेल की, नारळात फट पडली. आम्ही वेगळे झालो आहोत आणि शरीराची खोळ बाहेर पडली आहे, एखाद्या वस्त्रासारखी.

मग दुसरा टप्पा, श्वास शिथिल करायचा. श्वास खोलवर आपल्या प्राणांना

धरून आहे. म्हणून श्वास तुटताक्षणी माणूस मरतो. श्वास जास्त खोलवर आपल्या शरीराला जोडला गेला आहे. शरीर आणि आत्मा यांमधला सेतू श्वास आहे. तिथूनच आम्ही बांधले गेले आहोत. म्हणून श्वासाला आम्ही प्राण म्हणतो. तो गेला की, प्राण गेला. खूप प्रयोग या संदर्भात होतात. जर कुणी व्यक्तीने आपला श्वास पूर्णपणे शिथिल केला, शांत सोडला; तर हळूहळू श्वास अशा ठिकाणी पोचतो की, समजत नाही की श्वास चालू आहे की नाही. कित्येकदा शंका येते की, मेला तर नाही ना? श्वास चालू आहे की नाही, काय झालंय?

आणि जर क्षणभरासाठी श्वास थांबला... थांबवायचा नाहीये. कारण ज्यांनी श्वास थांबवला, त्याचा श्वास कधीही थांबणार नाही. कारण श्वास बाहेर पडण्याचा प्रयत्न करत राहणार. बाहेर थांबवला, तर आत येण्याचा प्रयत्न करत राहणार.

म्हणून मी सांगतोय की, प्रयत्नपूर्वक काही करू नका, केवळ शिथिल सोडून द्या. शांत शांत शांत. हळूहळू श्वास एका बिंदूवर येऊन थांबेल. आणि एका क्षणासाठी जरी थांबला, तर त्या क्षणी शरीर आणि आत्मा यांच्यात अनंत अंतर दिसून येईल. त्याचक्षणी हे अंतर दिसतं. जशी आत्ता एखादी वीज चमकेल आणि क्षणभरासाठी मला तुमचे सगळ्यांचे चेहरे दिसतील. मग वीज हरवेल, पण मला तुमचे चेहरे दिसले. ठीक एका क्षणासाठी श्वास अगदी मध्यावर थांबतो, तर एका क्षणासाठी वीज चमकून जाते; संपूर्ण व्यक्तित्वात आणि मग दिसतं, शरीर वेगळं मी वेगळा! मृत्यू घडला! तर दुसऱ्या टप्प्यात श्वास शिथिल करायचा आहे.

आणि तिसऱ्या टप्प्यात मन शिथिल करायचं आहे. कारण जर श्वास शिथिल झाला, पण मन शिथिल होऊ शकलं नाही; तर वीज चमकेलही, पण ती तुम्हाला दिसणार नाही की काय झालं! कारण मन आपल्या विचारांत मग्न राहील. जर इथे वीज चमकली, पण मी माझ्या विचारात हरवलेला असेन, तर ती चमकली, हे माझ्या ध्यानी येणार नाही. वीज तर चमकेल, श्वास थांबता क्षणी; पण त्याकडे लक्ष तेव्हाच जाईल, जेव्हा विचार बंद होतील. नाहीतर लक्ष जाणार नाही आणि संधी हुकेल. म्हणून तिसरा टप्पा आहे, विचार शिथिल करण्याचा.

हे तीन टप्पे आपण करणार आहोत आणि चौथ्या टप्प्यात दहा मिनिटांसाठी शांत, गप्प बसून राहणार आहोत. ज्यांना झोपायचं असेल, आडवं पडायचं असेल; त्यांनी पडावं, हवं तर बसावं.

सर्वांनी जागा घ्या. जे पडू इच्छितात; त्यांनी सरळ, पाठीवर आडवं व्हावं. जे बसू इच्छितात, त्यांनी थोडी जागा मोकळी ठेवावी; कारण शरीर शिथिल झालं, तर ते कसंही पडू शकतं. पडू द्या.

या तीन टप्प्यांप्रमाणे आपण ध्यान करणार आहोत. मग दहा मिनिटांसाठी मौन असेल. या तीन दिवसांमध्ये मृत्यू अवतरित होईल, मृत्यूचं दर्शन होईल, असा

प्रयत्न असेल.

तर मी तुम्हाला सुचवू इच्छितो की, तुम्ही असा भाव तयार करा की, शरीर शिथिल होत आहे, श्वास शिथिल होत आहे, मन शिथिल होत आहे. मग मी गप्प राहीन, इथे अंधार केला जाईल, मग तुम्ही तुमच्या जागी दहा मिनिटांसाठी चुपचाप पडून राहाल. जे काही आत घडतंय, ते बघत मौन पाळाल.

वाळूवर पडून रहा. कोणी काही बोलणार नाही, कोणी मध्येच उठून जाणार नाही, डोळे बंद करा. डोळे बंद करून शरीराला सोडून द्या. माझ्याबरोबर अनुभव घ्या. जसजसं अनुभवाल, शरीर शिथिल होत जाईल. अजून शिथिल. संपूर्ण शिथिल. जणू प्राणहीन.

अनुभवा... शरीर शिथिल होतंय... ढिलं पडतय – ढिलं करत जा. अनुभव करा... संपूर्ण शिथिल. माझी शक्ती माझ्यात परतून येत आहे... शरीरातली शक्ती आत येत आहे... आत येत आहे... शरीर शिथिल होतंय... शरीर शिथिल होतंय... शरीर शिथिल होतंय... सोडून द्या, जसे प्राणच नाहीत. पडतंय शरीर... पडतंय... ढिलं सोडून दिलंय... संपूर्ण ढिल... शरीर शिथिल झालं... त्यात प्राण उरले नाहीत... शरीरातली सर्व शक्ती आत पोचली...

श्वास शांत झाला. श्वास ढिला सोडला... संपूर्ण ढिला... आपोआप श्वास येतोय; जातोय... थांबवायचा नाही... हळू करायचा नाही... केवळ शांत... असा भाव... श्वास शांत आणि शिथिल होतोय... श्वास शांत होत चालला... श्वास शांत झाला.

आता मन शिथिल करा, विचार शांत होत चालले आहेत. विचार शांत...

शरीर, श्वास आणि विचार शून्यवत झाले आहेत... जणू ते नाहीचेत... अस्तित्व मात्र शेष राहिलं... व्यक्ती विसर्जित झाली... चेतना उरली.

दहा-पंधरा मिनिटं साधक अशा अवस्थेत राहिले. मग हळूहळू ध्यानात परतून येण्याचा प्रस्ताव मांडण्यात आला. हळूहळू डोळे उघडायला सांगितलं गेलं आणि रात्रीच्या या ध्यानाची समाप्ती घोषित केली गेली. साधक आपापल्या निवासात जाऊ लागले. तसेच ध्यानमग्न.... अजूनही...

◆

सजग मृत्यू आणि व्यक्तिगत स्मरणाच्या रहस्यात प्रवेश

जितकी काळोखी रात्र असते, तितके तारे चमकताना दिसतात. आणि जितके काळे ढग असतात, तितकी विजेची चमकचांदी बनते. जेव्हा मृत्यू चहूदिशांनी उभा राहतो, तेव्हा जीवनाचा जो बिंदू आहे, तो पूर्ण चमकतो, प्रकट होतो; त्या आधी कधीही प्रकट होत नाही.

मेरे प्रिय आत्मन्!

प्रत्यक्षात मृत्यू आणि जन्म या दोन घटना नाहीत, एकाच घटनेच्या दोन बाजू आहेत. म्हणूनच एका नाण्याला दोन बाजू असतात. नाण्याची एक बाजू जर हातात आली, तर दुसरी बाजू आपोआपच हातात येते. मृत्यू आणि जन्म एकाच घटनेच्या दोन बाजू आहेत. मृत्यू जर जागरूकतेनेच येतो, तर जन्मही जागरूकतेतच होतो. मृत्यू जर बेशुद्धीत झाला, तर जन्मही बेशुद्धीतच होणार. जर मृत्यूक्षणी कुणी जाणीवपूर्वक मरत असेल, तर आपल्या नव्या जन्मक्षणी तो पूर्ण शुद्धीत असणं हे अनिवार्य आहे.

आपण सगळे बेशुद्धीत मरतो आणि बेशुद्धीत जन्म घेतो, म्हणून पूर्वजन्माचं स्मरण आपल्याला राहत नाही. परंतु पूर्वजन्माच्या स्मृती आमच्या मनातल्या कुठल्यातरी कोपऱ्यात सदा उपस्थित असतात. जर आपली इच्छा असेल, तर त्यांना जागृत करता येतं.

दुसरी गोष्ट, जन्माच्या संबंधात सरळ काहीही करता येत नाही. जे काही करता येतं, ते मृत्यूच्या संदर्भात करता येतं. कारण मेल्यानंतर काहीही करता येणं शक्य नाही. मरण्याअगोदर काहीही करता येतं. एखादी व्यक्ती बेशुद्धावस्थेत मेली, तर ती बेशुद्ध व्यक्ती जन्म झाल्याशिवाय काहीही करू शकत नाही. काहीही उपाय नाही. बेशुद्धच राहणार.

म्हणून जन्म तर घ्यावा लागेल बेशुद्धीतच, जर तुम्ही बेशुद्ध मृत्यू पावला असाल. जे काही करायचं आहे, ते मृत्यूच्या संदर्भातच करता येईल. कारण मृत्यू होण्याअगोदर आम्हाला खूप संधी मिळतात, एका संपूर्ण आयुष्याचा अवसर मिळतो. या जीवनाच्या संपूर्ण कालावधीत जागृत होण्याचा प्रयत्न करता येऊ शकतो. मग जर कुणी मृत्यूची प्रतीक्षा करत राहिलं की, मरेपर्यंत जागू, तर ती मोठी चूक होईल. मरताना जागू शकत नाही. जागण्याची, जागं होण्याची साधना तर खूप आधीपासून सुरू करायला हवी. त्याची तयारी करावी लागते. तयारी नसेल, तर बेशुद्धावस्था येणारच.

१९१५ सालच्या जवळपास काशी नरेशांचं पोटाचं ऑपरेशन झालं. ते सर्वांत पहिलं ऑपरेशन होतं बेशुद्ध न करता केलेलं. प्रथम डॉक्टरांनी अमान्य केलं. तीन इंग्रज डॉक्टर होते. ते म्हणाले की, हे असंभव आहे. बेशुद्ध न करता दोन-तीन तास पोट उघडून ठेवायचं, यात मोठा धोका आहे. इतक्या वेदना होतील की, माणूस सहन करू शकणार नाही. ओरडेल, उड्या मारेल, पडेल, काहीही होऊ शकतं. परंतु काशी नरेशांचं म्हणणं होतं की, मी जितका वेळ ध्यानात राहीन, तोपर्यंत

कसलीही काळजी नाही. मी दोन-अडीच तास ध्यानात राहू शकतो. त्यांना बेशुद्धीचं औषध नको होतं. शुद्धीतच ऑपरेशन व्हायला हवं होतं.

डॉक्टरांचं काहीही चाललं नाही. मग प्रयोगात्मक पातळीवर त्यांनी काशी नरेशांना ध्यानात जायला सांगितलं. मग हातावर सुरी फिरवली, समजून घ्यायला की, हातात कंपनं होत होती का. परंतु कंपन झालं नाही आणि दोन तासांनी काशी नरेशांनी हात दुखत असल्याचं सांगितलं. या प्रयोगानंतर मग ऑपरेशन केलं गेलं.

बेशुद्ध न करता पोट फाडून दोन तास ऑपरेशन केलं जाण्याची ती पहिलीच केस होती.

परंतु इतकं शुद्धीत असण्यासाठी गहिऱ्या ध्यानाची आवश्यकता आहे. असं ध्यान की, जिथे पूर्णपणे माहिती असावी की, मी वेगळा आहे आणि शरीर वेगळं आहे. कणभरही साशंकता नाही. कणमात्र जरी साशंकता असेल, की मी शरीर आहे, तर मग धोका आहे.

मृत्यू म्हणजे फार मोठं ऑपरेशन आहे. इतकं मोठं ऑपरेशन कुठल्या डॉक्टरने कधीही केलेलं नाही, जितका मोठा मृत्यू. कारण मृत्यूमध्ये प्राणांना एका शरीरातून पूर्णपणे काढून दुसऱ्या शरीरात प्रवेश करवून घ्यायचा आहे. इतकं मोठं ऑपरेशन ना कधी कुणी केलं, ना कधी कुणी करू शकेल. एखादं अंग आम्ही कापतो, एखादा अवयव आम्ही बदलतो. इथे तर पूर्ण प्राणशक्ती, पूर्ण ऊर्जा एका शरीरातून काढून दुसऱ्या शरीरात घालायची...!

तर प्रकृतीने आधीच तयारी, सोय करून ठेवली आहे की, तुम्ही बेशुद्ध व्हाल. हे हितावह आहे. कारण इतक्या वेदना कदाचित सहन करता येणार नाहीत. आणि असंही होऊ शकतं की, इतक्या वेदना सहन करता येणार नाहीत, म्हणून आम्ही बेशुद्ध होतो.

पण हितावह आहे आणि एका अर्थी अहितही आहे. मग आम्हाला लक्षात नसतं, की मागे काय झालं. आणि जवळजवळ प्रत्येक जन्मात आम्ही त्याच चुका करत जातो, ज्या आम्ही आधीच्या जन्मात केलेल्या असतात. जर आम्हाला आठवण आली, जर आठवलं की, मागच्या जन्मात आम्ही काय केलं होतं, तर कदाचित त्याच खड्ड्यात आम्ही पुन्हा उतरणार नाही, जे मागच्या जन्मात उतरलो होतो. जर मागच्या अनेक जन्मांच्या कृती आठवल्या, तर आम्ही तसे राहणार नाही, जसे आत्ता आहोत.

हे अशक्य आहे की, आम्ही तसेच असू. तीच व्यक्ती. कारण आम्ही अनेकदा धन साठवलं आहे आणि अनेकदा मृत्यूने ते सारं व्यर्थ ठरवलं आहे; तर कदाचित या जन्मात पैशांसाठी इतकी धावपळ आपण करणार नाही. हजार वेळा प्रेम केलं आहे आणि ते व्यर्थही गेलं आहे. तर प्रेम मिळवण्याची सारी धडपड विलीन होऊन

जाईल. हजारो वेळा महत्त्वाकांक्षा, अहंकार, यश, पद मिळवलंय; जे व्यर्थ गेलं आहे, धुळीत मिळालंय. जर हे सारं आठवलं, तर आत्ताचा माणूस तसाच राहणार नाही, जसा आहे.

अहित हे होतं की, मागच्या जन्माचं विस्मरण. म्हणून एकाच फेऱ्यात माणूस फिरत राहतो. त्याला समजतच नाही की, या फेऱ्यातून मी अनेकदा फिरलो आहे. याही वेळेला तशीच आशा मनाशी धरून आहे, जशी आधीच्या सर्व जन्मांमध्ये धरली होती. मग मृत्यू येतो आणि सर्व आशा व्यर्थ करून टाकतो. पुन्हा फेरा सुरू होईल.

अहित हे आहे. या अहितापासून वाचता येतं, पण त्यासाठी खूप जागरूक प्रयोग हवा. आणि अचानक एकदम मृत्यूची प्रतीक्षा करता येत नाही, कारण इतका मोठा आघात, इतक्या मोठ्या ऑपरेशननंतर लगेच जागं होता येत नाही. आम्हाला हळूहळू प्रयोग करायला हवा. हळूहळू लहान दुःखांवर प्रयोग करायला हवा की, आम्ही छोट्या दुःखात जागू. डोकं दुखतंय, तर तेव्हा जागरण मिटून जातं आणि असं वाटतं, की मला वेदना होत आहेत. असं वाटतं नाही की, डोक्याला वेदना होत आहेत. तर असा प्रयोग करावा लागेल, की डोक्याला वेदना होत आहेत, ते मी जाणत आहे.

स्वामी राम अमेरिकेला गेले, तर सुरुवाती-सुरुवातीला त्यांच्या गोष्टी समजून घेणं लोकांना कठीण पडत होतं. प्रेसिडेंट भेटायला गेला, तर त्यालाही प्रश्न पडला, ''हे तुम्ही काय बोलताय?'' कारण स्वामी राम त्रयस्थासारखं बोलत होते. ते असं म्हणत नव्हते की, मला भूक लागली आहे. ते म्हणत होते की, रामला खूप भूक लागली आहे. असं म्हणत नव्हते की, माझं डोकं दुखत आहे. ते म्हणत होते की, रामचं डोकं दुखत आहे. तर लोकांना आश्चर्य वाटत होतं. कुणी त्यांना विचारलं की, तुम्ही कुणाच्या संदर्भात बोलत आहात? तर ते म्हणत, ''रामच्या.'' ''कोण राम?''

''हा राम, याला खूप थंडी वाजत आहे आणि आम्ही हसतो की बघा, राम कसा थंडीने कुडकुडतोय.'' आणि सांगत, ''रस्त्याने राम जात होता. कुणी त्याला शिवी दिली, तर आम्ही खूप हसलो; की बघ राम, कशा शिव्या खायला लागल्या. मान मिळवायला जातोस, तर अपमान पदरात पडतो.'' लोक विचारत, ''कुणाबद्दल सांगताय? कोण राम?'' तर ते सांगत, ''हा राम.''

जीवनातल्या छोट्या-छोट्या दुःखांपासून सुरुवात करावी लागेल. जीवनात रोज लहानसहान दुःखं येतात, आणि दुःखंच का? सुखावरही प्रयोग करायला हवा. कारण दुःखात जागं होणं तितकंसं कठीण नाही, जितकं सुखात जागं होणं कठीण आहे. हा अनुभव घेणं जास्त कठीण नाहीये की, डोकं वेगळं आहे आणि त्यात

वेदना होत आहेत. पण हा अनुभव घेणं जास्त कठीण आहे की, शरीर वेगळं आहे आणि स्वास्थ्याचा जो रस आहे, तोही वेगळा आहे. तोपण मी नाहीये. सुखात दूर राहणं जास्त कठीण आहे, कारण सुखात आम्ही जवळ राहू इच्छितो, अजून जवळ. दु:खात तर आम्ही दूर राहणं पसंत करतो. म्हणजे दु:खात पूर्णपणे समजतं की, दु:ख दूर आहे, तर ती आमचीही इच्छा आहे. तर हे जर आम्हाला समजलं, तर दु:खातून आमची सुटका होते.

दु:खातही जागण्याचा प्रयोग करायला हवा आणि सुखातही जागण्याचा प्रयोग करायला हवा. आणि या प्रयोगात जो स्वेच्छेने उतरतो, तो दु:ख निवडूनही प्रयोग करू शकतो. सर्व तपश्चर्येचं मूळ रहस्य इतकंच आहे. स्वेच्छेने दु:ख निवडून केला गेलेला प्रयोग!

जसं एका माणसाने उपवास केला आहे, उपाशी आहे. सर्वसाधारण माणसं उपवास करतात, त्यांना माहीत नसतं, ते काय करत आहेत. फक्त भुकेले आहेत आणि उद्या जेवण जेवायची वाट बघत आहेत.

पण उपवासाचा मूल्यवान प्रयोग आहे. तो असा की, भूक आहे आणि ती माझ्यापासून दूर आहे, असा अनुभव घ्यायचा आहे, मी उपाशी नाहीये. तर भुकेला आपल्या हाताने तयार करून हे जाणून घ्यायचा प्रयत्न आत करायचा आहे की, भूक तिथे आहे, रामला भूक लागली आहे. मी उपाशी नाहीये. मला माहीत आहे की, भूक लागली आहे. आणि हे जाणून घ्यायचं आहे... जाणून घ्यायचं आहे... जाणून... आणि अशा बिंदूवर पोचायचं आहे, जिथे माझ्यात आणि भुकेत एक अंतर असेल, मी उपाशी राहणार नाही. भुकेतही मी भुकेला नसणार. शरीराला भूक असेल, जे मी जाणेन. केवळ जाणणारा उरेन. तर उपवासाचा अर्थ गहिरा होतो. त्याचा अर्थ केवळ उपाशी राहणं हा नाही.

आणि सर्व साधारणपणे जी माणसं उपवास करतात, सतत बोलत राहतात की, आज जेवायचं नाही, उपाशी राहायचं आहे. आज जेवलो नाही. आणि दुसऱ्या दिवशी जेवायच्या विचारात रममाण होतात. आणि काय खायचं, याचाही बेत आखतात. मग उपवास व्यर्थ गेला. मग केवळ अनशन उरलं. अनशन आणि उपवास यांत हाच फरक आहे. अनशन म्हणजे न जेवणं. उपवासाचा अर्थ आहे, अजून निकट. जास्त जवळ वास करणे. कुणाच्या? आपल्या. शरीराशी अंतर ठेवून स्वत:जवळ पोचणं. उपवास म्हणजे रिकाम्या पोटी राहणं असं नाही. उपवासचा अर्थ आहे आवास – जवळ, अजून जवळ. स्वत:च्या. मग तर असंही होऊ शकतं की, कुणी माणूस अन्नग्रहण करूनही उपवास करत असेल. कारण जर अन्न ग्रहण करतानाही तो जाणत असेल, की अन्न दूर होतंय आणि मी कुठे दुसरीकडे आहे, तर तो उपवास आहे. उपवास तर एक मनोवैधानिक बोध आहे, भुकेशी भिन्नता!

अशी अनेक दु:खं स्वेच्छेने निर्माण करता येतात. पण स्वेच्छेने निर्माण केलेलं दु:ख हा गहिरा प्रयोग आहे. एखादा माणूस काट्यांवरही झोपू शकतो, केवळ हे जाणून घेण्यासाठी की, काटे मला टोचत नाहीयेत. ते कुठेतरी दूर, आणि मी कुठेतरी वेगळा. मी कुठे दुसरीकडे आहे, हे अनुभवण्यासाठी दु:खाला आमंत्रितही केलं जाऊ शकतं. पण आत्ता तर आमंत्रण दिलेलं नसूनही अनेक दु:खं आहेत. त्यांना अजून आमंत्रित करण्याची गरज नाही. दु:खं नेहमीच खूप आहेत. आता त्यांच्याबद्दलचे प्रयोग करायला सुरुवात करायला हवी. दु:खं अशीच चालून येतात. येणाऱ्या दु:खात जर असा बोध ठेवला गेला की, मी भिन्न आहे, मी दूर आहे; तर दु:ख साधना बनतं.

मग येणाऱ्या सुखातही साधना करावी लागेल. कारण दु:खात कदाचित आपण स्वत:ला धोका देऊ. कारण मन मानतं, की मी दु:ख नाही, पण सुखात मात्र मन मानतं की, मीच सुख आहे. म्हणून सुखात साधना कठीण होऊन जाते. प्रत्यक्षात सुखापासून दूर अनुभवणं हेच मोठं दु:ख आहे. कारण मन सुखात बुडून जायला बघतं, अगदी पूर्णपणे आणि विसरून जातं की, मी वेगळा आहे. सुख बुडवून टाकतं आणि दु:ख तसंही तोडतं, वेगळं करतं. दु:खाला नाइलाजाने साथ द्यावी लागते, तर सुखाला परिपूर्णतेने अंगीकारलं जातं.

येणाऱ्या दु:खात जागे रहा, येणाऱ्या सुखात जागे रहा आणि कधीकधी आमंत्रित केलेल्या दु:खातही जागे रहा. कारण आमंत्रित दु:खात थोडा फरक आहे. कारण आम्ही ज्यांना निमंत्रण देतो, त्याच्याशी आम्ही पूर्णपणे कधीही एकरूप होऊ शकत नाही. घरात येणारा पाहुणा आमच्याहून वेगळा आहे. जेव्हा दु:खाला पाहुण्याप्रमाणे बोलावतो, तेव्हा ते वेगळं असतं, कारण आम्ही बोलावलं आहे.

रस्त्यावरून चालताना काटा बोचला, तर एक दुर्घटना आहे आणि वेदना होतील. पण काटा घेऊन आलो आहोत आणि त्यावर पाय ठेवतोय आणि बघतोय की, दु:ख कुठे आहे, या घटनेमध्ये थोडा फरक आहे. पण मी असं सांगत नाहीये की, तुम्ही दु:खाला बोलवा. ते तसंच खूप आहे. ते जगा आणि त्यांच्यामध्ये जागे व्हा. मग सुख जगा आणि सुखात जागे व्हा. मग कधीतरी तुम्हाला वाटेल की, दु:खाला बोलवू या आणि बघू या की, किती दूर आम्ही उभे राहू शकतो.

लक्षात ठेवा, दु:खाला बोलावणं एक महत्त्वपूर्ण प्रयोग आहे. कारण सुखाला सगळे बोलवू इच्छितात, पण दु:खाला नाही बोलवत. पण मजेशीर गोष्ट अशी आहे की, ते येतं, आपली इच्छा नसते तरीही. आणि ज्या दु:खाला आम्ही बोलवतो, ते येत नाही. आलं, तरी दाराशीच उभं राहतं. तसंच सुखाचंही आहे. जेव्हा कुणी दु:खाला बोलवण्याइतपत सक्षम होतो, तेव्हा त्याचा अर्थ असा की, तो इतका सुखी झाला आहे की, आता दु:खाला बोलवू शकतो. इतका आनंद की, दु:खाला आमंत्रण

देणं कठीण नाही. आता दु:खाला सांगता येतं की, ये, थांब.

पण ही गहिऱ्या प्रयोगाची गोष्ट आहे. त्याआधी जे दुःख येत आहे, त्यातच जागं होण्याचा प्रयत्न, प्रयोग करायला हवा. जर दु:खासाठी आपण जागे होत गेलो; तर ती क्षमता येईल की, मृत्यूसाठी, मृत्यूच्या क्षणीसुद्धा आम्ही जागे राहू आणि प्रकृतीही आम्हाला साथ देईल, की जागे रहा. कारण प्रकृतीला तसा अनुभव आला आहे की, ही व्यक्ती दु:खात जागू शकते, तर आता मृत्यूतही जागू शकेल. पण अनायास मृत्यूत कुणीही जागं असू शकत नाही.

पी.डी. आस्पेंस्की नावाचा एक माणूस मरण पावला. तो रशियामधला मोठा गणितज्ञ होता. मृत्यूसंदर्भात सर्वांत जास्त प्रयोग याने केले आहेत. अतिशय आजारी, मृत्युशय्येवर असताना चिकित्सकांनी त्याला पलंगावरून उठू न देण्याची ताकीद दिली; पण त्या तीन महिन्यांत त्याने इतके श्रम घेतले, जे अकल्पनीय होते. रात्र रात्र जागा, चालतोय, फिरतोय, पळतोय; ज्याला पूर्ण आराम करायचा आहे. त्याने सर्व मित्रांना, जवळच्या लोकांना बोलावलं. बोलणं सोडून दिलं, पण अंगमेहनत मात्र चालू ठेवली. जे मित्र ते तीन महिने त्याच्याबरोबर राहिले, त्यांचं असं म्हणणं आहे; त्यांनी प्रथमच त्यांच्या डोळ्यांनी जागृतावस्थेत मृत्यू पावणारा माणूस बघितला. जेव्हा त्याला डॉक्टरांनी विचारलं होतं की, तू आराम का करत नाहीस? तेव्हा त्याने उत्तर दिलं होतं की, मी सर्व दु:खांना घेऊ इच्छितो. असं व्हायला नको की, मरताना दु:ख इतकं मोठं होईल, की मी बेशुद्ध होईन. तर मी त्या आधी सर्व दु:खं घेऊ इच्छितो, जी माझ्यात क्षमता निर्माण करतील, ऊर्जा देतील की, मृत्यूसमयी मी शुद्धीत मरेन. तर सर्व तऱ्हेचे दु:ख सहन करण्याचा तीन महिने त्याने प्रयत्न केला.

त्याच्या मित्राने लिहून ठेवलंय की, आम्ही स्वस्थ असूनही त्याच्याबरोबर असताना थकून जात असू, पण त्याला थकलेलं कधी बघितलं नाही. ज्या रात्री तो मरण पावला, त्या संपूर्ण रात्रीत तो फिरत होता. म्हणत होता की, चालता चालता मरेन आणि चालता चालता त्याने आम्हाला सांगितलं; बस! अजून इतकाच वेळ. केवळ दहा पावलं. तो शेवटचं पाऊल टाकताना मरण पावला. चालतानाच पडला. म्हणजे तो तेव्हाच पडला, जेव्हा मरण आलं. त्याने आधीच सांगितलं होतं की, आता हे शेवटचं पाऊल आणि मी मरेन. पण मी तुम्हाला सांगतोय की, शरीर कधीच सुटलंय, तुम्हाला आत्ता तसं दिसेल, पण मी खूप वेळापासून बघत आहे, की शरीर कधीचंच सुटलंय. संबंध तुटलाय आणि मी आत आहे. म्हणून आता शरीरच पडेल. माझ्या पडण्याचा प्रश्न नाही. आणि मरताना त्याच्या डोळ्यांत एक चमक, एक शांतता, एक आनंद; त्यांत जो दुसऱ्या जगाच्या दारात उभं राहण्याचा एक प्रकाश, तो आम्ही अनुभवला आहे.

पण याची तयारी करावी लागते. निरंतर तयारी हवी. जर ही तयारी पूर्ण झाली,

तर मृत्यूची घटना एक अद्भुत घटना आहे. याहून मूल्यवान दुसरी कोणतीही घटना नाही. कारण त्यात आम्ही जे जाणू शकतो, ते इतर वेळी कधीही जाणू शकत नाही. तेव्हा मृत्यू मित्र वाटतो. कारण मृत्यूच्या घटनेतच जीवन आहे, याचा अनुभव होऊ शकतो, त्याआधी नाही.

लक्षात ठेवा, जितकी काळोखी रात्र, तितके तारे जास्त दिसतात, चमकताना! आणि ढग जेवढे काळे असतील, विजेचं चमकचांदणं होतं. जेव्हा मृत्यू चारही दिशांनी उभा राहतो. पूर्णपणे, तेव्हा तो जीवनाचा बिंदू पूर्ण प्रकट होतो, चमकतो, त्याआधी कधीही नाही. मृत्यू सर्वत्र काळोख होऊन पसरतो आणि मध्यभागी जीवनाचा तो बिंदू, ज्याला आम्ही 'आत्मा' म्हणतो, तो पूर्ण प्रकाशाने चमकून जातो. सर्वत्र पसरलेला अंधार त्याला चमकवतो. पण आम्ही तेव्हा बेशुद्ध होतो. आत्मा जाणून घेण्याचा जो क्षण होऊ शकला असता, तेव्हा आम्ही बेशुद्ध होऊन जातो.

याची तयारी करावी लागते. ध्यान ही त्याची तयारी आहे.

स्वेच्छेने हळूहळू कसं मरता येतं, याचा प्रयोग म्हणजे ध्यान आहे. कसे आम्ही आत शिरतो आणि कसे आम्ही शरीराला सोडत जातो, याचा प्रयोग आहे. ध्यानाची तयारी चालू आणि चालूच राहो, तर मृत्यूच्या क्षणी पूर्ण ध्यान उपलब्ध होईल. आणि हा जो मृत्यू जागेपणातला मृत्यू होईल, अशा व्यक्तीचा आत्मा जागरूकतेत जन्म घेईल. आणि मग त्याचा जन्मानंतरचा पहिला दिवस अज्ञानाचा नसेल, ज्ञानाचा असेल. मग प्रत्येक क्षणी गर्भातही तो पूर्ण शुद्धीत असेल. एकदा जो जागून मरतो, त्याचा पुन्हा एकच जन्म असू शकतो. मग जास्त जन्म असू शकत नाहीत. कारण ज्याला इतका अनुभव आला आहे की, जन्म काय आहे आणि जीवन काय आहे; त्याच्यासाठी परममुक्ती उपलब्ध होते.

हा जो एक जन्म आहे जागा झालेल्या व्यक्तींचा; अशा व्यक्तींनाच आम्ही 'अवतार', 'तीर्थंकर', 'बुद्ध', 'जीझस' आणि 'कृष्ण' म्हणतो, अशाच लोकांना. अशांनाच आम्ही माणसांहून भिन्न गणतो. याचं अजून काही कारण नाही. आणि निश्चितच ते आपल्यापेक्षा वेगळे आहेत. फरक इतकाच आहे की, आम्ही निद्रेत आहोत आणि जागे ते आहेत. पृथ्वीवरची त्यांची ही अंतिम यात्रा आहे. म्हणूनच त्यांच्यात असं काही आहे, जे आमच्यात नाहीये आणि काही त्यांच्यात आहे, जे ते आमच्यापर्यंत पोचण्यासाठी अथक प्रयत्न करत आहेत. फरक त्यांच्यात आणि आमच्यात इतकाच आहे की, त्यांचा हा जन्म आणि मागचा मृत्यू जागृत अवस्थेत झाला. म्हणून ते संपूर्ण आयुष्य जागं झालं.

तिबेटमध्ये 'बारदो' नावाचा एक छोटासा ध्यानाचा प्रयोग आहे. महत्त्वपूर्ण, मौलिक प्रयोग आहे. मरतानाच केला जातो. जेव्हा कुणी मृत पावत असतं, तेव्हा ते चहूबाजूंनी, जे जाणतात, एकत्र येतात आणि बारदो करवतात. पण बारदो

अशांच्या बाबतीत केलं जातं, ज्यांनी जीवनात ध्यान केलेलं असतं. ज्यांनी ध्यान केलेलं नाही, त्यांना बारदो करवता येत नाही. जसं कुणी मरण पावत असलं, तर बारदोच्या प्रयोगात त्याला संपूर्ण जागं राहण्यासाठी बाहेरून सूचना दिल्या जातात की, त्याने जागं राहावं. आणि त्याला सांगितलं जातं, की आता काय काय होईल, ते त्यांनं बघत राहावं. कारण अनेकदा अशा घटना घडतात, ज्या समजत नाहीत. नव्या घटनांना अचानक समजून घेता येत नाही

मेल्यानंतर जर कुणी जागृत राहिलं, तर आधी बराच वेळ त्याला समजत नाही की, मी मेलो आहे. त्याला तेव्हा समजेल, जेव्हा त्याचं कलेवर लोक उचलतील आणि स्मशानात नेतील, जाळतील; तेव्हा त्याला खातरीने समजेल की, मी मेलो. कारण आत तर काही मरतच नाही, केवळ एक अंतर राहतं. पण या अंतराचा आयुष्यात कधी अनुभव घेतलेला नाही. हा अनुभव इतका नवीन आहे की, त्याला समजण्याची जुनी परिभाषा नाहीये त्याच्यापाशी. त्याला केवळ इतकंच समजतं की, काहीतरी वेगळं झालं आहे. पण काहीतरी मेलं आहे, हे तेव्हाच समजतं, जेव्हा सर्वत्र रडारड होते, ओरडणं होतं, प्रेताजवळ माणसं पडतात, रडतात आणि मग ते उचलून चालू लागतात.

प्रेताला स्मशानात लगेचच घेऊन जाण्याचंही एक कारण आहे. प्रेत लगेचच पुरायचं, जाळून टाकायचं यामागे एक कारण आहे. त्वरित आत्म्याला माहीत व्हावं की, शरीर नष्ट झालं. पण माणूस मरताना जर बेशुद्ध झाला, तर तेही त्याला कळत नाही. शुद्धीतच हे जाणवू शकतं. आपल्या शरीराला नष्ट होताना बघणं – म्हणून बारदोमध्ये ते सांगतात, आपल्या शरीराला नष्ट होताना नीट बघ, पळून जाऊ नकोस, हजर रहा. म्हणजे पुन्हा शरीराचा मोह होणार नाही. कारण नष्ट होताना बघितलं की, मोह विलीन होतो.

पण दुसरे जळताना बघतीलच. तो माणूस बघू शकणार नाही. सर्वसाधारणपणे हजारातून नवशेनव्याण्णव जण बेशुद्ध असतात, त्यांना माहीतच नसतं. आणि एखादा जरी शुद्धीत असेल, तर आपल्या जळणाऱ्या शरीराला बघून पळून जातो, निघून जातो, स्मशानापर्यंत पोचत नाही, जिथे सगळे जातात. तर बारदोमध्ये ते त्याला सांगतात की, बघ, संधी सोडू नकोस. आपल्या शरीराला जळताना बघण्याची. ते जळताना बघच, ज्याला तू 'मी' समजत होतास, त्याला संपताना पूर्णपणे बघ. त्याला भस्मसात होताना, बघ राख होताना, म्हणजे पुढल्या जन्मी तुला समजेल, लक्षात राहील की, तू कोण आहेस.

जशी व्यक्ती मरण पावते, तसा तिचा प्रवेश एका नव्या लोकात होतो, ज्याचा आम्हाला काही अनुभव नाही. तो लोक आम्हाला घाबरवू शकतो, भयभीतही करू शकतो. तो लोक आमच्या कोणत्याही अनुभूतीला अनुकूल-प्रतिकूल नाहीये. त्याचा

आणि आमचा काहीही संबंध नाही. जसं आम्ही एखाद्या व्यक्तीला अगदी अनोळखी देशात पाठवतो की, जिथे त्याला त्यांची भाषा येत नाही, लोकांचे चेहरे माहितीतले नाहीत, त्यांच्या सवयी अनोळखी; तर ती जशी घाबरेल, त्याहूनही मोठी भीती आहे. कारण कसाही मनुष्य असो, कोणतीही भाषा बोलत असो, तरीही तो मनुष्य आहे आणि त्याच्यात आणि आमच्यात काहीतरी संबंध आहे. आम्ही ज्या जगात राहतो, ते जग शरीरांचं आहे. ते जसं सुटतं – तसा अशरीराशी संबंध सुरू होतो आणि अशरीरी प्राणांचा आम्हाला अजिबात अनुभव नसतो. त्या अशरीरी जीवनाचा, अशरीरी योनीत प्रवेश करता क्षणी आम्ही इतके भयभीत होतो की, त्याचा काही हिशोबच नाही.

तर सर्वसाधारणपणे बेशुद्धीतच मरण येतं, म्हणून काही समजत नाही. पण शुद्धीत जो जातो, तो संकटात सापडतो. तर बारदो त्याला समजवण्याचा प्रयत्न करतात की, काय होईल, कसं जग असेल, कसं व्यक्तित्व असेल, तू कुठे प्रवेश करत आहेस. आणि हा प्रयोग केवळ त्यांच्यावरच केला जातो, जे ध्यानाच्या गहिऱ्या प्रयोगातून गेले आहेत, अन्यथा केला नाही.

इथे मी निरंतर असा विचार करत आहे की, जे मित्र ध्यानाच्या प्रयोगातून जातात, त्यांच्यावर कसा ना कसा बारदोचा प्रयोग करवला जायला हवा, म्हणजे ते ऐकू शकतील. त्यांना ऐकू येईल, की काय सांगत आहेत मरतानाच्या क्षणांत. त्यांचं चित्त अत्यंत शांत आणि शून्य होऊ शकेल, अशांनाच ते ऐकू येईल. जेव्हा चेतना बुडत चालली आहे, बुडत जात आहे, विलीन होत आहे, या जगाशी संबंध संपत आला आहे; तर या जगातून मिळणारे संदेश शांत मनालाच ऐकू जाऊ शकतात.

जसे आम्ही मृत होतो, तसेच जन्मतो. जागृत व्यक्ती आपल्या गर्भाला निवडण्यासाठी मुक्त असते. म्हणजे ती आंधळेपणाने काहीही निवडत नाही. जागी झालेली व्यक्ती आपल्या आई-वडिलांची निवड तशीच करते, जसा एखादा श्रीमंत माणूस आपल्या घराची निवड करतो. पण गरीब व्यक्ती आपल्या घराची निवड करू शकत नाही. निवड करण्यासाठी सामर्थ्य हवं. घर निवडण्यासाठी सामर्थ्य हवं. गरीब माणूस निवड नाही करू शकत. उलट असं म्हणायला हवं की, घरच गरिबाची निवड करतं. गरीब घर गरीब माणसाला निवडतं. श्रीमंत माणूस आपल्या घराचा निर्णय घेतो की, मी कुठे राहीन, कशी बाग असेल, दार कुठे असेल, सूर्यप्रकाश कसा कुठून येईल, हवा कशी... सगळं निवडतो.

जागृत व्यक्ती आपल्या गर्भाची निवड करते. महावीर, बुद्ध यांसारखी माणसं सर्वत्र जन्म घेत नाहीत. ती साऱ्या संभावना बघून जन्म घेतात. कसं शरीर मिळेल, कोणत्या आई-वडिलांपासून, कशी शक्ती मिळेल, काय सुविधा मिळतील; हे सर्व

बघून जन्म घेतात. त्यांच्या समोर स्पष्ट निवड आहे, कुठे जावं. आणि म्हणून त्यांचं जीवन पहिल्या दिवसापासून त्यांनी निवडल्याप्रमाणे असतं. स्वत:ने निवडलेल्या जीवनाचा आनंद वेगळाच आहे, कारण स्वातंत्र्याची सुरुवातच तिथून झालेली आहे. आणि मिळालेल्या जीवनाचा तो तसा आनंद असू शकत नाही, कारण ते एक पारतंत्र्य आहे. आम्ही ढकलले गेलो आहोत, एक धक्का दिला गेला आणि जे झालं, ते झालं. त्यात आमचा हात नाही.

हे जागरण जर संभव झालं, तर निवड नक्कीच करता येते. जर जन्म ही आमची निवड असेल, तर पूर्ण जन्म-जीवन आमची निवड ठरते. तेव्हा आम्ही एक जीवनमुक्त होऊन जगतो.

जीवनमुक्त हा शब्द आम्ही वारंवार ऐकतो, पण आम्हाला माहीत नाही, की जीवनमुक्तीचा अर्थ काय आहे. जीवनमुक्त याचा अर्थ आहे जागृत जीवन. अन्यथा मुक्तीचा प्रयत्न करू शकतो, पुढला जन्ममुक्त होऊ शकतो, पण हे जीवनमुक्त होऊ शकत नाही. हे जीवन मुक्त होण्यासाठी पहिल्या दिवसापासूनच आपल्या स्वातंत्र्याची निवड असायला हवी.

आता तो प्रश्न राहिला नाही. हे जीवन आमच्यापाशी आहे. अजून मृत्यू आलेला नाही. येणार हे निश्चित आहे. मृत्यूच्या व्यतिरिक्त निश्चित दुसरं काहीही नाही. प्रत्येक गोष्टीत संदेह असू शकतो, मृत्यूच्या बाबतीत संदेह नाही. परमात्म्यासंदर्भात शंका असणारी माणसं आहेत, आत्म्यासंदर्भात शंका असणारी माणसं आहेत; पण मी असा माणूस बघितला ऐकला नाही, ज्याला मृत्यूसंबंधी शंका आहे. मृत्यू असंदिग्ध आहे. येणारच. येत आहे. त्याचं येणं चालूच आहे, प्रत्येक क्षणाक्षणाला येत आहे. हे जे क्षण त्याच्यात आणि आमच्यात आहेत; त्या दरम्यान जागण्याचा प्रयत्न, उपयोग करून घ्यायचा आहे. ध्यान याचीच प्रक्रिया आहे. या तीन दिवसांत माझा प्रयत्न राहील की, हे तुम्हाला समजेल.

जातिस्मरणाचा अर्थ आहे, मागच्या जन्मांच्या स्मरणाचा विधी. आधी जे आपलं अस्तित्व होतं, ते आठवणं. ध्यानाचंच हे आणखीन एक रूप आहे. ध्यानाचाच प्रयोग. एक विशिष्ट प्रयोग आहे ध्यानाचा. जसं कुणी विचारेल की, नदी आणि कालवा काय आहे? तर आम्ही सांगू की, नदीचाच तो एक विशेष प्रयोग आहे, सुनियोजित, नियंत्रित व्यवस्थित. नदी आहे अव्यवस्थित, अनियंत्रित. नदी पोचेल कुठेतरी, पण पोचण्याचं ठिकाण नक्की नाही. पण कालवा कुठे पोचेल, हे नक्की आहे, निश्चित!

तर ध्यान मोठी नदी आहे. पोचेल सागरापर्यंत. पोचेलच. परमात्म्यापर्यंत ध्यान पोचवणारच. पण ध्यानाचे अजून अवांतर प्रयोगही आहेत. ध्यानाच्या छोट्या छोट्या शाखांचं नियोजन करून ते कालव्याप्रमाणे वाहू देता येतं. व्यक्तिगत स्मरण हा त्यातला एक कालवा आहे. ध्यानाच्या शक्तीला आम्ही आपल्या पूर्वजन्माच्या दिशेने प्रवाहित करू शकतो. ध्यानाचा अर्थच आहे केवळ 'ध्यान' – लक्ष. कोणत्या गोष्टीवर लक्ष केंद्रित करायचं आहे, यावर अनेक प्रयोग होऊ शकतात. त्याचा एक प्रयोग 'व्यक्तिगत स्मरण' असा आहे की, माझ्या आधीच्या जन्मातल्या आठवणी कुठेतरी पडल्या आहेत.

आठवणी नष्ट होत नाहीत, लक्षात ठेवा. आठवणी दबल्या जातात किंवा उफाळून येतात. दबल्या गेलेल्या आठवणी मिटून गेल्यासारख्या वाटतात. जर मी तुम्हाला विचारलं की, १ जानेवारी, १९५० रोजी तुम्ही काय केलं होतंत? असं तर नाही की, तुम्ही काही केलं नव्हतंत, पण ते सांगू शकणार नाही. १ जानेवारी, १९५० हा दिवस एकदम रिकामा झाला आहे. पण जेव्हा तो दिवस उगवला होता, तेव्हा भरलेला होता. आजचा दिवसही असाच उद्या रिकामा होईल. दहा वर्षांनंतर आज काय केलं होतं, ते आठवणार नाही. पण याचा अर्थ असा नाही की, आपल्याला आठवत नाही, म्हणजे १ जानेवारी, १९५० हा दिवस नव्हताच असा त्याचा अर्थ होत नाही, की तुम्ही नव्हता, की तुम्ही काही केलंच नाही. तो होता आणि तो जाणून घ्यायचा उपायही आहे. ध्यानाला तिथपर्यंत नेता येतं. आणि जसा ध्यानाचा प्रकाश त्यावर पडेल, तुम्ही आश्चर्यचकित व्हाल. तो तितकाच जिवंत पुन्हा दिसू लागेल, जितका जिवंत त्या दिवशीही नव्हता.

ध्यानाचा एक झोत आहे. तो जर विशेष दिशेने प्रवाहित करायचा असेल, तर एखाद्या टॉर्चप्रमाणे प्रयोग करायला हवा. जर परमात्म्यापाशी घेऊन जायचं असेल, तर एखाद्या ज्योतीसारखा प्रयोग करायला हवा. हे ठीक समजून घ्या.

दिव्याला झोत नसतो. दिवा केवळ जळतो. चारही दिशांना त्याचा प्रकाश फैलावतो. प्रकाश कुठल्या एका दिशेने वाहत नाही, बस केवळ वाहतो, सर्वत्र एकसारखा. दिव्याला असा मोह नाही की, इथे वाहू, तिथे वाहू. म्हणून जे काही आहे, ते दिव्याच्या प्रकाशात प्रकट होतं. पण टॉर्च दिव्याचा झोतरूपातला प्रयोग आहे. त्यात आम्ही संपूर्ण प्रकाशाला बांधून एका दिशेने वाहवतो. म्हणून असं होऊ शकतं की, खोलीत दिवा लावल्यावर वस्तू स्पष्ट दिसत नाहीत; दिसतात, पण स्पष्ट नाही. स्पष्ट दिसण्यासाठी दिव्याचा प्रकाश एका जागेवर बांधून टाकल्यास तो टॉर्च बनतो. मग एक गोष्ट, एखादी ठरावीक वस्तू स्पष्ट दिसते. आणि एक वस्तू स्पष्ट दिसते, पण बाकीच्या वस्तू दिसणं बंद होऊन जातं. खरंतर एखादी गोष्ट स्पष्ट दिसायला हवी असेल, तर सर्व ध्यान एकाच दिशेने वाहवावं लागेल, उर्वरित

ठिकाणी अंधार करावा लागेल.

तर ज्याला सरळ सरळ जीवनाचं सत्य जाणून घ्यायचं आहे, तो दिव्यासारखं ध्यान विकसित करेल. अन्य प्रयोजन नाही. आणि खरंतर असं आहे की, दिव्याचं प्रयोजनच इतकं आहे की, दिवा स्वत:लाच बघेल, इतकाच प्रकाश होईल, तर पुरेसं आहे. संपलं. पण जर काही विशेष प्रयोग करायचा असेल, जसं मागच्या जन्माचं स्मरण, तर मग ध्यानाला एका दिशेने प्रवाहित करायला हवं. त्यासाठी आवश्यक जी दोन-तीन सूत्रं आहेत, ती सांगतो. सगळी सूत्रं नाही सांगत, कारण अशी माणसं असतील एखाद-दुसरी, ज्यांना तसं करायचं आहे, त्यांनी मला स्वतंत्रपणे येऊन भेटावं. कारण सर्वांसाठी असा प्रयोग योग्य नसेल.

मी एक घटना सांगतो. त्याने समजेल. एक प्रोफेसर महिला ध्यानाच्या संदर्भात दोन-तीन वर्षांसाठी माझ्या सहवासात होत्या. त्यांचा आग्रह होता की, वैयक्तिक स्मरण करायचं आहे. पूर्वजन्म जाणून घ्यायचे आहेत. तर मी तसं केलं. त्याआधी त्यांना सांगितलं होतं की, हा प्रयोग आत्ता नाही केलात तर बरं. कारण ध्यान पूर्ण विकसित व्हायला हवं. तर वैयक्तिक स्मरणातून धोका निर्माण होत नाही. कारण एका जीवनातल्या – चालू जीवनातल्या आठवणी झेलणंही त्रासदायक होतं. दोन-चार जीवनातल्या आठवणींचं दार एकदम उघडायचं, तर माणूस वेडासुद्धा होऊ शकतो. म्हणूनच प्रकृतीने, निसर्गाने व्यवस्था केली आहे, विस्मरणाची. जाणण्यापेक्षा विसरण्याची व्यवस्था जास्त प्रमाणात आहे. जितकं तुम्ही आठवता, त्याहून जास्त विस्मरण दिलं आहे. म्हणजे तुमच्या चित्तावरचं ओझं फार वाढू नये. चित्ताचं सामर्थ्य जर वाढलं, तर जास्त ओझं झेलता येतं. पण त्यांचा आग्रह होता.

ज्या दिवशी पहिल्यांदा त्यांच्या पूर्वजन्माच्या आठवणींचा दरवाजा उघडला गेला, त्या रात्री दीड-दोन वाजता त्या धावत माझ्याकडे आल्या. संकटात होत्या. त्या म्हणाल्या की, हे सारं लगेचच बंद व्हायला हवं, आता मला काहीही बघायचं नाही. पण ते इतकं सोपं नाहीये की, कालव्याचं पाणी सोडलं आणि एकदम बंद केलं. दार तुटलं की, लगेचच बंद करता येत नाही. कारण दार उघडत नाही, तुटतं. पंधरा एक दिवस लागले. त्या आठवणींचा ओघ बंद व्हायला. काय कठीण पडलं?

त्या महिलेला आपण अत्यंत पवित्र, चारित्र्यवान असणार; असा विश्वास होता. पूर्वजन्मातल्या स्मृतींमधून त्यांना त्या वेश्या होत्या, असं दिसलं. आणि जेव्हा वेश्येची सगळी चित्रं, प्रसंग दिसू लागले; तर त्यांचे प्राण थरथरू लागले. या जीवनातली जी नैतिकता होती, ती डगमगू लागली. कारण या आठवणी अशा येत नाहीत, की कुणी वेश्या आहे. ती वेश्या म्हणजे मीच? हा भाव, ही सत्यता, मन मान्य करू शकत नाही. ही जी या जन्मी चारित्र्यवान आहे, ती वेश्या होती. असं नेहमी घडतं, मागच्या जन्मातली वेश्या या जन्मी शीलवान असते. मागच्या

जन्मातला हा दु:खभाव, या जन्मी तिला सती बनवतो.

म्हणूनच मागच्या जन्मातले गुंड या जन्मी महात्मा होतात. या जन्मातले महात्मा पुढच्या जन्मात गुंड होतात. म्हणून महात्मा आणि गुंड यांच्यात निकट नातं आहे. नेहमी अशी प्रतिक्रिया होते. कारण जे आम्ही जाणतो, त्याने आम्ही पीडित होतो, त्यामुळे त्याच्या विरोधात जातो. चित्ताचा जो लंबक आहे, तो विपरीत हलू लागतो. उजवीकडे गेला, तर डावीकडे जाण्याच्या तयारीत राहतो. घड्याळ्याचा लोलक बघितला आहेत? उजवीकडे स्पर्श करतही नाही, तर डावीकडे निघतो. आणि जितका दूर उजवीकडे जाईल, तितकाच दूर डावीकडे जाईल. निरंतर हे होत राहतं. प्रत्येक जीवनात हा हिंदोळा असतो. म्हणून जीवनात नेहमी असं होतं. जो चांगला असतो, तो वाईट होतो, वाईट चांगला होतो.

म्हणून असा विचार करू नका की, जो माणूस या जन्मात महात्मा आहे, तो मागच्या जन्मातही महात्माच होता. असं आवश्यक नाहीये. याच्या उलट असण्याचीच शक्यता जास्त आहे.

असं ऐकलंय की, एक साधू होता आणि त्याच्या शेजारी एक वेश्या होती. ते दोघंही एकाच दिवशी मेले. वेश्या स्वर्गाच्या दिशेने जात होती आणि साधू नरकाच्या दिशेने जात होता. आणि त्यांना घेऊन जाणारा यमदूत आश्चर्यचकित झाला. यमदूत एकमेकांना विचारत होते की, हा काय प्रकार होता? काही चूक तर होत नव्हती ना? कारण साधूला आपण नरकात घेऊन जात आहोत, असं का? हा तर साधू होता. तर त्यांच्यापैकी ज्याला माहीत होतं, तो म्हणाला, ''साधू जरूर होता, पण त्याच्या मनात निरंतर वेश्येविषयी अभिलाषा होती. आणि सतत मनात विचार होता की, तिथे काय चाललं असेल? कोणतं सुख तिथे मिळतं? वेश्येच्या घरातून येणारे वीणेचे स्वर त्याला कंपित करत आणि वेश्येच्या घरात वाजणारे घुंगरू त्याला इतकं आंदोलित करत की, तिच्यासमोर बसलेले लोकही तितके आंदोलित होत नसत. त्याचं मन तिथेच घोटाळत राहायचं. पूजा तर रोज करत होता देवाची, पण त्याचे हात वेश्येच्या दिशेनेच जोडलेले असायचे. आणि वेश्या सतत विचार करायची की, हा साधू कोणत्या आंतरिक आनंदात जगतो आहे. मी अशी या गर्तेत सापडले आहे. या दु:खात खितपत आहे. साधूला सकाळी पूजेची फुलं घेऊन जाताना ती बघायची, तेव्हा विचार करायची की, असं कधी होईल की, मी प्रभूच्या मंदिरात पूजेची फुलं घेऊन जाण्यायोग्य होईन? मी इतकी अपवित्र आहे की, मंदिरात जाण्याची हिंमतच करू शकत नाही. आणि जेव्हा साधूच्या घरातून पूजेचा धूर यायचा, घंटीचा आवाज यायचा; तेव्हा वेश्या ध्यानात हरवून जायची, तसा साधू कधीही हरवू शकला नाही. असं उलट होत राहिलं. वेश्येला साधू व्हावंसं वाटत राहिलं आणि साधूला वेश्येची अभिलाषा वाटत राहिली.''

तर त्या प्रोफेसर महिलेला जेव्हा पूर्वजन्माचं स्मरण झालं, तेव्हा त्यांना त्रास झाला. पीडा अशी होती की, त्यांचा सगळा अहंकार गळून गेला, तुटला. जे त्यांनी जाणलं, त्याने त्या कंपित झाल्या. आता त्या ते विसरू बघत आहेत. मी त्यांना सांगितलं होतं की, तयारी हवी. ती नसेल, तर आठवण काढू नये.

म्हणून मी तुम्हाला दोन-तीन सूत्रं सांगतो. प्रथम कृती हवी. चित्त! चित्त हे भविष्याकडे जाणारं आहे, ते मोडावं लागतं. आमचं चित्त भविष्यगामी आहे, अतीतगामी नाही आहे. चित्तधारा भविष्याला उन्मुख आहे. आणि जीवनाचं हित यातच आहे. कारण अतीत – जो गतकाळ आहे, त्याच्याशी काय घेणं-देणं? तो गेला. आता येणाऱ्या काळासाठी उत्सुक हवं.

म्हणून तर आम्ही ज्योतिषाकडे जातो, विचारतो की, उद्या काय होणार आहे? आता ज्याला अतीत जाणून घ्यायचं आहे, त्याने भविष्याची उत्सुकता सोडून द्यायला हवी, अगदी पूर्णपणे. तरच चित्तधारा अतीतच्या दिशेने वाहू शकेल.

तर पहिलं काम हे करावं लागतं की, भविष्याला उन्मुख असणं पूर्णपणे तोडून द्यावं लागतं. काही महिन्यांसाठी, एका निश्चित काळासाठी. सहा महिने भविष्याबद्दल विचार करणार नाही; विचार आला जरी, त्याला नमस्कार करेन. तो भाव जरी निर्माण झाला, तरी मी त्या दिशेने वाहणार नाही.

आणि जसं भविष्य तुटतं, विचारांची धारा, तो प्रवाह पाठीमागे वळायला लागतो. मग मागे, म्हणजे याच जन्माच्या गतकाळात जावं लागतं. एकदम मागच्या जन्मात जाता येत नाही. तर त्याचा प्रयोग आहे की, याच जन्मातल्या भूतकाळात आपण कसे जाऊ.

जसं मी विचारलं की, १ जानेवारी, १९५० रोजी तुम्ही काय केलंत? याचा आम्हाला पत्ता नाही. तर हा प्रयोग करू. हे जाणता येतं.

जसं मी सांगितलं, तसं ध्यान करा आणि दहा मिनिटांनंतर ध्यानात चित्त स्थिर होईल, शरीर शिथिल होईल, श्वास शिथिल होईल, मन शांत होईल, तेव्हा चित्तात एकच गोष्ट राहू दे की, १ जानेवारी, १९५० रोजी काय झालं होतं? मनात चारही बाजूंनी हाच स्वर गुंजत राहू दे. तर दोन-चार दिवसांनी तुम्हाला अनुभव येईल की, अचानक पडदा उघडला आणि एक जानेवारीची सकाळ – अगदी संध्याकाळपर्यंत एक एक गोष्ट डोळ्यांसमोरून सरकत गेली. आणि असा एक जानेवारी दिसला, जसा तो तेव्हाही दिसला नाही. कारण तो दिवस तुम्ही जाणीवपूर्वक घालवला नव्हता.

तर प्रथम याच जन्मात मागे जाऊन प्रयोग करायला हवा. मग पाच वर्षापर्यंत मागे जाता येणं सहजसोपं आहे. पण पाच वर्षांनंतर मात्र अडथळे येतात. म्हणून सर्वसाधारणपणे आमच्या आठवणी पाच वर्षांअगोदरच्या नसतात. काही जण तीन

वर्षापर्यंत पोचू शकतात. पण त्यानंतर मात्र दार अडकतं, जसं सगळं बंद झालं.

 जी व्यक्ती पाच वर्षापर्यंत मागे जाऊ शकते, आठवणी जाग्या करू शकते, त्या पूर्णपणे जागृत होतात. मग त्याला अशा तऱ्हेने तपास करायला हवा – जसा आजचा दिवस जातोय, तर आजच्या दिवसातल्या काही गोष्टी लिहून ठेवायच्या. त्यांना कुलपात टाकायचं आणि दोन वर्षानंतर आजचा दिवस आठवायचा. आजचा दिवस हरवून जाईल. मग स्मरण करा आणि स्मरण करून कुलूप उघडा आणि मग तुलना करा, की साम्य आहे की नाही. आणि तुम्हाला आश्चर्य वाटेल की, जितक्या गोष्टी तुम्ही लिहून काढल्या आहेत, त्याहूनही अधिक गोष्टीही आठवल्या आहेत, ज्या तुम्हाला त्या दिवशी लक्षात आल्या नाहीत. त्या सर्व गोष्टी लक्षात येतील.

त्याला बुद्धांनी नाव दिलंय 'आलय-विज्ञान.' मनुष्याच्या मनात एक कोपरा आहे, त्याला त्यांनी 'आलय-विज्ञान' म्हटलं आहे. आलय-विज्ञानाचा अर्थ आहे, 'स्टोअर हाउस ऑफ कॉन्शसनेस.' जसं घरात एक अडगळीची खोली असते, ज्यात आम्ही जुन्या-पुराण्या वस्तू साठवतो. तसंच चित्ताच्या स्मृतींचा संग्रह करणारी ही अडगळीची खोली, जिथे जन्मोजन्मीच्या स्मृती साठवल्या जातात. शरीर बदलतं, पण ही अडगळीची खोली आपल्या बरोबर येत राहते. केव्हा कशाची गरज लागेल, काही सांगता येत नाही. आणि आयुष्यात जे जे आम्ही केलं आहे, भोगलं आहे, जाणलं आहे; ते ते सर्व इथे संग्रहित आहे.

ज्या व्यक्तीला पाच वर्षापर्यंतच्या आठवणी येतात, तिला पाच वयाखालीही जाणं कठीण जात नाही. प्रयोग असाच राहील. पाच वर्षाखाली जाण्यासाठी एक दरवाजा आहे, जो जन्मापर्यंत घेऊन जातो. मग एक अडथळा जाणवतो; कारण आईच्या पोटातल्या आठवणीही आहेत, या नष्ट झालेल्या नाहीत. त्यातही प्रवेश करता येतो. आणि मग तो क्षण जेव्हा आई-वडिलांचे अणू मिळतात, त्यात आत्मा प्रवेश करतो आणि तिथे पोचल्यानंतरच मागच्या जन्मात जाता येतं. इतका प्रवास केल्यानंतर मागचा जन्म!

मागच्या जन्मात गेल्यानंतर पहिलं स्मरण जे होतं, ते त्या जन्मातल्या शेवटच्या घटनेचं. लक्षात ठेवा. जसा एखाद्या सिनेमाचा आम्ही शेवट आधी बघतो मग सुरुवातीपर्यंत जातो. म्हणून मागे गेल्यानंतर सुरुवातीला काहीही समजत नाही. कारण सगळं अगदी उलट आहे. घटना घडण्याचा जो क्रम होता, त्याच्या अगदी उलटा क्रम आहे.

जर तुम्ही पाठी गेलात, तर या जीवनाचा जन्म आधी दिसेल आणि मग मागच्या जन्माचा मृत्यू. आधी मृत्यू, मग वार्धक्य, मग तारुण्य, मग लहानपण, मग पुन्हा जन्म.

म्हणून मागचा जन्म बघण्यात कष्टदायक काय आहे, तर जे सरळ घडलंय

त्याला उलट बघणं. आणि सरळ-उलट काय आहे, तर आमच्या येण्या-जाण्याचा प्रश्न आहे.

बी आपण पेरतो, शेवटी फूल येतं. उलटं जायचं, तर आधी फूल येईल, मग कळी, मग पानं, मग झाड, मग रोपं, मग बी. गतजन्माच्या स्मृती साठल्या, तरी त्या नीट बघण्यासाठी बराच काळ लागतो. हे कठीण पडतं, कारण आमच्या मनाचं समजून घेणं एका दिशेने आहे, क्रम एका दिशेने आहे. उलटं बघण्याचा अनुभव, सवय मनाला नसते, आम्ही सरळच जातो. पण जर प्रयत्न केला, तर उलटं बघूनही समजून घेता येतं. हा अगदी अद्भुत अनुभव असतो.

एक जीवन बघतो, तर त्यात घटस्फोट दिसतो, मग लग्न दिसतं, मग प्रेम दिसतं. मग या गोष्टी बघितल्यानंतर जाणवतं की, घटस्फोट होणं अनिवार्य होतं. ज्या तऱ्हेने प्रेम झालं, त्यात घटस्फोटच होणार होता. जसं लग्न झालं, ज्या प्रकारे झालं; त्याची परिणती घटस्फोटातच होणार होती. पण जेव्हा आम्ही लग्न केलं होतं, तेव्हा घटस्फोट होईल, असा विचारच केला नव्हता. पण लग्न हे त्याच प्रेमाचं आणि घटस्फोट हे त्याच लग्नाचं फळ होतं. आणि जेव्हा आम्ही ही गोष्ट पूर्णपणे बघतो, तर आज प्रेम करणं काही वेगळीच गोष्ट होईल. कारण त्यात घटस्फोट आम्हाला आधीच दिसू लागू शकतो. मित्र होण्याअगोदरच शत्रू दिसू लागतो.

मी जे सांगतोय की, पूर्वजन्मातल्या आठवणी हा जन्म अस्ताव्यस्त करतील, कारण तुम्ही त्या प्रकारे जगू शकणार नाही, जसे मागच्या जन्मात जगला होतात. पैसा साठवावा, अजून साठवावा, त्यात सर्व काही आहे; ही पूर्वजन्मातली भावना या जन्मात राहणार नाही. कारण त्यात कुठलाही आनंद नाही, उलट दु:ख आहे. दिसेल की, दु:ख मिळालंय; मग दिसेल की, पैसा साठवतो आहोत. आणि मग दिसेल की, पैसा साठवणं हा सुखात नेणारा रस्ता नव्हताच, तो आधार नव्हता, तो दु:खात नेणारा ठरला. मित्र बनवणारा रस्ता शत्रुत्वात घेऊन गेला. प्रेम घृणेत बदललं. गोष्टी आपल्या पूर्ण अर्थाने प्रकट होतील आणि तो अर्थ आमच्या या जीवनाला जगण्याला बदलून टाकेल.

एका फकिराच्या संदर्भात मी ऐकलं आहे. कुणी माणूस फकिराकडे गेला, म्हणाला, ''मला तुमचा शिष्य व्हायचं आहे.'' फकीर म्हणाला, ''आता कुणालाही शिष्य बनवणार नाही. मागच्या जन्मी बनवले होते, पण तेच नंतर शत्रू झाले. मी ती घटना बघितली आहे आणि जाणलं आहे की, शिष्य बनवणं म्हणजे शत्रू बनवणं. मित्र ठरवणं म्हणजे शत्रूचं बी पेरणं. मी आता शत्रू बनवू इच्छित नाही, म्हणून मी बनवत नाही. मी जाणलं आहे की, एकटं असणं पुरेसं आहे. दुसऱ्याला जवळ आणणं म्हणजे दुसऱ्याला दूर नेणं.''

बुद्धांनी सांगितलं आहे की, प्रिय व्यक्तीला भेटून आनंद होतो, अप्रियपासून दूर झालो की, आनंद होतो. प्रिय व्यक्तीचा विरह दु:ख देतं, अप्रियच्या भेटीने दु:ख होतं. असं बघितलं आहे, असं समजलो होतो. पण हे फार उशिरा समजलं की, ज्याला आम्ही प्रिय समजत होतो, तोच अप्रिय होऊन जातो. आणि जो अप्रिय होता, तो प्रिय बनू शकतो.

पण गतजन्म आठवला; तर ही परिस्थिती खूप बदलून जाईल, भिन्न होईल. हे स्मरण शक्य आहे, आवश्यक नाही. संभव, शक्यता आहे; अनिवार्य नाही. आणि कधीकधी तर ध्यान करता करता अकस्मित रूपात तुटतं, काही प्रयोग न करताच. तसं झालं, तर त्यात रस दाखवू नका. साक्षिभावनेने बघा. कारण मन तेवढं सक्षम नसतं. इतका त्रास सहन करण्याची ताकद नसते. विक्षिप्त होण्यासारखी परिस्थिती निर्माण होऊ शकते.

एका बारा वर्षाच्या मुलीला माझ्याकडे आणण्यात आलं. अकस्मितपणे तिला तिचे मागचे तीन जन्म आठवू लागले होते. प्रयोग न करताच. ही प्रकृतीची चूक, कृपा नव्हे. जसं कुणा व्यक्तीला तीन डोळे आले...

यासंबंधी खूप शोध घेतला गेला. गेल्या जन्मी, जिथे मी राहत होतो, तिथून ऐंशी एक मैल दूर ज्या घरात ती होती, तिथे ती चाळीस वर्ष जगून मरण पावली. त्या घरातली माणसं आता माझ्याच गावात राहतात. तिने त्या सर्वांना ओळखलं. आपल्या भावाला, मुलींना, नातवंडांना, नवऱ्याला हजारो लोकांमधूनही तिने ओळखलं. अनेक गोष्टी तिने त्यांना सांगितल्या, ज्या ते विसरले होते. तिचा मोठा भाऊ जिवंत आहे. त्याच्या डोक्यावर जखमेची खूण आहे. मी तिला विचारलं की, ती जखम कशी झाली ते आठवतंय? ती हसून म्हणाली की, भावालासुद्धा माहीत नसेल. आणि खरंच त्याला माहीत नव्हतं. ती म्हणाली की, जेव्हा माझ्या भावाचं लग्न झालं आणि तो घोड्यावर बसला होता, तेव्हा घोड्यावरून पडला. पण तेव्हा तो फक्त दहा वर्षाचा होता. हे त्यांच्या गावातल्या वयस्कर माणसांनी मान्य केलं की, ही बरोबर सांगत आहे. मग तर तिने घरात गाडून ठेवलेला खजिनाही सांगितला. त्याच ठिकाणी खोदून दाखवला.

मागच्या जन्मी ती चाळीस वर्षांची होऊन मरण पावली. त्या आधीच्या जन्मात तिचा जन्म आसाममधल्या कुठल्याशा गावात झाला होता, तेव्हा ती सात वर्षांची होऊन मरण पावली. त्या गावाचा पत्ता, नाव ती सांगू शकली नाही. पण सात वर्षांची मुलगी जितकी आसामी भाषा बोलू शकेल, तितकी ती बोलत होती. आसामी गाणं, नाचही करू शकत होती. खूप शोध घेऊनही तिच्या कुटुंबाचा पत्ता लागू शकला नाही.

तिला सत्तेचाळीस वर्षांचा अनुभव आहे आणि या जन्मातला बारा वर्षांचा. तर

तिच्या डोळ्यांत तुम्हाला बरोबर पासष्ट-सत्तर वयाच्या स्त्रीची झलक दिसू शकते. आणि ती आहे मात्र बारा वर्षांची. पण तिच्या चेहऱ्यावरही तसाच वयस्कर भाव आहे. ती खेळू शकत नाही, कारण वयस्कर आहे. शिकू शकत नाही, कारण आपल्या शिक्षकांना ती 'बेटा' म्हणू शकते. तिच्या आठवणी, तिचं व्यक्तित्व सत्तर वर्षांचं आहे आणि शरीर बारा वर्षांचं. अतिशय उदास, त्रासलेली आहे. कारण वय आणि समज यांचा ताळमेळ बसत नाही.

मी तिच्या आई-वडिलांना तिला माझ्याकडे आणायला सांगितलं, तिच्या आठवणी मी पुसून टाकेन, असंही सांगितलं. कारण आठवणी आठवायचा जो मार्ग आहे, त्याच्या उलट प्रवास केला, तर आठवणी विसरता येतात. पण त्यांना तसं नको होतं. त्यांना त्यातच रस वाटत होता. चर्चा होत होती, मुलीची पूजा करू लागले लोक. ते म्हणाले, ''विसरून काय करणार?'' मी म्हणालो, ''मुलीला वेड लागेल.'' पण त्यांनी मान्य केलं नाही. आणि आज त्या मुलीची अवस्था जवळजवळ वेड्यासारखी झाली आहे. तिला त्या आठवणी पेलवत नाहीत. तिचं लग्न कसं होणार? ती असाच विचार करत आहे की, सत्तर वर्षांची म्हातारी आहे. शरीर तरुण आहे आणि मन वृद्ध. तिला जीवन जगणं कठीण जात आहे.

पण हे अचानक आहे. प्रयोग करून ही धारा तुम्ही तोडू शकता. पण ज्यांना उत्सुकता आहे, ते प्रयोग करू शकतात. पण या प्रयोगाआधी अगदी खोलवर ध्यानाचा प्रयोग करणं आवश्यक आहे, म्हणजे मन इतकं शांत आणि शक्तिशाली होईल की, कोणती गोष्ट जर तुटून पडली, तर तिला साक्षिभावनेने बघता येईल. जर साक्षिभाव जागृत असेल, तर पूर्वजन्म एखाद्या स्वप्नापेक्षा जास्त, वाटत नाही. मग त्याने काही पीडा होत नाही. मग असंच वाटतं की, ही स्वप्नं आपण बघितलेली आहेत. जेव्हा पूर्वजन्म आठवतात आणि स्वप्नवत वाटतात, तेव्हा हा जन्मही लगेचच स्वप्न वाटू लागतो.

तर ज्या लोकांनी या जगाला 'माया' म्हटलं आहे, त्याला खास असं काही कारण नाही आहे. कारण केवळ वैयक्तिक स्मरण हेच आहे. ज्यांनी गतजन्माचं स्मरण केलं, सगळा मामला माया झाला. स्वप्न झालं. कारण कुठे आहेत ते मित्र, जे गेल्या जन्मात होते? ते घर? ती पत्नी? नवरा? मुलं? कुठे गेलं ते जग, जे मागच्या जन्मात होतं? कुठे गेलं ते सर्व, जे आम्ही सत्य मानलं होतं? त्या चिंता, दु:ख,वेदना; ज्यांमुळे रात्र रात्र झोप लागत नव्हती? ती सुखं? जर मागचा जन्म सत्तर वयवर्षांचा होता, तर त्या तेवढ्या वयात जे काही बघितलं, ते सर्व स्वप्न वाटेल की सत्य? स्वप्नच वाटेल, जे तुटलं, संपलं.

असं ऐकलंय की, एक सम्राट आपल्या मरणासन्न मुलाजवळ बसला होता. एकुलता एक मुलगा. आठवडा उलटला, ना तो बरा होतोय, ना मरतोय. आता

सम्राटालाच वाटू लागलं की, या इतक्या वेदना सहन करण्यापेक्षा मृत्यू आला, तर बरं. एक मन सांगू लागलं की, वाचू दे; एक मन म्हणू लागलं की, मरू दे. आठ रात्र सम्राट झोपला नाही. पहाटेचे चार वाजले आणि सम्राटाला डुलकी आली. त्यात त्याला स्वप्न दिसलं. स्वप्नं अशीच असतात, जी आयुष्यातली कमतरता असते, ती स्वप्नात दिसते.

एकुलता एक मुलगा, तोही मरणासन्न! स्वप्नात त्याला त्याची बारा मुलं दिसली. ती मुलं सुंदर, सोन्यासारखी त्वचा, मोठेमोठे महाल, मोठं साम्राज्य, पृथ्वीचा मालक, मोठ्या आनंदात होता. आणि तो हे स्वप्न बघत होता. ...स्वप्न बघायला वेळ लागत नाही. स्वप्नाचा जो वेग आहे, जीवनाच्या धारेपेक्षा वेगळा आहे. आम्ही एका क्षणात अनेक वर्षांचा काळ बघू शकतो. क्षणभर झोप लागते आणि स्वप्न पडतं. त्यात कितीतरी मोठा काळ आपण बघतो. आपल्याला याचं आश्चर्य वाटतं. काळाचा वेग स्वप्नात अतिशय तीव्र आहे. तर त्या क्षणी सम्राटाने स्वप्न बघितलं की, त्याला बारा मुलं होती, सुंदर मुलं, त्यांच्या सुंदर बायका, मोठा राजवाडा, साम्राज्य. आणि तेव्हाच त्याचा तो आजारी मुलगा मरण पावला. बायकोने हंबरडा फोडला, तसा सम्राट जागा झाला, तो चमकला. बायकोला वाटलं, तो घाबरला. बायकोने विचारलं, "इतके घाबरला का आहात? डोळ्यांत पाणीही नाही. काही बोलतही नाही?" सम्राट म्हणाला, "घाबरलेलो नाहीये. संकटात सापडलो आहे. कसा रडू, असा विचार करतो आहे. आत्ता बारा मुलं होती, ती हरवली, त्यांच्यासाठी रडू की हा एक होता, तो हरवला, त्याच्यासाठी रडू? मी अशा प्रश्नात सापडलो आहे की, मी कुणासाठी रडू? मला समजत नाहीये की कोण मेलं आहे? गंमत अशी आहे की, जेव्हा मी त्या बारा मुलांमध्ये होतो, तेव्हा हा नव्हता, हा हरवला होता, तूही हरवली होतीस, हा महालही नव्हता. आता तुम्ही आहात, तर ते सगळे हरवले. काय आहे सत्य?"

जर एकदा गतजन्माचं स्मरण होत असेल, तर तुम्ही मोठ्या अडचणीत सापडाल. नक्की सत्य कुठलं? कारण प्रश्न असा निर्माण होतो की, जे बघितलं, तेही तितकंच सत्य होतं, जितकं हे आहे. हेसुद्धा स्वप्नासारखं पळून जाईल आणि संपेल. जसे सगळे अंतापर्यंत पोचले, तसंच हे स्वप्नही अंतापर्यंत पोचेल.

जेव्हा आपण सिनेमा बघतो, तोही खरा वाटतो. सिनेमा बघून, काळोखातून बाहेर आल्यावरही काही क्षण लागतात परतून यायला. पण जरी तिथे जाणवलं की, तो सिनेमा होता किंवा नाटक होतं; तरी ते बघताना आपण हसतो, रडतो. खरंतर असं आहे की, जी माणसं रडत नाही, रडू शकत नाहीत; ते त्यांचं रडणं तिथे रडून घेतात; सिनेमा बघण्याच्या बहाण्याने. जर इतर वेळेस रडले, तर काहीतरी बहाणा करावा लागला असता. सिनेमाच्या निमित्ताने तो करावा लागला नाही, आणि

मोकळंही होता आलं. पण जर रोजच सिनेमा बघू लागल्यास हळूहळू हा समज, धोका स्वच्छ व्हायला लागतो. मागच्या सिनेमातल्या आठवणी विसरल्या जातात पुन्हा पुन्हा. पुन्हा बघायला जावं, तर सत्य समजतं.

मागच्या जन्माच्या आठवणींमुळे, आत्ताचा जन्म स्वप्न वाटतो. ही हवा, आकाश, ढग जे आत्ता आहेत; पण मागे मागच्या जन्मात कुठे होते? ते हरवले कुठे? सर्व हरवत राहतं.

हा बोध जर होत असेल, तर 'माया'चा अनुभव मिळेल. आणि त्याचबरोबरीने असाही अनुभव येईल की; या गोष्टी असत्य, घटना असत्य, येतात आणि जातात. पण एक गोष्ट कधीही हरवत नाही. एक स्वप्न येतं, दुसरं-तिसरं... स्वप्नं येतात. पण तो, ज्याला ही स्वप्नं पडतात, तो कधीही हरवत नाही. तो असतोच. रात्री तो एका शरीरातून निघतो आणि दुसऱ्या शरीरात जातो. एक देह नष्ट होतो, दुसरा नष्ट होतो, तिसरा... पण तो यात्री मात्र चालत राहतो.

तर एकाच वेळेस दोन अनुभव येतात. एक अनुभव असा की, जग हे माया आहे आणि द्रष्टा सत्य आहे. दृश्य असत्य आहे आणि द्रष्टा सत्य आहे. दृश्य तर रोज बदलतं, प्रत्येक वेळी; पण ते बघणारा द्रष्टा तोच आहे, तोच आहे, तोच आहे. लक्षात ठेवा, जोपर्यंत दृश्य सत्य वाटतं, तोपर्यंत द्रष्ट्याकडे लक्ष जात नाही, आणि जेव्हा दृश्य असत्य वाटतं, द्रष्टा सत्य होऊन जातो.

म्हणून मी म्हणतो की, हे उपयोगी तर आहे; पण त्यांच्यासाठी, जे ध्यानात खोलवर जातात आणि प्रयोग करतात. ध्यानात खोलवर गेल्यानंतर जीवन एखाद्या स्वप्नासारखं बघण्याची क्षमता येते. जसं महात्मा होणं तितकंच स्वप्न आहे, जितकं चोर होणं स्वप्न! स्वप्न चांगली-वाईट दोन्ही बघता येतात. चोर हे स्वप्न लवकर संपतं, पण महात्मा हे स्वप्न बराच काळ चालतं, कारण सुखद वाटतं. स्वप्नं सुखद असतील, तर मन त्यांना लवकर संपवत नाही. दु:खद स्वप्न ओझं वाटतात, मन घाबरतं, लवकर संपलं पाहिजे, ही धारणा असते.

म्हणून अनेकदा असं होतं की, परमात्म्यापर्यंत पापी पोचतात, पण पुण्यात्मा पोचू शकत नाही. कारण पापी माणसांची स्वप्नं क्लेशदायक आहेत. महात्म्याचं स्वप्न आनंददायी आहे. भगव्या वस्त्रांत गुंडाळलेलं स्वप्न जपण्याचा मोह होत राहतो. ती जास्त प्रिय वाटतात.

या काही गोष्टी व्यक्तिगत स्मरणासंबंधी मी सांगितल्या, पण त्यासाठी प्रयोग करायला हवा. आजपासूनच आपण आत उतरायला सुरुवात करू, मग मागे उतरू शकू. आत कुणी उतरायला तयार नसेल, तर मग कठीण आहे.

जसं एखाद्या मोठ्या घराला तळघर आहे आणि माणूस घराबाहेर उभा आहे आणि म्हणतोय की, मला तळघरात जायचं आहे. तर आम्ही त्याला सांगू की,

आधी घरात तर जा. कारण तळघरात जायचा रस्ता घरातून आहे, घराच्या बाहेरून नाही.

जीवन जे जगलं गेलं, ते म्हणजे आमचं तळघर झालं. ज्या भागात आम्ही जगलो होतो, ते भाग आम्ही सोडून दिले आहेत. आम्ही दुसऱ्या भागात जगत आहोत. पण आम्ही त्या भागात जगत नाहीयोत. अजून आम्ही घराबाहेर उभे आहोत, आम्ही आमच्या बाहेर उभे आहोत. आणि आम्ही मागे उतरू शकत नाही, जोपर्यंत आम्ही आत उतरत नाही. जो आत उतरतो, त्याला मागे जाण्यात काहीही अडचण नाही, धोका नाही, उपद्रव नाही.

एका मित्राने विचारलं आहे की, त्यांचे एक मित्र आहेत, जे योगी आहेत आणि ते म्हणतात की, मागच्या जन्मी ते चिमणी होते. तर मनुष्य पशूसुद्धा होऊ शकतो?

माणूस कधीतरी पशू असू शकतो, पण पुन्हा पशू होत नाही. मागे जाणं होत नाही. ते अशक्य आहे. हे होऊ शकतं की, मागच्या योनीमधून पुढे येणं; पण हे होऊ शकत नाही की, पुढल्या योनीतून मागे जाणं. दोनच गोष्टी, एक तर पुढे येणं अथवा जिथे आहात, तिथेच राहणं. जसं एखादं मूल पहिल्या वर्गातून दुसऱ्या वर्गात जातं. पण नापास झालं, तर पुन्हा पहिल्या वर्गात नाही जात, दुसऱ्याच वर्गात राहतं. तर ज्या योनीत आपण आहोत, तिथेच टिकून राहतो, अगदी खूप काळ. हे शक्य आहे. पण मागे परतून जात नाही.

तर हे कठीण नाहीये की, मागच्या जन्मी कुणी पशुयोनीत असेल. असणारच. किती जन्म राहिला, हा वेगळा प्रश्न. आणि जर आपण मागच्या जन्मांत उतरलो, तर ते सर्व जन्म आठवतील, जेव्हा आपण चिमणीही असू, प्राणी असू, पक्षी... खाली अजून इतकी जडता असेल की, चेतनेचं सूत्र शोधणंही कठीण होईल.

पहाडसुद्धा जीवन आहे. तिथेही जीवन आहे, पण चेतना नसलेलं. नव्याण्णव टक्के जडता आहे आणि एक टक्का चेतना. निरंतर जडता घटत जाते आणि चेतना वाढत जाते. परमात्मा आहे शंभर टक्के चेतना. पदार्थ आणि परमात्मा यांच्यात टक्केवारीचं अंतर आहे. तिथे क्वालिटीचं अंतर नाहीये, तर क्वान्टिटीचं अंतर आहे. गुणात्मक अंतर नाहीये, मात्रा हे अंतर आहे. म्हणून पदार्थ परमात्मा होऊ शकतो.

तर यात आश्चर्य वाटू नये की, कुणी माणूस पशू होता. आश्चर्य हे आहे की, काही माणसं, माणसं असूनही पशू असतात. आपणही मागच्या जन्मांत पशू असलो पाहिजे. पण माणूस असूनही आमची चेतना इतकी क्षीण असू शकते की, केवळ देहापर्यंत मर्यादित – जर आपण वृत्तीचा शोध घेतला, तर असंच वाटेल की, आम्ही पशू तर नाही? पण माणूसही नाही राहिलो. मध्येच अडकले आहोत. म्हणून जेव्हा केव्हा संधी मिळते, तर आम्हाला पशू व्हायला वेळ लागत नाही.

समजा, तुम्ही अगदी भला माणूस आहात आणि रस्त्यावरून जाताना कुणी तुम्हाला एक ठोसा लगावला, शिवी दिली आणि अचानक तुमच्यामधला तो भला माणूस एकदम परका झाला. तुम्ही तिथे उभे राहिलात, जसे तुम्ही मागच्या जन्मात होता. तुम्ही पशू झालात. आमची कातडी अगदी वरवरची, जरासं खाजवलं, तर आतला पशू बाहेर येतो. तो येतो, कारण कधी काळी आम्ही तसे होतो. ती जी आमची वाढ आहे, मनुष्य होण्याची, ती झाली तर आहे, पण आत अजूनही पशू हजर आहे. म्हणून त्याला खोदायला जराही वेळ लागत नाही. हिंदूंना सांगा, हिंदू धर्म धोक्यात आहे; मुसलमानाना सांगा, मुसलमान धर्म धोक्यात आहे. लगेचच उठतील. फार खोलवर जायची गरज नाही. सगळेच असे आहेत. जेव्हा पशू बाहेर येतो, तेव्हा इतक्या जोशात प्रकट होतो की, असं वाटतं, की हा माणूस 'माणूस' आहे?

ही जी आमची स्थिती आहे, त्यात सर्व काही सामावलेलं आहे, जे आम्ही आधी होतो. त्याचे पापुद्रे आहेत आत. जरासं खाजवलं, तर आतल्या पापुद्र्यांपर्यंत आपण पोचू शकतो. आम्ही दगडाच्या खोलातही, पापुद्र्यातही पोचू शकतो, कारण खोल अंत:करणात आम्ही आत्ताही दगड आहोत. तिथपर्यंत जर उचकटत, खाजवत गेलो; तर आम्ही व्यवहारही दगडासारखा करू शकतो, करतो. आणि पुढे या शक्यता आहेत, ते आमचे पापुद्रे नाहीत. आम्ही देवही होऊ शकतो, पण जे आम्ही होत आलो आहोत, ती आमची स्थिती आहे.

तर या दोन गोष्टी झाल्या, की जर आम्ही आत खणलं थोडंसं, तर आमच्या आतली स्थिती मिळेल. आणि जर आम्हाला अजून पुढे फेकलं, तर पुढच्या स्थितींचा अनुभव मिळेल. जसं कुणी उडी मारली, तर एका सेकंदासाठी जमिनीवरून आकाशात जातो आणि पुन्हा जमिनीवर उभा राहतो. असेच आम्ही उड्या मारत मारत माणूस होत राहतो. नीट निरीक्षण केलंत, तर चोवीस तासांमध्ये काही क्षणांसाठीच आम्ही 'माणूस' असतो.

भिकारी बघितले आहेत? ते सकाळी भीक मागायला येतात, संध्याकाळी नाही. कारण संध्याकाळपर्यंत माणसातला माणूस हरवतो. सकाळ छान असते. झोप झालेली असते, आराम मिळालेला असतो; भांडण, कलह, शिव्याशाप, उपद्रव असं काहीही नसतं. माणूस ताजातवाना असतो. भिकारी समोर आला अशात, तर त्याला आशा असते माणुसकीची. पण संध्याकाळपर्यंत दिवसभराच्या ताणाने माणुसकी शिल्लक राहत नाही, हे भिकाऱ्याला माहीत असतं. तो संध्याकाळी भीक मागायला दाराशी येत नाही. माणसाचा तोपर्यंत पशू झालेला असतो.

म्हणून रात्री क्लबमध्ये जनावरं दिसतात. क्लबमध्ये नक्कीच पशुवृत्ती जागृत होते. तो दिवसभरातला थकलेला माणूस म्हणतो, मला पशू पाहिजे, दारू पाहिजे, जुगार पाहिजे, नाच पाहिजे, नागडेपण – नग्नता पाहिजे, हुल्लड पाहिजे. म्हणून

प्रार्थना करायची तर सकाळी. मंदिरात घंटानाद सकाळी होतो. रात्री वेश्या आमंत्रण देते. ती हे आमंत्रण सकाळी देत नाही.

दिवसभरातला थकलेला माणूस पशू – जनावर होतो. म्हणून रात्रीचे धंदे वेगळे आणि सकाळची दुनिया वेगळी. हे चर्च, मशीद, मंदिर सकाळी घंटा वाजवतात, अजान देतात. कारण थोडीशी आशा की, सकाळी जागा झालेला माणूस कदाचित परमात्म्याकडे नजर वर करून बघेल. ही आशा संध्याकाळी थकलेल्या जाणसाकडून कमी केली जाते. म्हणून लहान मुलांकडून जास्त आशा असते की, ते परमात्म्यापाशी झुकतील. म्हाताऱ्यांकडून कमी, कारण ती आयुष्याची संध्याकाळ आहे. आयुष्याने सगळं उजाड केलेलं असतं. म्हणून जितक्या लवकर सकाळ होईल, तितक्या लवकर यात्रेला निघालं पाहिजे. संध्याकाळ येईलच. संध्याकाळ व्हायच्या अगोदर जर आम्ही सकाळीच यात्रेला निघालो, तर असंही होऊ शकेल की, संध्याकाळी आम्ही मंदिरात असू.

तर या मित्राने योग्य विचारलं आहे, हे संभव आहे की, कोणी मनुष्य गतजन्मी पशुपक्षी असेल. लक्षात हे ठेवायलं हवं की, या जन्मी तर पशुपक्षी नाहीये. हे स्मरण आवश्यक!

एक-दोन प्रश्न आहेत, पण ते आपण रात्री किंवा सकाळी बघू. आता ध्यानाला सुरुवात करू. दोन गोष्टी आहेत. स्वत:ला पूर्णपणे सोडून घ्यायचं आहे. जराही स्वत:ला धरून ठेवलं, तर ती पकड ध्यानात व्यत्यय आणते. असं सोडून घ्यायचं आ, जसे आम्ही मरणासन्न आहोत. आणि मृत्यूचा स्वीकार करायचा आहे – मृत्यू आला. सर्व मरून गेलं आहे आणि आम्ही बुडत चाललो आहोत. आता तोच उरेल, तोच उरणार.

म्हणून मी म्हणालो की, हा मृत्यूचाच प्रयोग आहे.

या प्रयोगाचे तीन भाग आहेत. पहिला – शरीराची शिथिलता. दुसरा – श्वासाची शिथिलता आणि तिसरा – विचारांची शिथिलता. तिघांना सोडून देत जायचं आहे.

डोळे बंद करा. बंद... बंद...

शरीर – शिथिल... शिथिल... अजून शिथिल...

श्वास – शिथिल... थांबवायचा नाही, जोरात घ्यायचा नाही. शिथिल... शिथिल...

विचार – शांत. शिथिल...

मन शांत... शांत... शांत...

अनुभव करा सर्व मृत – मरून गेलंय. केवळ एक ज्योत जळत आहे – साक्षी बना – मृत्यूला बघत रहा... आत बघत रहा... संपूर्ण मृत...

मन शांत आणि शून्य झालं आहे....

'स्व' दार आहे – सर्वांचं

जो आपल्या आत प्रवेश करतो, त्याला आत प्रवेश केल्यावर जाणवतं की, तो सर्वांच्या आत पोचला. कारण बाहेरून आम्ही सगळे भिन्न-भिन्न आहोत, पण आतून मात्र आम्ही भिन्न-भिन्न नाहीयोत.

एका मित्राने विचारलं आहे की, मी सत्याला आणि परमात्म्याला प्राप्त करण्याची जी पद्धती सांगितली आहे – सर्वांचा विरोध करून स्वत:ला जाणून घेण्याची – याच्या उलट होऊ शकत नाही का की, आम्हा सर्वांतच परमात्म्याला जाणून घ्यायचा प्रयत्न असायला हवा. सर्वांत तोच आहे, हा भाव हवा!

मेरे प्रिय आत्मन्!

हे थोडं समजून घेणं उपयोगी होईल. जी व्यक्ती स्वत:मधल्या परमात्म्याला जाणू शकत नाही, ती सर्वांमध्ये त्याला जाणून घेऊ शकत नाही. जी स्वत:त त्याला ओळखू शकली नाही, ती दुसऱ्यांमधल्या त्याला कशी काय ओळखणार? 'स्वयं'चा अर्थ जो माझ्या सर्वांत जवळ आहे आणि दुसरं कुणीही असलं, तर माझ्यापासून थोडं दूर, अजून

दूर. अजून दूर असणार. आणि सर्वांत जवळचा मी आहे, त्यातही मला परमात्मा दिसत नसेल, तर जो माझ्यापासून दूर आहे, त्याच्यातला तो मला कसा काय दिसणार?

प्रथम तर स्वत:मधलाच जाणून घ्यायला हवा. ते अगदी जवळचं दार आहे. पण लक्षात ठेवा, जी व्यक्ती ही अगदी मजेशीर गोष्ट आहे, जी व्यक्ती स्वत:तल्या दारातून प्रवेश करते, ती अचानक 'सर्व'मध्ये प्रविष्ट होते. स्वत:, स्वयंचा दरवाजाच सर्वचा दरवाजा आहे. जो स्वत:मध्ये प्रवेश करतो, केल्याक्षणी त्याला जाणवतं की, तो सर्वांमध्ये पोचला. कारण बाहेरून आपण सगळे भिन्न-भिन्न आहोत, आतून मात्र भिन्न नाहीयोत.

जर एखादी व्यक्ती एखाद्या झाडाचं पान-पान बाहेरून शोधत असेल, तर सर्व पानं वेगवेगळी दिसतील. पण जर त्या पानाच्या आत प्रवेश केला, तर ती व्यक्ती त्या झाडाच्या मूळ धारेपर्यंत पोचेल, जिथे सगळी पानं एक होतात. एकएक पान वेगवेगळं बघितलं, तर ते वेगवेगळं आहे. पण एका पानाला जर आतून जाणलं, तर त्या पानाच्या शिरा त्या मूळ रसधारेपर्यंत नेतात, जिथून सर्व पानं फुटतात आणि जिथे सगळी पानं विलीन होतात.

जर आम्ही आमच्या आत पोचलो, तर आम्ही 'सर्व'च्या आत उतरतो. जोपर्यंत आत पोचत नाही, तोपर्यंत मी आणि तू यांचा भेद आहे.

खरंतर 'सर्व'चा अर्थ असा नाहीये की, मी आणि तू मिळून सर्व! मी आणि बाकीचे सगळे मिळून सर्व असा अर्थ नाही आहे. 'सर्व'चा अर्थ जिथे मी नाही आणि तू नाही आणि तरी जो शेष राहतं, त्याचं नाव 'सर्व' आहे. जर माझ्यातला 'मी' नष्ट झाला नाही, तर मी सर्वशी जोडला जाईन, पण ती जोड असत्य असेल. सर्व पानांना जरी मी जोडलं, तरी झाड बनू शकत नाही, जरी झाडाला सगळी पानं जोडली आहेत. झाड सर्व पानांच्या जोडण्याहून जास्त काहीतरी आहे. खरंतर जोडण्याशी

काहीही संबंध नाही, जोडणं चुकीचंच आहे. जोडणं म्हणजे आम्ही 'वेगवेगळं' मान्य केलं आहे. झाड वेगवेगळं नाहीये. जसे आम्ही 'मी' मध्ये उतरतो, मी नष्ट होऊन जातो. स्वतःत उतरल्यानंतर जी पहिली गोष्ट संपून जाते, ती म्हणजे स्वचं अस्तित्व. जिथे स्व संपतो, तिथे 'तू'ही संपला, परका कुणी राहिलाच नाही. मग जो शेष उरतो – तो सर्व!

सर्व म्हणणंही ठीक नाही, कारण 'सर्व' हा शब्द जुन्या भाषेतला 'मी' आहे. म्हणून जे जाणतात, ते 'सर्व' असं म्हणणार नाहीत. ते 'एक' असंही म्हणणार नाहीत. कारण एक म्हटलं की, 'दोन'चा विचार येतो. कारण असं वाटतं की, जर एक उरला, तर एकाला दोनाशिवाय काहीही अर्थ नाही. 'दोन' असेल, तरच 'एक' असतो. म्हणून जे जाणतात, ते एक उरतो, असं म्हणत नाहीत. ते म्हणतात, 'अद्वैत' उरतं.

गमतीशीर गोष्ट आहे. ते असं म्हणतात की, दोन उरत नाहीत. असं म्हणत नाहीत की, एक उरतो, ते म्हणतात दोन उरत नाहीत. अद्वैत! अद्वैतचा अर्थ जिथे दोन नाहीये. हे उलटं म्हणण्याची काय गरज? सरळ म्हणा ना की, एक आहे. पण तसं म्हणता येत नाही, कारण एक म्हटलं की, दोनची शक्यता तयार होते. आणि जेव्हा आम्ही म्हणतो की, जिथे दोन नाही, तिथे तीनही नाही, एकसुद्धा नाही, अनेक नाही; तिथे सर्व नाही.

ते जे आमचं जग होतं बघण्याचं, त्यामुळे विभाजन निर्माण होत होतं. आता अविभाज्य, जो काही आहे, अविभाज्य – तो शेष राहतो. पण त्याला जाणून घेण्यासाठी कुणी असं करेल, जसं माझ्या मित्राने विचारलं आहे – सर्वांमध्ये परमात्म्याची कल्पना करू! पण ती कल्पना असेल, कल्पना म्हणजे सत्य नव्हे.

खूप दिवसांपूर्वी एका फकिराला माझ्याकडे आणण्यात आलं. ज्यांनी त्याला आणलं होतं, ते म्हणाले की, या फकिराला सर्वत्र परमात्म्याचं दर्शन होतं. प्रत्येक वस्तूत. गेले तीस वर्ष हे दर्शन घडत आहे. मी त्याला विचारलं, "तुम्हाला हे दर्शन अभ्यासपूर्णतेने होतं आहे का? जर अभ्यासामुळे होत असेल, तर हे दर्शन खोटं आहे.'' तो म्हणाला, ''मी समजलो नाही.'' मी म्हणालो, ''तुम्ही कधी सर्वांमध्ये परमात्मा बघण्याची इच्छा, कल्पना तर केली नव्हतीत?'' तो म्हणाला, ''निश्चितच! तीस वर्षांपूर्वी मी ही साधना सुरू केली आणि प्रत्येक गोष्टीत परमात्मा बघण्याचा प्रयत्न करत होतो. दगडात, झाडात, डोंगरात – सर्वांत! आणि मग मला परमात्मा दिसू लागला.'' मी म्हणालो, ''तीन दिवस माझ्याकडे रहा आणि परमात्मा बघण्याचा प्रयत्न सोडून द्या. कृपा करून या तीन दिवसांत!''

तो तीन दिवस थांबला. पण पहिल्याच दिवशी सकाळी म्हणाला, ''तुम्ही माझं मोठं नुकसान केलंत. केवळ बारा तास मी प्रयत्न केला नाही, तर मला

दगड मला दगडच दिसू लागला, आणि डोंगर डोंगर दिसू लागला. तुम्ही माझा परमात्मा हिरावून घेतलात. काय माणूस आहात? मोठं नुकसान झालं.'' मी म्हणालो, ''जो परमात्मा बारा तासांत अभ्यास न केल्यामुळे हरवतो, तो परमात्मा नाही. नव्हताच. केवळ अभ्यासाचं प्रतिफळ होतं. जसा एखादा माणूस एखादी गोष्ट जोरजोरात वारंवार म्हणत राहतो, तेव्हा भ्रम निर्माण होतो. नाही, नाही आपल्याला दगडात देव बघायचा नाहीये. तर अशा स्थितीपर्यंत पोचायचं आहे, जिथे दगडात परमात्म्याशिवाय अजून काही बघण्यासारखं उरलंच नसेल. आणि या दोन भिन्न गोष्टी आहेत.''

दगडात देवाला बघण्याचा प्रयत्न केल्यानंतर दगडात देव दिसतील, पण ते देव म्हणजे प्रोजेक्शनच्या व्यतिरिक्त दुसरे काहीही नाहीत. तुमची कल्पना तुम्ही दगडावर लादत आहात. ते देव तुम्ही बनवलेले आहेत. तुमच्या कल्पनेचा विस्तार आहे. ते एका स्वप्नापेक्षा फार काहीही नाहीये. तुम्ही उगाळत राहता आणि स्वप्न मजबूत होत जातं. पण हे भ्रमात जगणं आहे. कोणत्या सत्यात उतरणं नव्हे.

हो, एक दिवस असं जरूर होतं, की 'स्व' मिटून जातो. मग एका देवाशिवाय दुसरं काहीही दिसत नाही. मग असं होत नाही, की दगडात देव आहे; असं होतं की, दगड कुठे आहे? देवच आहे. माझा हा फरक समजतोय का तुम्हाला? मग असं होत नाही; की दगडात, झाडात देव आहे, झाडही आहे आणि देवही आहे. मग असं होतं, की झाड कुठे गेलं, दगड कुठे गेला, पहाड कुठे गेला? कारण जे शेष राहिलं – तो देवच! मग तुमच्या अभ्यासावर या गोष्टी अवलंबून नाहीयेत, तर तुमच्या अनुभवावर अवलंबून आहेत.

सर्वांत मोठा धोका साधनेच्या जगातला आहे, तो म्हणजे कल्पना. मोठा धोका की, आम्ही त्या सत्याची कल्पना करू शकतो, ज्या सत्याचा आम्हाला अनुभव असायला हवा. अनुभव आणि कल्पना यांत अंतर आहे. एक माणूस दिवसभर उपाशी आहे, रात्री स्वप्नात झोपेत जेवण जेवतो. स्वप्नात जेवण जेवण्याच्या कल्पनेत तृप्ती मिळते. इतकी, की आनंद द्विगुणित होतो. कारण जितकं हवं, जसं हवं; तितकं स्वप्नात जेवता येतं, जे हवं तेही. पण स्वप्नातल्या जेवणाने पोट भरत नाही. त्यावर कोणी जिवंत राहू शकत नाही. त्यातून रक्त तयार होत नाही. स्वप्न म्हणजे केवळ धोका.

स्वप्नात केवळ जेवण नसतं, देवही असतात. स्वप्नात मोक्षही असतो. स्वप्नात शांती असते आणि सत्यही. माणसाच्या मनाची सर्वांत मोठी क्षमता आहे, ती म्हणजे स्वतःला धोका देण्याची क्षमता. पण अशा तऱ्हेच्या धोक्यात कधी आनंद, मुक्ती उपलब्ध होत नाही.

म्हणून मी तुम्हाला असं सांगणार नाही की, तुम्ही सगळ्यांमध्ये देव बघायला

सुरुवात करा. मी सांगतो आहे की, तुम्ही आत बघायला सुरुवात करा की, तिथे काय आहे? तसं करू लागलात, तर सर्वांत प्रथम जी व्यक्ती नाहीशी होईल, ती व्यक्ती म्हणजे तुम्ही असाल. तुम्ही प्रथम नाहीसे व्हाल. तुम्ही उरणार नाही आत. प्रथमच तुम्हाला समजेल की, माझं असणं हा माझा सर्वांत मोठा भ्रम होता की, मी आहे. तो तर हरवला अहंकार! प्रत्यक्षात आम्ही डोकावून बघितलं नव्हतं, म्हणून मी असणं हेच सत्य धरून चाललो होतो. आणि कदाचित म्हणूनच आम्ही आत डोकावून बघण्यासाठी घाबरतो, की 'मी' हरवून जाईल.

तुम्ही कधी बघितलं असेल, कोणी माणूस मशाल हातात घेऊन गोल गोल फिरवताना. तेव्हा एक अग्नीचा गोल – अग्निवृत्त तयार होतो. दिसतो आगीचा गोल, आगीचं वर्तुळ. वर्तुळ कुठेच नसतं, केवळ एक मशाल गोल फिरत असते. जर जवळ जाऊन निरखून बघितलंत, तर वर्तुळ हरवतं, उरते मशाल. वर्तुळ – अग्निवृत्त खोटं आहे. असंच जर आत जाऊन आपण निरखून बघितलं, तर समजेल की, 'मी' सपशेल खोटा आहे. जोरात फिरणाऱ्या चेतनेमुळे 'मी'चा भ्रम निर्माण झाला आहे. हे त्या जोरात फिरणाऱ्या मशालीच्या तेजोवलयाप्रमाणेच भ्रम निर्माण करणारं आहे. एक वैज्ञानिक सत्य, जे समजून घ्यावं.

तुम्हाला कदाचित हे माहीतही नसेल की, आमच्या जीवनातले सगळे भ्रम जोरात फिरण्यामुळे तयार झालेले भ्रम आहेत. भिंत कठीण दिसते, दगड पडला आहे पायाखाली, तोही कठीण दिसतो. पण वैज्ञानिक म्हणतात की, कठीण दगड अशी कुठली वस्तू नाहीचे. तर मग आम्ही प्रश्नांकित होतो. तुम्हाला माहीत आहे! वैज्ञानिक जितके पदार्थांजवळ गेले, तितका पदार्थ विलीन झाला. दूर असेपर्यंत पदार्थच समजला जात होता. पण जवळ गेल्यावर तेच वैज्ञानिक सांगतात की, जोरात फिरणारे विद्युत्कण, इतक्या जोरात फिरत आहेत की, त्यामुळे कठीणत्वाचा भ्रम निर्माण होतो. कठीणत्व कधी, कुठेही नाहीये.

जसा विजेचा पंखा. जोरात फिरतो, तर तीन पाती दिसत नाहीत. मोजता येत नाहीत. अजून जोरात फिरला, तर दिसतो केवळ धातूचा गोळा, जो फिरतोय.

पदार्थांत इतक्याच जोरात फिरत असतात त्याचे कण. कण म्हणजे पदार्थ नाहीयेत, तर कण म्हणजे ऊर्जा, जी जोरात फिरत असते. फिरण्यामुळे कठीणत्वाचा भाव देत असते. सर्व पदार्थ म्हणजे जोरात फिरणाऱ्या ऊर्जेचं फळ आहे. अशीच चित्ताची ऊर्जा आहे. एनर्जी ऑफ कॉन्शसनेस इतकी जोरात फिरते की, भ्रम निर्माण होतो.

जगात दोन भ्रम आहेत. एक पदार्थांबद्दल आणि दुसरा 'मी' हा भ्रम. हे दोन्ही भ्रम अगदी खोटे आहेत. पण ते त्यांच्या जवळ गेल्यानंतरच समजतं. हे मी सांगत नाहीये. जर माझं सांगणं मानून तुम्ही निघून गेलात आणि असा विचार करत

राहिलात; की मी नाहीये. अहंकार खोटा आहे, मी तर आत्मा आहे, मी तर ब्रह्म आहे; तर तुम्ही गडबडून जाल. जर तुम्ही असंच पठण करत राहिलात, तर तुम्ही खोटं पठण करत आहात. माझं असं म्हणणं नाहीये की, तुम्ही असं पठण करा. मी म्हणतो आहे की, तुम्ही आत, खोलवर जा आणि जाणून घ्या. जो ओळखतो, जाणून घेतो; त्याला समजतं, की मी नाहीये. मग कोण आहे? मी नाहीये, पण कोणीतरी तर आहे. माझ्या नसण्याने, अजून कोणीही नाही असं नाही. कारण भ्रम जाणून घेण्यासाठी कोणीतरी तर हवं!

मी नाहीये, मग कोण आहे? मग जो शेष उरतो, त्याचा अनुभवच परमात्म्याचा अनुभव आहे. त्याचा अनुभव विस्तीर्ण होतो. माझ्या पडण्याने, तूही पडशील, तोही पडेल, मग एक सागर उरतो चैतन्याचा! त्या स्थितीत दिसतो परमात्मा. मग तर कदाचित असं म्हणणंसुद्धा चुकीचं होईल की, परमात्माच आहे. कारण हे म्हणणं म्हणजे पुनरुक्ती झाली. जेव्हा आम्ही म्हणतो की, गॉड इज – ईश्वर आहे, तेव्हा आम्ही पुनरुक्ती करतो. पुनरुक्ती करतो की, जो आहे, त्याचंच दुसरं नाव ईश्वर आहे.

'ईश्वर आहे'चा अर्थ काय? आम्ही म्हणतो टेबल आहे, कारण उद्या ते असू शकणार नाही. ते काल नव्हतं. जी गोष्ट नव्हती, तिला 'आहे' म्हणणं, याला काही अर्थ नाही. पण ईश्वर—देव कालही होता, आजही आहे, उद्यासुद्धा आहे. त्याला 'आहे' म्हणण्यात काही अर्थ नाही, कारण तो आहेच. असण्याचं दुसरं नाव परमात्मा आहे. अस्तित्वाचं दुसरं नाव परमात्मा आहे.

माझ्या दृष्टिकोनातून, जर आम्ही या 'आहे'ला आमच्या परमात्म्यावर लादलं, तर आम्ही खोटे ठरतो. लक्षात ठेवा, परमात्मासुद्धा वेगवेगळे आहेत. हिंदू, मुसलमान, जैन, बुद्ध – सगळ्यांचे आपापले शब्द आहेत परमात्म्यासाठी. परमात्म्याचंही मोठं उद्योगीकरण आहे झालेलं घराघरांतून. आपापल्या घरात परमात्म्याला निर्माण केलं जातं.

आणि हेच बाजारात उतरतं. भांडणं होतात. एकमेकांचा परमात्मा भिन्न-भिन्न होतो. खरंतर जोपर्यंत 'मी' आहे, तोपर्यंत मी जे काही करेन, ते तुमच्याहून भिन्न असेल. मी आहे, तर माझा धर्म वेगळा, माझा देव वेगळा, कारण ते माझ्या 'मी'मुळे निर्माण झाले आहेत. मी भिन्न आहे, म्हणून माझं सर्वकाही भिन्न!

जर जगात प्रत्येकाला धर्म निर्माण करण्याचं स्वातंत्र्य असतं, तर जितकी माणसं, तितके धर्म निर्माण झाले असते.

हिंदू बाप आपल्या मुलाला तो स्वतंत्र होण्याआधीच हिंदू बनवतो. मुसलमानही हेच करतो. कारण स्वतंत्र बुद्धी निर्माण झाली, तर ना कोणी हिंदू असेल, ना मुसलमान बनेल. म्हणून बुद्धी येण्याअगोदर सगळे गैरसमज आत टाकून देणं

गरजेचं आहे. म्हणून बाप आपल्या मुलाला लहानपणापासूनच धर्मशास्त्र शिकवत राहतो. कारण तो जर विचारी झाला, तर पन्नास प्रश्न विचारत राहील आणि बाप उत्तर देऊ शकणार नाही. म्हणून मूल जन्म घेतं, तेव्हापासूनच बाळकडू पाजलं जातं धर्माचं, म्हणजे ते त्याच्या रक्तात मिसळेल. तेव्हा त्या बाळाला शुद्ध नसते, अक्कल नसते, काहीही शिकवा, ते शिकतं. एक माणूस हिंदू बनतो, एक जैन, एक मुसलमान... बुद्ध... ख्रिश्चन...!

म्हणून ज्याला आम्ही धार्मिक माणूस म्हणतो, तो नेहमी निर्बुद्ध असतो. कारण ज्याला आम्ही धर्म म्हणतो, तो बुद्धी येण्याअगोदरच पकड घेतलेली गोष्ट आहे. बुद्धी आल्यावरही ती पकड ढिली होत नाही. हिंदू, मुसलमान लढताना दिसतात, देवाच्या नावाने, मंदिर-मशिदीच्या नावाने ही आश्चर्याची गोष्ट आहे.

खरंच ईश्वर अनेक प्रकारचे आहेत? हिंदूंचा देव वेगळ्या प्रकारचा आहे. आणि मूर्ती तोडली, तर देवाचा अपमान होतो. मशिदीला आग लावली, फोडली; तर त्यांच्या देवाचा अपमान होतो.

देवाचं नाव फक्त 'आहे' असं आहे. मशिदीत जितका आहे, तितकाच देवळातही आहे. कत्तलखान्यात जितका आहे, तितकाच देवळात आहे. आणि दारूच्या भट्टीत जितका आहे, तितकाच मशिदीतही आहे. चोराच्या मनात – आत जितका, तितकाच महात्म्यात. कणभरही कमी नाही. असू शकतही नाही. शेवटी चोरात अजून कोण असणार परमात्म्याशिवाय? रामात जितका आहे, तितकाच रावणातही आहे.

पण हा जो आमचा परमात्मा बनवण्याचा गृहोद्योग आहे, त्याला मोठा धक्का बसेल, जर आम्ही हे मानलं की, सर्वांमध्ये तो आहे. तर आपापला देव लादत राहिलं पाहिजे. जर एका फुलात हिंदू आणि मुसलमान यांना देव दिसतो, तरी भांडणं होतील, कारण दोघंही आपापल्या देवांना त्यात घालतील.

मी ऐकलंय की, एका मोठ्या संताला आणि मोठे संत एवढ्यासाठी म्हणतोय, कारण लोक तसं म्हणतात, ते रामाचे भक्त होते. त्यांना कृष्णाच्या मंदिरात नेलं, तर त्यांनी हात जोडण्यास नकार दिला. ''कृष्णासमोर हात जोडू शकत नाही. हां, जर त्याने धनुष्य-बाण हातात घेतलं, तर मी डोकं टेकवेन. हातात बासरी असलेल्या पुढे नतमस्तक होणं मला जमणार नाही.''

देवापुढेही भक्त अटी घालतात! म्हणजे नमस्कार हवा असेल, तर आमच्या मर्जीप्रमाणे तू नाच. म्हणजे देवाला आपण निर्धारित करायचं. ज्याला आम्ही देव म्हणतो, तो माणसांद्वारे निर्धारित झालेला देव आहे. आणि जोपर्यंत माणसांद्वारे निर्धारित झालेला देव मध्ये आहे, तोपर्यंत आम्ही त्याला जाणू शकत नाही. ज्याच्याद्वारे आम्ही निर्धारित आहोत, त्याला आम्ही कधीही जाणू शकणार नाही, जो

आमच्याद्वारे निर्धारित नाहीये. म्हणून माणसांना त्यांनी निर्धारित केलेल्या देवापासून मुक्त होणं आवश्यक आहे; जर त्याला परमात्म्याला जाणून घ्यायचं असेल, तो जो आहे. पण कठीण आहे. भल्या-भल्यांसाठीही कठीण आहे. कारण त्यालाही या समजुतींमधून बाहेर पडणं कठीण जातं.

आता खान अब्दुलगफ्फार खाँ आले आहेत. संपूर्ण देशाला समजावत फिरत आहेत की, हिंदू-मुस्लीम एक, पण ते कट्टर मुसलमान आहेत. गांधीजी पक्के हिंदू होते, पण तेही हिंदू-मुस्लीम एकता समजावत होते. जसे गुरू, तसे त्यांचे शिष्य. जोपर्यंत जगात पक्के हिंदू आणि पक्के मुसलमान आहेत, तोपर्यंत एकता कशी होणार? यांना जरा कच्चा करणं गरजेचं आहे, तर एकता संभवते. भांडणाचं हेच मूळ आहे. पण ते दिसत नाही.

जोपर्यंत देव वेगवेगळे आहेत, देवळं वेगवेगळी आहेत, प्रार्थना वेगवेगळ्या आहेत, सत्याची शास्त्रं निरनिराळी आहेत, कुणाचा पिता कुराण आहे; तर कुणाची आई गीता आहे, तोपर्यंत हा उपद्रव संपणार नाही. पण हे आम्ही अगदी घट्ट धरून ठेवलं आहे. कुराणातल्या आयत वाचा, सांगा की सगळे एक आहेत. गीता वाचा, लोकांना सांगा की, एक व्हा. पण हेच आम्हाला समजत नाही की, कुराणाची आयत आणि गीतेमधली वचनं भांडणांचं मूळ आहे.

एखाद्या गाईची शेपटी कापली गेली, तर हिंदू-मुसलमान दंगा होईल. तर आम्ही म्हणतो, गुंडांनी दंगा केला. आणि मजेशीर गोष्ट आहे की, कोणा गुंडाने सांगितलं नाहीये की, गाय माता आहे; हे सांगितलं आहे महात्म्यांनी. आणि जेव्हा गाय माता आहे, असं बिंबवलं जातं, समजावलं जातं, तेव्हा ते भांडणाचं रोपण करत आहेत. आणि जेव्हा मातेची शेपटी कापली जाईल, तेव्हा भांडण सुरू होईल. आणि आरोप होतील गुंडांवर. सर्व भांडणांची मुळं आमचे महात्मा आहेत. जर महात्म्यांना भांडणांच्या मुळापासून दूर केलं गेलं; तर गुंड पोकळ आहेत, भांडणं-मारामारी करण्याचं सामर्थ्य त्यांच्यात नाही. महात्म्यांचं पाठबळ हवं, तेव्हा या गुंडामध्ये जीव येतो.

परंतु महात्मा वाचतात, कारण आम्ही तसा विचारच करत नाही की, ते भांडणात असतील. आणि या सगळ्याचं कारण काय आहे? कारण आहे, आपापल्या घरात निर्माण केलेले देव. तुम्ही तुमच्या घरातल्या देवापासून वाचण्याचा प्रयत्न करा. खरंतर तुम्ही असं करू शकत नाही. हा निव्वळ एक धोका आहे.

तर मी सांगत नाही की, तुम्ही परमात्म्याचं रोपण करा. काय रोपण करणार त्याच्या नावाने? कृष्णभक्त सांगेल, झाडात बासरी वाजवणारा कृष्ण लपलेला आहे, धनुर्धारीवाला रामाला बघेल. कोणी कुणाला; तर कोणी, आणखीन कुणाला बघेल. हे जे बघणं आहे, ते आमच्या इच्छांना लादणं आहे. परमात्मा असा नाहीये. आमच्या

इच्छांना, विचारांना लादून, तो म्हणजे काय, हे समजू शकत नाही. आम्हाला तर मिटून जावं लागेल. आपले सर्व विचार घेऊन बुडून जायला हवं. संपलं पाहिजे आपण. दोन्ही गोष्टी एका वेळी शक्य नाहीत. 'मी' असताना परमात्मा असू शकत नाही. मला संपलंच पाहिजे, तेव्हा त्याचा अनुभव होईल. 'मी' अस्तित्वात असताना देवाच्या दारी प्रवेश मिळणं कदापि शक्य नाही.

मी एक गोष्ट ऐकली आहे. एक माणसाने सर्वांचा त्याग केला आणि तो परमात्म्याच्या दाराशी पोचला. पण द्वारपालाने त्याला अडवलं. म्हणाला, ''आत्ता आत येऊ नकोस. जा. आधी त्याग करून ये.'' माणूस म्हणाला, ''मी सर्वकाही त्यागून आलो आहे. बायको, मुलं, धन, घर – सर्वकाही.'' द्वारपाल म्हणाला, ''मी'ला तर कमीत कमी घेऊन आला आहेस. आणि 'सर्व'शी आम्हाला काही काम नाही. 'मी'शी आहे. तू म्हणतो आहेस, मी सर्व काही त्यागून आलो आहे. बाकीच्या गोष्टींशी काही देणं-घेणं नाही. 'मी' त्यागून ये.'' तो म्हणाला, ''माझ्याकडे तर काहीच नाही आहे. माझी झोळी अगदी रिकामी आहे.'' द्वारपाल म्हणाला, ''तुझ्या झोळीत 'तू' आहेस. त्याला सोडून ये. हे दार त्यांच्यासाठी बंद आहे, जे 'मी'ला घेऊन येतात.''

पण 'मी'ला आम्ही कसं सोडून येणार? जरी आम्ही सोडून द्यायचा प्रयत्न केला, तरी सुटणार नाही. कारण मी कसं सोडणार? 'मी'ला मी कसं सोडणार? हे तर होणं शक्य नाही. हे कठीण होईल. सर्व सोडूनही शेवटी मी उरतोच. अगदी इथपर्यंत होऊ शकतं की, एक माणूस म्हणतो की, मी माझा सर्व अहंकार सोडून दिला. माझ्यात अहंकार नाही. पण तरीही त्यात 'मी' आहे. अहंकार सोडल्याचाही एक अहंकार आहे. मग माणूस काय करेल? कठीण आहे. नाही. कठीण नाहीये. मी तुम्हाला काहीही सोडायला सांगत नाहीये. मी तुम्हाला काहीही करायला सांगत नाहीये; कारण सगळं करण्यात 'मी' जास्त मजबूत होतो. मी तर केवळ आत जाऊन जाणण्यासाठी सांगतो, की बघा, 'मी' कुठे आहे? जर असेल, तर सोडून देण्यात काही अर्थ नाहीये. पण जर नसेल, तरीही सोडून देण्याचा मार्ग उपलब्ध नाही. कारण जो नाहीये, त्याला सोडणार कसं?

तर आत जा, शोधा, बघा, तिथे 'मी' आहे का नाही. आणि इतकं सांगू शकतो की, जो आत जाऊन बघतो, तो एकदम हसायला लागतो. म्हणतो की, मी तर नाही. मग कोण उरतं? मग जो उरतो, त्याचं नाव परमात्मा आहे. आणि जो माझ्या नसण्याने उरतो, तो तुमच्यापासून वेगळा असेल का? जर 'मी'च नाही, तर वेगळं करणारा कोण असणार? माझा मीच तर तुम्हाला माझ्यापासून वेगळं करतो.

या आमच्या घराच्या भिंती आहेत. घराच्या भिंती आकाशाला दोन भागांत विभाजित करतात. असा भिंतींचा भ्रम आहे. खरंतर आकाश दोन भागांत विभाजित

होत नाही. आकाश अविभजित आहे. कितीही कठीण भिंत बांधा, पण घराच्या आतलं आकाश आणि घराच्या बाहेरचं आकाश या दोन गोष्टी नाहीत. एकच आहेत. पण घरात राहणाऱ्या माणसांना मात्र वाटतं की, आम्ही आकाशाचं विभाजन केलं, एक घरातलं आणि एक घराबाहेरचं. पण उद्या जर भिंत कोसळली, तर त्या माणसांना कसं समजणार की, कुठलं आकाश घरातलं आणि कुठलं आकाश घराच्या बाहेरचं? तेव्हा तर फक्त आकाशच उरेल.

असंच आम्ही चेतनेला भिंती बांधून खंड-खंड केलं आहे. जेव्हा 'मी'ची भिंत कोसळेल, तेव्हा असं नाही की, मला तुमच्यात परमात्मा दिसू लागेल. नाही, तेव्हा मला तुम्ही दिसणार नाही, परमात्मा दिसू लागेल. या छोट्या, बारीक फरकाला समजून घ्या.

मला तुमच्यात परमात्मा दिसू लागेल, ही चुकीची गोष्ट आहे. तुम्ही दिसणार नाही आणि परमात्मा दिसू लागेल, ही खरी गोष्ट आहे. झाडात परमात्मा दिसणार नाही; तर झाड दिसणारच नाही, परमात्मा दिसेल. जेव्हा कुणी म्हणतं की, कणाकणात परमात्मा आहे, ते चूक आहे. कारण त्याला कणही दिसतो आणि परमात्माही दिसतो. दोन्ही गोष्टी एकाच वेळी दिसू शकत नाहीत. खरी गोष्ट अशी आहे की, कण परमात्मा आहे, कणाच्या आत परमात्मा आहे आणि कणाने त्याला वेढून टाकलंय, असं नाहीये. जो आहे, तो परमात्मा आहे. जो आहे, त्यालाच प्रेमाने दिलेलं नाव परमात्मा आहे. जो आहे, त्याचंच नाव सत्य आहे.

म्हणून मी तुम्हाला असं सांगत नाही की, तुम्ही सर्वांमध्ये परमात्मा बघायला सुरुवात करा. मी सांगतो आहे की, तुम्ही तुमच्यात परमात्मा बघायला सुरुवात करा. बघताक्षणी तुम्ही मिटून जाल. तुम्ही मिटताक्षणी जो दिसेल, तो परमात्मा आहे.

एका दुसऱ्या मित्राने विचारलं आहे की, जर ध्यानातून समाधीत जाता येतं आणि समाधीतून परमात्म्याला जाणता येतं, तर आजकालच्या देवळात जाणं व्यर्थ आहे? आणि त्यांना नष्ट करायला हवं?

देवळात जाणं तर व्यर्थ आहे आणि त्यांना नष्ट करणं हेही तितकंच व्यर्थ आहे. जिथे परमात्मा – देव नाहीचे, त्यांना नष्ट करण्याच्या भानगडीतही कुणी पडू नये. ती बिचारी जिथे आहेत तिथे आहेत! त्यांना नष्ट करण्याचा प्रश्नच कुठे उद्भवतो? आणि नेहमीच हा त्रास होतो. जसं की मोहम्मदने सांगितलं, की मूर्तींमध्ये देव नसतो. तर मुसलमानांनी विचार केला की, मूर्ती नष्ट केल्या पाहिजेत. तेव्हापासून एक मजेशीर काम सुरू झालं जगात. एका बाजूला मूर्ती बनवणारे वेडे आहेत आणि दुसऱ्या बाजूला मूर्ती तोडणारे वेडे आहेत. या दोन वेड्या जमाती निर्माण झाल्या.

आता कुणी विचारावं की, मोहम्मदने असं केव्हा सांगितलं होतं की, मूर्ती तोडण्यात देव आहे? मूर्तीत नसेल, पण ती तोडण्यात देव आहे, हे कुणी

सांगितलं? आणि जर तोडण्यात देव आहे, तर बनवण्यातही देव असण्यात कठीण काय आहे? त्यातही तो असू शकतो.

मी नाही म्हणत की, देवळं नष्ट केली पाहिजेत. मी म्हणतो की, सत्य जाणलं पाहिजे की, तो सर्वत्र आहे. हे सत्य जर जाणलं, तर सर्वच त्याचं मंदिर. मग मंदिर आहे आणि मंदिर नाही, हे वेगळं करणं कठीण जाईल. मग जिथे आम्ही उभे राहू, तिथे त्याचं मंदिर असेल. मग जगात तीर्थस्थानं नसतील, कारण संपूर्ण जगच तीर्थ होईल. मग त्याच्या वेगवेगळ्या मूर्ती बनवणं व्यर्थ होईल. मी जे सांगतोय, ते असं नाही सांगत आहे की, मंदिरं तोडा अथवा बनवूच नका, की मंदिरात जाऊ नका. कारण मी असं कधीच म्हटलं नाहीये की, मंदिरात देव नसतात. मी केवळ असं सांगत आहे की, ज्यांना केवळ मंदिरातच देव दिसतो, त्यांना देव म्हणजे काय, हे माहीत नाही, त्याचा पत्ताच नाही.

ज्यांना देव म्हणजे काय, त्याचा पत्ता काय हे माहीत असेल, त्यांच्यासाठी देव सर्वत्र आहे. मंदिरातही आहे. नाही, जिथे मंदिर आहे, तिथेही. मग हा फरक कसा काय करता येईल की, कुठलं मंदिर आहे आणि कुठलं नाहीये? कारण आम्ही जिथे देव आहे, त्याला मंदिर म्हणतो. जर सगळ्या ठिकाणी देव आहे, तर सगळ्या ठिकाणी मंदिरंही आहेत. मग वेगळं मंदिर बनवण्याची गरज काय? आणि मंदिरं तोडण्याचीही आवश्यकता राहणार नाही.

नेहमी अशी चूक होते. नेहमी अशी चूक होते की, गोष्टी समजून घेण्याऐवजी आम्ही विरुद्धच समजून घेण्याचा प्रयत्न सुरू करतो. मी काय सांगतोय, हे समजून घेण्याऐवजी; काय तोडायचं आहे, काय हलवायचं आहे, कुणाला संपवायचं आहे, यातच आम्हाला उत्सुकता आहे. ही चूक आम्ही निरंतर करत आलो आहोत.

जे सांगतोय, ते न जाणो माणूस कसं ऐकतो – जे सांगितलं गेलं नाहीये. आता मला कुणी मंदिराचा शत्रू समजू शकतं. पण माझ्याहून जास्त मंदिरांवर प्रेम करणारा माणूस सापडणं कठीण. हे मी का म्हणतो? कारण मला तर संपूर्ण पृथ्वीच मंदिर व्हायला हवी आहे. मंदिरं तोडून कामं होत नाहीत. संपूर्ण जीवनाला मंदिर बनवल्याने कामं पुरी होतात.

आणि ही दोन्ही माणसं चूक आहेत. जो मंदिरातच देव बघतो, तोही चूकच करतो. कारण मग शेषमध्ये तो कुणाला बघतो! मंदिराच्या बाहेर तो कुणाला बघतो? त्याचं मंदिर अगदी लहान आहे आणि परमात्मा विशाल, विराट आहे. तो या छोट्या मंदिरात मावू शकत नाही. आणि दुसरा माणूस जो मंदिरं तोडण्यात मशगूल आहे की, मंदिरं हटवा, संपवा; तेव्हा परमात्म्याला बघू शकाल. इतकी छोटी-छोटी मंदिरं ना परमात्म्याचं घर बनू शकत, ना इतकी छोटी-छोटी मंदिरं परमात्म्याला बघण्यासाठी बाधा ठरू शकत. लक्षात ठेवा, त्याचं छोटं होणं इतकं छोटं आहे की, ना त्याचं

घर बनतं, ना त्याची कोठडी बनते, की ते संपवा म्हणजे परमात्मा मुक्त होईल. मी काय म्हणतोय, ते समजून घ्यायची गरज आहे.

मी असं म्हणत आहे की, जर आम्ही ध्यानात प्रवेश केला, तरच आम्ही मंदिरात प्रवेश करतो. कारण ध्यानच मंदिर आहे, ज्याला भिंत नाही. आणि ध्यान असं एक मंदिर आहे, जिथे प्रवेश केला, की व्यक्ती सरळ मंदिरात पोचते. आणि जो ध्यानात जगतो, तो चोवीस तास मंदिरात जगतो. आणि जो ध्यान करू शकत नाही, तो मंदिरात गेला, तरी काय फरक पडणार? इतकी साधी सरळ गोष्ट नाहीये की, दुकानातून उठलो आणि मंदिरात गेलो. हां, शरीराला नेणं सोपं आहे. त्याला कुठेही घेऊन जा. मन इतकं सरळ नाही. एखादा दुकानदार गल्ल्यावर बसून पैसे मोजतोय. त्याला वाटलं, तर लगेचच उठून शरीराला मंदिरात नेऊ शकतो. पण मन? शरीर मंदिरात पोचेल आणि त्याला आश्चर्य वाटेल, की मी मंदिरात आलो! मनात डोकावला, तर त्याला समजेल की, ते तर अजूनही गल्ल्यावरच पैसे मोजत बसलं आहे.

मी ऐकलं आहे की, एक माणूस बायकोमुळे त्रासलेला होता. तो धार्मिक होता आणि बायको नास्तिक होती. हे जरा उलट होतं. सर्वसाधारणपणे बायका आस्तिक असतात. मी असं बघितलं आहे की, दोघांमध्ये कुणी एकच धार्मिक असतं. दोघे एकत्र नसतातच. एक जो असेल, त्याच्याविरुद्ध दुसरा असतो. इथे नवरा आधी धार्मिक झाला असावा. तो रोज प्रयत्न करायचा की, पत्नीही धार्मिक व्हावी.

धार्मिक माणसात हा एक दोष असतो, दुसऱ्यालाही आपल्यासारखं बनवण्याचा. ही अगदी धोकादायक गोष्ट आहे. ही हिंसा आहे. कुणाला आपल्यासारखं बनवण्याचा प्रयत्न खूप वाईट असतो. कुणाला आपण आपलं म्हणणं, समजावणं हे ठीक आहे. पण दुसऱ्याला आपल्यासारखं बनवण्यासाठी त्रास द्यायचा – ज्याला आपण म्हणू की, एक आध्यात्मिक हिंसा! आणि सगळे गुरू हेच काम करतात. म्हणून गुरूंपेक्षा जास्त हिंसात्मक माणूस मिळणं कठीण. हेच खा, असेच कपडे वापरा, असेच उठा, असेच बसा...!

तर पतीसुद्धा उत्सुक होता. खरंतर दुसऱ्याला धार्मिक बनवण्यात मजाही येते. स्वत: धार्मिक बनणं ही एक क्रांती आहे. दुसऱ्याला धार्मिक बनवणं संतोष मिळवून देणारं आहे. पण पत्नी अजिबात ऐकत नव्हती. तर त्याने आपल्या गुरूंना सांगितलं की, पत्नीत बदल घडवून आणा. एकदा माझ्या घरी या, तिला समजवा. तर पहाटे पहाटे पाच वाजताच गुरू त्याच्या पत्नीला समजवायला घरी पोचले. पत्नी घराच्या बाहेरच्या पायऱ्यांवर झाडू मारत होती. गुरूने तिला तिथेच थांबवलं आणि म्हणाले, ''मी ऐकलं आहे की, तुझे पती सांगत होते, की तू मोठी नास्तिक आहेस, पूजा

करत नाहीस, प्रार्थना करत नाहीस, तुझ्या पतीने घरात मंदिर बनवलं आहे, तिथेही जात नाहीस. पहाटेचे पाच वाजले आहेत. पती मंदिरात बसला आहे आणि तू झाडू मारत आहेस?'' पत्नी म्हणाली, ''माझा नवरा कधी मंदिरात गेल्याचं मला स्मरत नाही.'' पती तर मंदिरातच होता आणि इथेच आग भडकली.

धार्मिक माणसांची आग फार लवकर भडकते आणि मंदिरात जे बसले आहेत, त्याची आग भडकवणं अगदी सोपं आहे. माहीत नाही, ते आग लपवण्यासाठी तिथे जाऊन बसतात की काय करतात! धार्मिक माणूस इतका संतापतो की, काही हिशोबच नाही. पतीचा संताप झाला. आपला मंत्र पूर्ण करतच होता, तो त्याने भराभरा म्हणून पूर्ण केला की, ही काय धादांत खोटं बोलत आहे. मी मंदिरात आहे आणि ही माझ्या गुरूला सरळसरळ सांगत आहे की, मी कधी मंदिरात गेलोच नाही? तिला माहीतच नाही?

गुरू म्हणाले, ''काय? तो तर नेहमीच मंदिरात जातो.'' तर पतीने जोरजोरात 'राम-राम' म्हणायला सुरुवात केली की, गुरूंना ऐकू जावं. गुरू म्हणाले, ''ऐक, किती मोठ्यांदा राम-राम जप करत आहे.'' पत्नी म्हणाली, ''या जपाने तुम्हीसुद्धा फसलात? हद्द झाली. मला जितकं ठाऊक आहे, त्यावरून ते जप तर करत आहेत, पण मंदिरात नाहीयेत, ते चांभाराकडे बूट खरेदी करण्यासाठी गेले आहेत.''

आता पती जास्तच संतापला. सहनशक्तीच्या पलीकडे गेल्या गोष्टी. मंत्र-जप सोडून बाहेर धावत आला. ''खोटं आहे हे. मी मंदिरात बसून जप करत आहे.'' पत्नी म्हणाली, ''नीट बघा. तुम्ही जप-प्रार्थना करत होतात? बुटांच्या दुकानात बूट विकत घेत नव्हता?'' त्याला आश्चर्य वाटलं. हीच गोष्ट होती. ''तुला कसं कळलं?'' ती म्हणाली, ''भांडण झालं नव्हतं दुकानदाराशी? काल रात्री झोपताना, मला हेच सांगत झोपलात की, सकाळी बूट घ्यायला जायचं आहे. खूप महाग सांगतोय, तर बूट न वापरताच जातोय, उद्या घ्यायचे आहेत. माझा अनुभव असाच आहे की, रात्री झोपताना जो विचार असतो, तोच सकाळी उठल्यावर मनात येतो. मी केवळ अंदाज केला.'' तो म्हणाला, ''आता मी काही बोलत नाही, पण हेच खरं आहे. मी जोरजोरात राम-राम म्हणत होतो, पण जेव्हा ही म्हणाली की, मी चांभाराकडे होतो, बूट महाग सांगत होता, तर माझं त्याच्याशी भांडण – आणि मी जोरजोरात राम-राम म्हणत होतो, त्याच रागात. आत भांडत होतो. ही खरं सांगत आहे. मी कदाचित कधीच मंदिरात गेलो नाही.'' मंदिरात जाणं इतकं सोपं नाही की, तुम्ही भिंतीतून आत गेलात आणि मंदिरात पोचलात. होऊ शकतं की, मंदिरात शरीर पोचलं, पण मन? मनाचा काय भरवसा ते कुठे पोचलं? आणि ज्या दिवशी मंदिरात जातं, त्या दिवशी

शरीराची काळजी कशाला, की ते मंदिरात गेलं आहे की नाही? कारण ज्या दिवशी मन मंदिरात जातं, त्या दिवशी अचानक तुम्हाला समजतं की, त्याच्या मंदिराने तुम्हाला चारही बाजूंनी घेरलं आहे. त्याच्या मंदिराबाहेर जाणं संभव कुठे? चंद्रावर जा – आता आर्मस्ट्राँग चंद्रावर गेला, तर तो त्याच्या मंदिराबाहेर गेला? त्याच्या मंदिराबाहेर जाण्याचा उपायच नाही. कारण अशी जागाच नाही. पण जी माणसं असा विचार करतात की, 'हे त्याचं मंदिर...' त्यांना त्या मंदिराबाहेरचं त्याचं मंदिर दिसतच नाही. ते मंदिर तोडल्याने काय फरक पडणार?

त्या मंदिराची काय चूक? मंदिरं सुंदरही असू शकतात. जर आमचा हा भ्रम नष्ट झाला की, परमात्मा तिथेच आहे; तर मंदिर सुंदर, प्रेमपूर्वक, आनंदपूर्ण असू शकतात. खरंतर एक गाव अपूर्ण वाटतं, जर त्यात मंदिर नसेल. पण हिंदूंचं मंदिर आनंदपूर्ण असू शकत नाही. मुसलमानांचं मंदिर आनंदपूर्ण असू शकत नाही. ख्रिश्चनांचं मंदिर आनंदपूर्ण असू शकत नाही. परमात्म्याचं मंदिर आनंदपूर्ण असू शकतं. पण हिंदू, मुसलमान, ख्रिश्चन यांचं राजकारण इतकं खोल आहे की, ते परमात्म्याच्या मंदिराचं प्रतीकही बनवू देत नाहीत. म्हणून हिंदूंचं मंदिर आणि मुसलमानांची मशीद अतिशय कुरूप वाटते. भला माणूस त्याकडे बघताना आक्रसत, संकुचित होत असेल. दुष्टांचा अड्डा आहे तिथे. तिथे उपद्रवाच्या योजना आखल्या जातात. आणि या योजना रचणारे कुणी जाणकार नाहीयेत, अज्ञानाने या योजना आखल्या जातात. संपूर्ण पृथ्वीला त्यांनी या संकटात टाकलं आहे.

जर पृथ्वीवरून कधी मंदिरं नष्ट झाली, तर ती नास्तिकांमुळे होणार नाहीत, तथाकथित आस्तिकांमुळे नष्ट होतील. जवळजवळ नष्टच होत आली आहेत, ती नष्ट होतील. पृथ्वीवरच्या मंदिरांना जर जपायचं असेल, तर मोठ्या मंदिरांना बघणं गरजेचं आहे. मग लहान मंदिरं आपोआपच वाचतील. मग ती प्रतीकं होतील. जसं की, मी प्रेमाने एक रुमाल दिला. तर रुमाल चार आण्यांचा आहे, पण तो रुमाल तुम्ही तिजोरीत जपून ठेवता.

मी एका गावात गेलो होतो. स्टेशनवर लोक मला निरोप द्यायला आले. कुणी हार घातला माझ्या गळ्यात. तो मी काढला आणि जवळच एक मुलगी उभी होती, तिला दिला. सहा वर्षांनी त्या गावी गेलो पुन्हा, तर ती मुलगी म्हणाली, "तुम्ही दिलेला हार मी खूप जपून ठेवला आहे. हार तर सुकून गेला. दुसऱ्यांना त्याचा सुगंध येत नाही, पण मला येतो. अजूनही – तुम्ही दिला होतात ना... म्हणून..." मी तिच्या घरी गेलो आहे. एका सुंदर पेटीत तिने तो हार ठेवला आहे. ना फुलं उरली आहेत, ना सुगंध, कोणी म्हणेलही की, इतक्या सुंदर पेटीत कचरा का ठेवला आहे? पण ती मुलगी ती पेटी टाकून देऊ शकते, तो कचरा नाही टाकू शकत.

तो कचरा एक प्रतीक आहे, प्रेमाचं.

जर मंदिर, मशिद म्हणजे कुणाची परमात्म्यापाशी व्यक्त होणारी आकांक्षा बनून राहिले, आकांक्षेची एक आठवण – आणि खरी गोष्ट हीच आहे की, चर्चचे उठणारे मनोरे, मशिदीचे मिनार, मंदिराचे घुमट, आकाशाला भिडणारे – ते मनुष्याच्या आतून उठणाऱ्या आकांक्षा, त्या परमात्म्याच्या शोधासाठीच्या यात्रा, याचं केवळ प्रतीक आहेत, अजून काहीही नाही. याचं प्रतीक आहे की, मनुष्य केवळ घर बनवून समाधानी नाही, मनुष्य सुंदर मंदिरंही बनवू इच्छितो. मनुष्य केवळ पृथ्वीमुळे समाधानी नाही, तर त्याला आकाशापर्यंतही पोचायचं आहे, आकाशालाही गवसणी घालायची आहे.

म्हणून मंदिरात दिवे जळत आहेत. कधी विचार केलात की, का जळत आहेत? तुपाचे दिवे का जळत आहेत? कधी विचार केलात की, दिवा ही एकमेव अशी गोष्ट आहे, जी खालच्या दिशेने कधीही जात नाही, नेहमी वरच्या दिशेने असते. जर कधी दिवा उलटा केला आम्ही, तरी ज्योत वरच्या दिशेने जाते. ज्योतीला खालच्या दिशेने नेता येत नाही. तर ती जी दिव्याची ज्योत आहे, जी निरंतर वरच्या दिशेने पळते, ती प्रतीक आहे मनुष्याच्या आकांक्षांचं. आपण राहतो पृथ्वीवर. पण आकाशालाही आपलं घर बनवू इच्छितो. जमिनीशी बांधले गेलो आहोत. पण मोकळ्या आकाशात मुक्त व्हावंसं वाटत राहतं.

आणि असं बघितलं आहेत, की दिव्याची ज्योत किती शीघ्र उठते आणि विलीन होते! कधी ज्योतीला विलीन होताना बघता? मग शोधूनही सापडणार नाही. तीसुद्धा प्रतीक आहे या गोष्टीचं की, जो वर जाईल, तो विलीन होईल. दिवा हे अगदी ठोस उदाहरण आहे. ज्योत अतिशय तरल आहे, जरा वर उठली नाही, की विलीन झाली. जो वर उठेल, तो मिटून जाईल. ती ज्योत याचंच प्रतीक आहे.

आणि मनुष्य आपल्या प्रेमातून तुपाचे दिवे जाळत आहे. काही फरक पडत नाही, जर तेलाचे दिवे लावले. परमात्मा नाकारणार नाही. पण आमचा भाव असा आहे की, वरच्या दिशेने तोच जाऊ शकेल, जो तुपाप्रमाणे पवित्र आहे. तसं तर तेलाच्या दिव्याची ज्योत ही वरच जाते, त्यात काही कमतरता नसते. पण हे आमचे भाव. त्याचं प्रतीक आहे. त्यात प्रतीक हे आहे की, तुपाच्याप्रमाणे पवित्र वर जाऊ, वरची यात्रा पवित्र करू.

मंदिरंसुद्धा अशीच प्रतीकं आहेत. मशीदही. चर्चसुद्धा. तेही सुंदर असू शकले असते. सौंदर्याचं प्रतीक आहेत. अद्भुत चित्रं आहेत, जी माणसांनी बनवली. पण आता कुरूप झाली आहेत, कारण त्यांच्या बरोबर आता खूप असभ्यता जोडली गेली आहे. मंदिर मंदिर राहिलं नाही, हिंदूंचं मंदिर झालंय. हिंदूंचंही राहिलं नाही. वैष्णवांचं झालं. त्याचंही नाही राहिलं. अजून अलाणा-फलाण्यांचं झालं. तुटता तुटता सगळी

मंदिरं राजकारण्यांचा अड्डा झाली आहेत. जिथे संघटन आणि संप्रदाय जन्म घेतात आणि धोक्यात घेऊन जातात आणि हळूहळू ती सर्व दुकानं झाली आहेत, जिथे शोषण होत आहे, जिथे केवळ स्वार्थ आहे.

तर मी असं सांगत नाही की, मंदिरं नष्ट करा. मी सांगतोय की, मंदिरांशी जोडलं गेलेलं – जे व्यर्थ आहे, ते जरूर नष्ट करा. व्यक्त स्वार्थ नष्ट करा. मंदिरांची दुकानं होत चालली आहेत, वाचवा. मंदिरांना संघटन आणि संप्रदाय यांपासून वाचवा. मंदिरं म्हणजे केवळ परमात्म्याची आठवण, ते प्रतीक, पळणाऱ्या आकाशाच्या दिशेने, तर मंदिर अतिशय सुंदर आहे.

मंदिरं राजकारणाचे अड्डे आहेत... आणि अड्डेच आहेत. हिंदूंचं मंदिर आहे, तर ते राजकारणाचा अड्डा झालं. कारण राजकारण म्हणजे संघटन आणि धर्म म्हणजे, ज्याचा संघटनाशी काहीही संबंध नाही. धर्म म्हणजे साधना आणि राजकारण म्हणजे संघटन. हे लक्षात ठेवा की, धर्माचा साधनेशी संबंध असू शकतो, पण संघटनेशी नाही. संघटन घृणेवर जगतं, घृणा खुनावर जगते. आणि या उपद्रवाला अंत नाही.

मंदिरं नष्ट करू नका, मंदिराचं प्रतीक अपवित्र झालं आहे. ती झाडून टाका, तर ते मोठं सौंदर्याचं प्रतीक होईल. जर गावात असं एखादं मंदिर उरेल, जे ना हिंदूंचं, ना मुसलमानांचं, ना ख्रिश्चन, ना जैन; तर ते गाव सुंदर होईल. ते मंदिर त्या गावाचं आभूषण बनेल आणि असीम होईल, तेव्हा त्या मंदिरात जाणाऱ्याला असं वाटणार नाही की, मंदिरात गेल्यावर आम्ही परमात्म्यापाशी पोचलो आणि बाहेर होतो, तर त्याच्यापाशी नव्हतो. त्या मंदिरात जाणाऱ्याला वाटेल की, मंदिर एक अशी जागा आहे; जिथे आम्हाला आमच्या आत उतरण्याची सुविधा, सौंदर्य, शांती, एकांत उपलब्ध करण्यासाठी आहे, याहून व्यतिरिक्त काहीही नाही. तेव्हा मंदिर परमात्म्यापर्यंत जाण्यासाठी नाही, तर ध्यानात जाण्यासाठी एक उपयुक्त जागा बनून राहील. आणि ध्यान परमात्म्यापर्यंत घेऊन जाण्याचा मार्ग बनतो.

प्रत्येक माणूस आपल्या घराला इतकं शांत बनवू शकत नाही, कठीण आहे. परंतु कमीत कमी एक गाव मिळून एक तरी घर असं बनवू शकतं, जे शांत असेल. प्रत्येक माणूस आपल्या मुलाला शिकवण्यासाठी घरी शिक्षक आणू शकत नाही. जरी आणला, तरी शाळेसारखं भवन देऊ शकत नाही, बाग देऊ शकत नाही, मैदान देऊ शकत नाही. तसं जर कुणी केलं, तर कठीण होऊन जाईल. तर थोडीशीच मुलं जगात शिक्षित होतील. आम्ही गावात एक शाळा बनवली आहे. जे घरात उपलब्ध नाही, ते आम्ही शाळेत उपलब्ध करून दिलं आहे. मैदान, बाग, शिक्षक... तर गावातल्या त्या एका शाळेत सगळी मुलं येतात.

तर गावात एक साधनास्थळही असायला हवं. इतकाच मंदिर-मशिदींचा अर्थ आहे. तर मंदिरं नष्ट करू नका. मंदिर उपद्रव होणार नाही, याची काळजी मात्र निश्चितच घ्या. आणि मंदिर धर्माच्या हातात राहावं, हिंदू-मुस्लीम यांच्या हातात जाऊ नये; ही काळजी घ्या. आणि ज्या गावातली मुलं अगदी सहजतेने मंदिरात, मशिदीत, चर्चमध्ये, शिवालयात जाऊ शकतील; तेच गाव धार्मिक होईल. त्या गावातली माणसं भली आहेत. त्या गावातले आई-वडील आपल्या मुलांचे शत्रू नाहीयेत. ते त्यांच्यावर प्रेम करतात. ते सांगतात, कुठेही जा – सगळी घरं त्या परमात्याचीच आहेत. तिथे बसा, त्याला शोधा, त्याची झलक मिळते बघा, त्यासाठी आत जा – कुठेही जा. त्या दिवशी जगात योग्य मंदिरं बनतील, जी अजूनपर्यंत कोणी बनवू शकलं नाहीये.

म्हणून मी मंदिरं नष्ट करणाऱ्यांपैकी नाहीये. मी तर असं सांगतोय की, मंदिरं नष्ट केली गेली आहेत. जे मंदिराचे रक्षणकर्ते आहेत, तेच ती नष्ट करत आहेत. पण हे आम्हाला कधी दिसणार, सांगता येणं कठीण आहे. म्हणून विरुद्ध विचार केला जातो, मी मंदिर नष्ट करणाऱ्यांपैकी एक वाटतो. काय प्रयोजन असणार माझं? पण मंदिराजवळ जे जे मंदिरासाठी गैर गोळा होत आहे, ते नष्ट करणं अत्यावश्यक आहे. त्याच्या प्रयत्नात राहणं हे गरजेचं आहे.

एक शेवटचा प्रश्न, मग आपण ध्यानाला सुरुवात करू. एका मित्राने सकाळच्या चर्चेनंतर विचारलं की, कोणता आत्मा शरीर सोडल्यानंतर भटकत राहतो?

काही आत्मा निश्चितच एक शरीर सोडल्यावर दुसरं शरीर ग्रहण करू शकत नाहीत. याचं कारण? याला कारण आहे. आणि तुम्ही कधी विचारही केला नसेल की, असं कारण असेल. जगातल्या सर्व आत्म्यांची आपण जर वर्गवारी केली, सर्व व्यक्तींची तर ती तीन तऱ्हेने होते. एक अत्यंत निकृष्ट, अत्यंत हीन मनाची माणसं. एक, अत्यंत उच्च, श्रेष्ठ, पवित्र लोक. आणि मध्ये एक. जे दोघांचं संतुलन असणारे, जे वाईटही आहेत आणि चांगलेही. जसं आपण डमरू बघतो, दोन्ही बाजूंनी रुंद आणि मध्ये अरुंद! डमरू जर उलटं केला, दोन्ही बाजूंनी अरुंद आणि मध्ये अरुंद, तर आम्हाला जगाची परिस्थिती समजेल. या अरुंद भागात काही आत्मे आहेत.

निकृष्टतम आत्म्यांना नवीन शरीर शोधण्याचा त्रास होतो आणि श्रेष्ठ आत्म्यांनासुद्धा. मधल्या आत्म्यांना जराही वेळ लागत नाही नवीन शरीर शोधण्यासाठी. इथे मृत झाला की, तिथे नवीन प्रवास सुरू. याला कारण आहे. याचं कारण साधारण, मिडियॉकर आत्म्यांसाठी योग्य असा गर्भ कायम उपलब्ध असतो.

मी तुम्हाला असं सांगू इच्छितो की, जसा माणूस मरतो, मेल्यावर त्यांना, त्यांच्यासमोर अनेक लोक, जोडपी संभोग करताना दिसतात. आणि ज्या जोडप्यांपाशी

ते आकृष्ट होतात, तिथे गर्भात प्रवेश करतात. परंतु श्रेष्ठ आत्मे सर्वसाधारण गर्भात प्रवेश करू शकत नाहीत. त्यांच्यासाठी असाधारण गर्भाची गरज आहे; जिथे असाधारण संभावना, व्यक्तित्वाच्या प्राप्त होतील. म्हणून श्रेष्ठ आत्म्यांना वाट पाहावी लागते. निकृष्ट आत्म्यांनाही वाट बघावी लागते, कारण त्यांच्यायोग्य गर्भ मिळत नाही. त्यांच्या योग्यतेचा म्हणजे अत्यंत अयोग्य गर्भ, आणि तसा मिळणं, हेही साधारण नाही.

श्रेष्ठ आणि निकृष्ट दोघांनाही थांबावं लागतं. सर्वसाधारण असणाऱ्यांना लगेचच जन्म मिळतो, कठीण जात नाही. त्यांच्यासाठी बाजारात कायम गर्भ उपलब्ध आहेत. लगेचच ते कुठल्यातरी गर्भाला आकर्षित होतात.

सकाळी मी बारदोबद्दल बोललो होतो. बारदोच्या प्रक्रियेत मरणाच्या माणसाला असंही सांगितलं जातं की, आता तुला शेकडो माणसं संभोग करताना दिसतील. तू नीट विचारपूर्वक, जरा थांबून, वाट बघून मगच गर्भात प्रवेश कर. घाई करू नकोस थोडा थांब!

जसा कुणी माणूस बाजारात सामान घेण्यासाठी गेला. पहिल्याच दुकानात शिरला. शोरूममध्ये जे जे काही मांडलेलं होतं – आकर्षित झाला. पण बुद्धिमान ग्राहक दहा दुकानं हिंडतो. निरखून बघतो, भाव करतो, मग निर्णय घेतो.

तर बारदोच्या प्रक्रियेत, मरणाच्या माणसाला सांगितलं जातं, ''सावधान! घाई करू नकोस.'' अनेक माणसं दिसतात संभोग करताना. जे जोडपं आकर्षित करतं, ते त्याच्यासाठी क्षमता असलेलं असं ठरतं.

निकृष्ट आत्मे जे थांबतात, त्यांना आम्ही 'प्रेत' म्हणतो. आणि श्रेष्ठ आत्मा जे थांबतात, त्यांना आम्ही 'देवता' म्हणतो. देवता याचा अर्थ असा – जे श्रेष्ठ आत्मे प्रतीक्षेत आहेत. आणि प्रेत याचा अर्थ – भूत.

त्यांनी असंही विचारलं आहे की, हे आत्मे जे प्रतीक्षा करतात, ते कुणाच्या शरीरात प्रवेश करून त्यांचा छळ करतात?

अशी शक्यता आहे. कारण शरीर नसल्या कारणाने हे आत्मे पीडित असतात. निकृष्ट आत्मे शरीराच्या अभावाने पीडित असतात. श्रेष्ठ आत्मे शरीराशिवाय प्रफुल्लित असतात, हा फरक लक्षात घ्यायला हवा. कारण श्रेष्ठ आत्म्याला शरीराचं बंधन वाटतं आणि त्याची इच्छा असते हलकं व्हावं, शरीराचं ओझंही नको. शेवटी त्याला शरीरातून मुक्त व्हायचं असतं, कारण शरीरही एक तुरुंग वाटतो. म्हणून शरीराचा त्याला फारसा मोह नसतो. परंतु निकृष्ट आत्मा मात्र शरीराशिवाय जगू शकत नाही. कारण त्याचा संपूर्ण रस, सुख शरीराशी संबंधित असतं.

शरीराशिवाय काही आनंद घेता येतात. जसं, समजा, एक विचारवंत आहे. विचारांचा जो आनंद आहे, तो शरीराशिवायही मिळवता येतो. कारण विचारांचा शरीराशी काहीही संबंध नाही. तर एका विचारवंताचा आत्मा भटकत राहिला,

त्याला शरीर मिळालं नाही, तरी त्याला शरीराची तीव्रता जाणवत नाही. पण समजा कुणाला भोजनात आनंद आहे, तर शरीराशिवाय हा आनंद उपभोगता येणं अशक्य. तर त्याचे प्राण तडफत राहतात शरीरासाठी. त्याच्या योग्यतेचा गर्भ जर मिळत नसेल, तर तो कुठल्या कमजोर – कमजोरचा अर्थ असा की असा आत्मा, जो आपल्या शरीराचा मालक नाही – अशा शरीरात प्रवेश करू शकतो, एखाद्या कमजोर आत्म्याच्या भयस्थितीत!

लक्षात ठेवा, 'भीती' याला एक गर्भित अर्थ आहे. भीतीचा अर्थ आकुंचन पावणं. तुम्ही जेव्हा घाबरता, तेव्हा आकुंचित होता. जेव्हा प्रफुल्लित होता, तेव्हा मोकळे – पसरलेले असता. भीतीने आकुंचित होता, तेव्हा शरीरात अनेक जागा सुट्या होतात, जिथे दुसरा आत्मा प्रविष्ट होऊ शकतो. एकच नाही, अनेक आत्मे प्रविष्ट होऊ शकतात. आणि प्रविष्ट होण्याचं एकच कारण, त्या आत्म्याची शरीराची लालसा. ही शक्यता आहे, तथ्य आहे, वास्तविकता आहे की, आत्मा अशा शरीरात प्रवेश करू शकतो; करतो. याचा अर्थ असा की, भयभीत व्यक्तीला नेहमी धोका आहे. आपल्या शरीराच्या एकाच खोलीत भित्री व्यक्ती राहते आणि उर्वरित खोल्या रिकाम्या ठेवते.

क्वचित श्रेष्ठ आत्मासुद्धा प्रवेश करतात. पण त्यांचा प्रवेश वेगळ्या उद्दिष्टाने होतो. काही कृती आहेत करुणेच्या, ज्या शरीराच्या माध्यमातूनच पूर्ण करता येतात. जसं एखाद्या घराला आग लागली आहे आणि ते घर वाचवण्यासाठी कुणी पुढाकार घेत नाही, कुणाची हिंमत होत नाही. गर्दी जमते, पण आरडाओरडा करण्यापलीकडे कुणी काही करत नाही. आणि अचानक त्या गर्दीतून एक व्यक्ती पुढे येते आणि आग विझवते. मग ती व्यक्ती सांगते की, मी हे कसं केलं, मला माहीत नाही, माझी हिंमत होत नव्हती, पण मी कसं वाचवलं त्या घरातल्यांना आणि आग विझवली. माझ्या क्षमतेच्या बाहेरची गोष्ट आहे ही. हे मी नाही केलेलं, कुणीतरी करवून घेतलं. अशाच कुठल्यातरी वेळी, एखाद्या सत्कृत्याकरता माणूस बळ आणू शकत नाही. तर कुणी श्रेष्ठ आत्मा प्रवेश करू शकतो. पण अशा घटना फार क्वचित घडतात.

निकृष्ट आत्मा कायम शरीरासाठी आतुर असतो. त्याच्या सर्व अभिलाषा शरीराशी बांधील आहेत. मध्य आत्म्यांसाठी कधीही अडचण नसते, त्यांच्यासाठी गर्भ कायम उपलब्ध असतो.

म्हणून श्रेष्ठ आत्मा कधीकधी शेकडो वर्षांनंतर जन्म घेतात. आणि हे जाणून आश्चर्य वाटेल की, जेव्हा श्रेष्ठ आत्मा जन्म घेतो, तेव्हा जवळजवळ संपूर्ण पृथ्वीवर अनेक श्रेष्ठ आत्मे एकाच वेळेस जन्म घेतात. जसे बुद्ध आणि महावीर भारतात जन्मले आजपासून पंचवीसशे वर्षांपूर्वी. दोघांचाही जन्म बिहारमध्ये झाला. आणि त्याच दरम्यान

बिहारमध्ये अजून सहा अद्भुत विचारवंत होते. त्यांचं नावनिशाण राहिलं नाही, कारण त्यांनी अनुयायी तयार केले नाहीत. त्यांची श्रेष्ठता बुद्ध आणि महावीर यांच्याइतकीच होती. पण हे त्यांचं मोठं असणं, की अनुयायी नाही बनवले. त्यात एक गृहस्थ होते प्रबुद्ध कात्यायन, एक होते अजित केसकंबल, एक होते संजय विलट्टीपुत्र, एक होते मक्खली गोशाल... आणि अजूनही काही होते. त्या काळी बिहारमध्ये एकाच वेळी एकाच प्रतिभेची आठ माणसं होती, एकाच क्षमतेची. हे आठही आत्मे अनेक काळ प्रतीक्षेत होते. आणि संधी मिळाली ती सर्वांनाच. एकत्र!

आणि नेहमी असं होतं, एक शृंखला असते, चांगल्याची आणि वाइटाची. त्याच दरम्यान युनानमध्ये सुकरात जन्मले. कालांतराने अरस्तू, प्लेटो जन्मले. त्याच दरम्यान चीनमध्ये कन्म्युशियस, लाओत्सु, मेन्शिअस, च्वांगत्से जन्मले. त्याच दरम्यान जगातल्या कानाकोपऱ्यात काही अद्भुत लोक एकदम जन्मले. सर्व पृथ्वीच अशा माणसांनी भरून गेली.

यातून असं प्रतीत होतं की, आत्मे प्रतीक्षेत होते आणि संधी मिळताच, गर्भ उपलब्ध होताच जन्मले. जसं एखादं फूल उमलतं. फुलांचा ऋतू आला आहे. एक फूल फुललं आणि दिसतं की, दुसरं फुललं, तिसरं फुललं...! फुलं वाट बघत होती आणि फुलली. पहाट झाली, सूर्योदय होण्याची वाट बघत होती. सूर्योदय झाला आणि फुलं फुलली.

अगदी असंच निकृष्ट आत्म्यांच्या संदर्भातही घडतं. जेव्हा पृथ्वीवर त्यांच्यासाठी योग्य वातावरण तयार होतं, तेव्हा एखाद्या साखळीत ते जन्म घेतात. जसं आमच्या या युगात हिटलर, स्टॅलिन, माओसारखी माणसं एकदम जन्मली. अगदी खतरनाक माणसं. ज्यांना हजारो वर्ष वाट पाहावी लागली असणार. कारण अशा लोकांना अगदी लगेचच जन्म घेता येत नाही. एकट्या स्टॅलिननेच रशियामध्ये जवळजवळ साठ लाख लोकांची हत्या केली आणि एकट्या हिटलरने किती करोडो लोकांना ठार मारलं.

हिटलरने अशा साधनांचा हत्येसाठी शोध लावला, ज्याचा तेव्हापर्यंत कधी कुणी लावला नव्हता. इतक्या सामूहिक हत्या केल्या की, कुणा व्यक्तीने तशा केल्या नव्हत्या. तैमूरलंग आणि चंगेजखान त्याच्यापुढे बच्चे वाटले. हिटलरने गॅसचेंबर्स बनवली. तो म्हणाला की, एका माणसाला ठार करणं फार महाग पडतं, गोळ्या फार लागतात. प्रत्येक माणसाला पुरणं फार महाग आहे. एक-एक माणसाचं प्रेत उचलून गावाबाहेर फेकून देण्यात फार खर्च होतो, तर सामूहिक हत्या करावी. कारण एकेकाला धरून मारायचं; तर वेळ खूप लागतो, त्रास होतो; एक मारा, तर तोपर्यंत दुसरा जन्मलेला असतो.

हिटलरने गॅसचेंबर्स बनवले. एकेका चेंबरमध्ये पाच-पाच हजार माणसं. विजेचं

बटण दाबायचं आणि संपूर्ण चेंबर वाफेने भरून टाकायचं. झालं – पाच-पाच हजार माणसं संपली, अगदी उभ्या उभ्या. चेंबर रिकामं – त्या माणसांचा गॅस झाला. विजेचा प्रवाह इतका जोराचा की, त्याचं नावनिशाण राहिलं नाही. ना त्यांची कबर बनवावी लागली, ना त्यांना मारून त्यांचं रक्त सांडावं लागलं.

हिटलरने खून केले, असा आरोप त्याच्यावर कुणी लावू शकत नाही. जर जुन्या – प्राचीन पद्धतीने देव मानला, तर हिटलरला निर्दोष घोषित करावं लागेल. त्याने कुणाचं रक्त सांडलंच नाही. त्याने अशी शक्कल लढवली, ज्याचं कुठे वर्णनच नव्हतं. त्याने बनवले गॅसचेंबर्स! जिथे माणूस हरवला, रक्त हरवलं, हाडं, कातडी – सर्व कायमचं हरवून गेलं.

अशा माणसांना लवकर गर्भ मिळणं कठीण. आणि चांगलंच आहे, की मिळत नाही. नाहीतर फार कठीण झालं असतं. आता हिटलरला खूप वाट बघावी लागेल, तसा निकृष्ट गर्भ उपलब्ध व्हायला हवा. आणि निकृष्ट गर्भाचा अर्थ काय? त्याचा अर्थ आई-वडील. त्या आई आणि वडील यांची मोठी लांबलचक शृंखला दुष्टतेचं पोषण करणारी आहे. एखाद्या जीवनात कोणताही माणूस इतकी दुष्टता निर्माण करू शकत नाही की, त्याचा गर्भ हिटलरसारख्या माणसासाठी योग्य ठरेल. एक माणूस किती दुष्ट वागेल? किती हत्या करेल? हिटलरसारखा माणूस कुणाची आई-वडील म्हणून निवड करेल, त्यासाठी हजारो वर्षांची लांब कठोरतेची परंपरा हवी. म्हणजे हजारो-लाखो वर्ष कुणी माणूस खाटीकखान्यात काम करत असेल, तेव्हा वीर्याणू असे योग्य होतील की, हिटलरसारखा मुलगा पसंत करेल आणि त्यात प्रवेश करेल.

ठीक, असंच चांगल्या आत्म्यांसाठीसुद्धा आहे. परंतु सामान्य आत्म्यांसाठी काहीही कठीण नाही. कारण अशांची खूप गर्दी आहे. त्यांच्या मागण्याही खास नाहीत. खाणं-पिणं-संभोग, मानपद, धन अशाच सामान्य इच्छा. अशांसाठी कुठेही गर्भ मिळतो.

यासंबंधी अजूनही एक-दोन प्रश्न आहेत, आपण त्याबाबतीत उद्या सकाळी बोलू. तुमचे जे काही प्रश्न असतील ते लिहून द्या.

आता आपण रात्रीच्या ध्यानाला बसू.

डोळे बंद करा. शरीर शिथिल करा... शिथिल करा...
शरीर शिथिल झालं...
श्वास शांत होत आहेत...
विचार शांत होत आहेत...

केवळ साक्षिभावनेने बघा. शरीर मृत झालंय... श्वास शांत झाला आहे... विचार बंद झाले आहेत...

द्रष्टा भाव... साक्षिभाव... शांत

शांत...

शांत...

हळूहळू पूर्ण खोल श्वास घ्या. हळूहळू डोळे उघडा... डोळे उघडून बाहेर बघा... बघत रहा!

◆

निद्रा, स्वप्न, संमोहन आणि बेशुद्धतेतून जागृततेकडे...

झोपेतही आम्ही तिथेच पोचतो, जिथे ध्यानात पोचतो. फरक इतकाच आहे की, झोपेत आम्ही बेशुद्ध असतो आणि ध्यानात आम्ही जागृत असतो. जर कुणी झोपेत जागृत होऊन पोचला, तर तेच होईल, जे ध्यानात होतं.

मेरे प्रिय आत्मन्!

पहिली गोष्ट ही समजून घेणं गरजेचं आहे की, मृत्यूवर विजय मिळू शकतो, याचा अर्थ असा नाही की, मृत्यूला आम्ही जिंकू. मृत्यूवर विजय याचा अर्थ इतकाच आहे की, मृत्यू नसतो, हे आम्ही जाणून घेऊ. मृत्यूचं नसणं हे जाणून घेणं म्हणजेच मृत्यूवर विजय! मृत्यू असा काही नाहीच, ज्याला आम्ही जिंकू. हे जाणून घेण्यानेच मृत्यूशी हरणं हे जे चालू आहे, ते बंद होऊन जाईल. असेही शत्रू आहेत, जे आहेतच. पण असेही शत्रू आहेत, जे नाहीयेत; पण आहेत असं वाटतं.

म्हणून विजय याचा असा अर्थ लावू नका की, मृत्यू आहे एक आणि आम्हाला त्याच्यावर विजय मिळवायचा आहे. जसं कुणी माणूस आपल्या सावलीशी भांडत बसला आणि वेडा झाला. मग आपण त्याला सांगू की, निरखून बघ, सावलीच नाहीये! आणि मग तो सावलीला बघेल आणि हसेल आणि त्याला समजेल की, मी सावलीला जिंकलं. सावलीला जिंकणं याचा इतकाच अर्थ आहे की, सावली इतकीही नव्हती की, तिच्याशी भांडावं. जो भांडेल, तो वेडा होईल. जो मृत्यूशी लढेल, भांडेल तो हरेल. आणि जो मृत्यूला जाणून घेईल, तो जिंकेल.

याचाच दुसरा अर्थ असा होतो की, जर मृत्यू नाहीये, तर वस्तुत: आपण कधी मरत नाही. आम्हाला हे माहीत असेल अथवा नसेल. असं नाहीये की, जगात दोन तऱ्हेची माणसं आहेत. एक जी मरतात आणि दुसरी जी मरत नाहीत, असं नाहीये. जगात कोणीही कधीही मरत नाही. पण जगात दोन तऱ्हेची माणसं आहेत. एक जी जाणतात की, मरत नाही आणि दुसरे जे जाणत नाहीत; इतकाच फरक आहे.

झोपेतही आपण तिथेच पोचतो, जिथे ध्यानात पोचतो. फरक इतकाच की, झोपेत आपण बेशुद्ध असतो, तर ध्यानात जागृत असतो. जर कुणी झोपेतही जागृत होऊन पोचलं, तर तसंच होईल, जे ध्यानात असताना होतं. जसं कुणा माणसाला क्लोरोफॉर्म देऊन बागेत नेलं, बेशुद्धावस्थेत. बागेत फुलं असतील, पक्षी गाणी गात असतील, सुगंध असेल. बागेतून त्याला फिरवून आणलं. त्याला शुद्ध आल्यावर विचारलं, ''बघितलीस बाग?'' तर तो म्हणेल, ''बाग? कुठली बाग?'' मग त्याला म्हणू, ''शुद्धीत चल.'' तो म्हणेल, ''शुद्धीत बागेतच पोचेन ना? तर मग बेशुद्धीत आणि शुद्धीत पोचण्यात फरक काय?'' तर त्याला सांगू की, फरक आहे. तो इतकाच की, शुद्धीत असताना तू जाणून घेशील काय बघितलंस ते. फुलं, सुगंध, पक्षी, पहाटेचा सूर्योदय... हे तू बेशुद्धीत जाणलं नाहीस. बेशुद्धीतही तितकेच पोचाल, जितके शुद्धीत असताना पोचता. पण बेशुद्धीतला माणूस असा

पोचतो; न पोचल्यासारखा.

आम्ही झोपेतही तिथेच पोचतो, जिथे ध्यानात असताना पोचतो. झोपेतही त्या बागेत जातो, त्याच जीवनाच्या बागेत, जिथे ध्यानातून कोणी जातं. पण झोपेत आपण असतो बेशुद्ध. रोज जातो आणि परतून येतो.

हो, पण एक गोष्ट नक्की. बेशुद्धीत कोणी बागेत गेलं असलं, तरी शुद्ध आल्यावर, परतून आल्यावर – त्याच्या शरीराला बागेतली ताजी हवा स्पर्शून गेलेली असेल, पक्ष्यांची गाणी कानात साठली गेली असतील, श्वासात सुगंध भरून राहिला असेल – तो म्हणेल, की आज फार छान वाटत आहे. मोठी शांतता वाटत आहे. झोप झाल्यावर सकाळी तुम्ही म्हणता की, झोप झाली, आता फार छान वाटत आहे. झोप झाल्याने काय चांगलं झालं? नक्कीच झोपेत तुम्ही कुठेतरी गेला होतात, जिथे काही घडलं, पण ते अज्ञात आहे. अगदी लहानशी बातमी राहिली आहे मागे की, चांगलं वाटतंय. सकाळी उठल्यावर प्रसन्न वाटतंय. तर तो माणूस रात्री गाढ झोपेत जातो, तो सकाळी ताजा होऊन परत येतो. तो ताजेपणाच्या स्रोतापर्यंत पोचला, पण बेशुद्ध! आणि जो रात्री झोपू शकत नाही; तो सकाळी अजून थकलेला, मंद, जितका संध्याकाळी थकलेला नव्हता. जो माणूस काही दिवस झोपू शकत नाही, त्याचं जीवन दुर्धर होतं, कारण जीवनाच्या स्रोताशी असलेलं त्याचं नातं विच्छिन्न होऊन जातं. तो तिथपर्यंत पोचू शकत नाही, जिथपर्यंत त्याला पोचणं अत्यंत गरजेचं असतं.

जगात कठीणातली कठीण शिक्षा ही मरण अशी नाहीये. मृत्यूची शिक्षा ही सरळ आहे, क्षणात संपते. सर्वांत कठीण शिक्षा झोप न येणं ही आहे. कुणा व्यक्तीला झोपू न देणं ही सर्वांत मोठी शिक्षा आहे. आजही चीन, रशिया, हिटलरच्या जर्मनीत कैद्यांना जागं ठेवण्याची शिक्षा, तसे उपाय केले जातात. पंधरा दिवस कैद्याला झोप मिळाली नाही, तर त्याची अवस्था अगदी दयनीय होऊन जाते; इतकी की, कल्पनाही करू शकत नाही. तो जवळजवळ विक्षिप्त होऊन जातो आणि त्या सगळ्या गोष्टी सांगू लागतो, ज्या त्याने लपवलेल्या असतात. नकळत त्याच्या तोंडून सगळं बाहेर पडू लागतं. त्याला शुद्धच नसते, तो काय बोलत आहे याची. तो त्याचं नाव-गाव, जात सर्व विसरून जातो. झोप न मिळाल्यामुळे त्याचं चित्त अस्ताव्यस्त होऊन जातं आणि मग त्यांना जे हवं, ते शिकवलं जातं.

तर अमेरिकेचे सैनिक जे कोरियात पकडले गेले युद्धात, चिनी लोकांनी त्यांना जागरण करवून करवून त्यांची अशी अवस्था करून टाकली की, जेव्हा ते परतून आले, तेव्हा अमेरिकेला दूषणं देत राहिले आणि कम्युनिझमची वाहवा करत राहिले. कारण आधी त्यांना झोपू दिलं गेलं नाही आणि म्हणून ते जेव्हा अस्ताव्यत झाले, त्यांना शिकवण देत राहिले कम्युनिझमची. ते त्यांचं अस्तित्व विसरले, तेव्हा त्यांना

सांगण्यात आलं की, तुम्ही कम्युनिस्ट आहात. त्या सैनिकांना बघून अमेरिकन मानसशास्त्रज्ञ हैराण झाले.

झोप येऊ दिली नाही की, माणूस आपल्या जीवनस्रोतापासून असंबंधित होतो. जगात जितकी नास्तिकता वाढत जाईल, त्या प्रमाणात झोप कमी होत जाईल. ज्या देशात झोप अगदी गाढ असेल, तिथे आस्तिकता जास्त असेल. पण हे आस्तिक-नास्तिक अगदीच अनोळखी आहे, अपरिचित, बेशुद्ध! कारण जो माणूस गाढ झोपतो, तो दिवसभर शांत जगतो आणि जो तसा झोपत नाही; तो दिवसभर अशांत, बेचैनीत जगतो. बेचैन आणि अशांत मन परमेश्वराचा स्वीकार कसं काय करणार? पीडित, अतृप्त, क्रोधी मन नाकारतं; अस्वीकार करतं.

पाश्चात्त्य देशांत वाढती नास्तिकता याचं कारण विज्ञान नाहीये, कारण आहे अस्ताव्यस्त मन, ज्याला झोप मिळत नाही. आज न्यू यॉर्कमध्ये तीस टक्के, कमीत कमी तीस टक्के लोक असे आहेत, ज्यांना औषधाशिवाय झोप येत नाही. आणि तिथले मानसशास्त्रज्ञ म्हणतात की, परिस्थिती जर अशीच राहिली, तर कालांतराने शंभर टक्के माणसं औषधांशिवाय झोपू शकणार नाहीत.

झोप अगदी हरवून गेली आहे. आणि ज्या माणसाची झोप हरवली आहे, त्याचा विश्वास बसणार नाही. जर त्याने तुम्हाला विचारलं की, तुम्ही कसे झोपू शकता? काय युक्ती आहे? आणि तुम्ही म्हणाल की, काहीही युक्ती नाही, मी उशीवर डोकं ठेवतो आणि झोपून जातो, यात काहीही युक्ती नाही. तर तो म्हणेल की, झोपेची युक्ती तुमच्या जवळ आहे. तुम्ही खोटं सांगत आहात. हे अशक्य आहे. नक्कीच काहीतरी युक्ती आहे, जी मला माहीत नाही. कारण उशीवर डोकं मीसुद्धा ठेवतो, पण झोप लागत नाही.

देव करो असं होऊ नये, पण पुढे अशी वेळ येईल की, सर्वांचीच नैसर्गिक झोप हरवून जाईल. तेव्हा त्या लोकांचा विश्वास बसणार नाही की, पूर्वी माणसं उशीवर डोकं ठेवताक्षणी झोपून जायची. त्यांना ही कपोलकल्पित गोष्ट वाटेल. जो अनुभव आम्हाला नाही, तो कसा असू शकेल? आणि हेच कठीण आहे.

मी तुम्हाला हे एवढ्याचसाठी सांगत आहे की, तीन-चार हजार वर्षांपूर्वी माणसं डोळे बंद करायची आणि ध्यानात जायची. इतक्याच सहजतेने, जसे आज तुम्ही झोपता. आज आमचा या गोष्टीवर विश्वास बसत नाही की, माणसाने विचार केला की, ध्यानात जाऊ, बसला, डोळे बंद केले आणि ध्यानात गेला. आम्ही म्हणू, हे कसं शक्य आहे? कारण डोळे बंद करून आम्हीसुद्धा बसतो, पण कुठेच जात नाही. विचारांचं चक्र चालूच राहतं.

ध्यानसुद्धा प्रकृतीच्या जवळ असणाऱ्या माणसांसाठी अगदी सोपं होतं, जितकी झोप प्रकृतीच्या जवळ असणाऱ्या माणसांसाठी सोपी आहे. आधी ध्यान गेलं आणि

आता झोप. कारण आधी त्या गोष्टी जातात, ज्या चेतन आहेत आणि नंतर त्या गोष्टी जातात, ज्या अचेतन आहेत. ध्यान गेलं, तर जग जवळजवळ अधार्मिक झालं आणि झोप गेली, तर जग संपूर्ण अधार्मिक झालं. झोपेव्यतिरिक्त पृथ्वीवर धर्माची शक्यता उरणार नाही.

तुम्ही असा विचार कधी करू शकतच नाही की, झोपेचा इतका संबंध असतो. व्यक्ती कशी झोपते, यावर ती व्यक्ती कशी जगेल, हे अवलंबून असतं. जर व्यक्ती नीट झोपू शकत नसेल; तर त्या व्यक्तीचं कुटुंब, मुलं-बायको, आई-वडील, नवरा, सासू-सासरे सगळेच अस्ताव्यस्त होऊन जातात. कारण ती व्यक्ती रागीट बनते. शांत झोपणाऱ्या व्यक्तीचं जीवन आनंदी, शांत, प्रफुल्ल असतं. कारण झोप आम्हाला अचेतनेत घेऊन जाते, जिथे आम्ही परमात्म्यात बुडून जातो. जास्त काळ नाही. स्वस्थ माणूसही गाढ झोपेत, रात्रीच्या पूर्ण आठ तासांच्या झोपेच्या कालावधीत दहा मिनिटांसाठी तिथे पोचतो. दहा मिनिटांसाठी असा क्षण येतो, जेव्हा तुम्ही पूर्णपणे बुडून जाता. स्वप्नही पडत नाहीत.

जोपर्यंत स्वप्नं पडत असतात, तोपर्यंत झोप पूर्ण होत नाही. तोपर्यंत जागेपण आणि झोप याच्या मधल्या अवस्थेत तुम्ही हिंडत असता. स्वप्न म्हणजे अर्धजागृत, अर्धनिद्रावस्था. डोळे बंद असतात, पण ती निद्रा नसते. बाहेरच्या जगाचे प्रभाव अजूनही कार्यरत आहेत. ही वेगळी गोष्ट आहे की, सकाळी उठल्यावर स्वप्न आठवतंच असं नाही.

पण अमेरिकेत दहाएक प्रयोगशाळा स्थापित केल्या गेल्या आहेत, जिथे हजारएक माणसं रात्री झोपण्यासाठी गेली दहा वर्षं जात आहेत. त्यांचा अभ्यास केला जात आहे, की झोप म्हणजे काय? अमेरिकेची उत्सुकता 'झोप' या विषयावर इतकी आहे की, त्याचमुळे ध्यान म्हणजे काय, यावरही आहे. म्हणून ध्यानाशी संबंधित असलेले योगी, महर्षी अशी माणसं अमेरिकेत जाऊन युक्त्या सांगतात की, राम राम जप करा. तर लाखो लोक ते ऐकण्यासाठी उत्सुक आहेत.

ती झोप हरवली आहे, म्हणून ध्यानातही उत्सुकता आहे. त्यांना वाटतं की, कदाचित यामुळे झोप येईल, शांती येईल. म्हणून ध्यान त्यांच्यासाठी एका झोपेच्या गोळीएवढंच आहे. जेव्हा विवेकानंदांनी प्रथम त्यांना ध्यानाबद्दल सांगितलं, तेव्हा एका डॉक्टरांनी त्यांना सांगितलं की, तुमच्या ध्यानाने मला मोठा आनंद मिळाला. हे नॉन मेडिसिन ट्रँक्विलायझर आहे. औषधाशिवायची झोप. हे खूप छान आहे.

अमेरिकेत आपल्या योगींचा जो प्रभाव पडतो आहे, त्याचं कारण तिथे झोप हरवली आहे, हे आहे. आणि झोप हरवली; तर संपूर्ण आयुष्य जड, उदास, ताणतणावाने भरलेलं. म्हणून झोपेच्या गोळ्यांचं प्रमाण वाढलं आहे. करोडो रुपये या औषधांवर तिथे खर्च होत आहेत.

दहा मोठ्या प्रयोगशाळा, जिथे माणसांना झोपवण्यासाठी पैसे दिले जातात, कारण रात्री झोपेत त्यांना अनेक प्रकारचे त्रास दिले जातात. हजारो विद्युत वायर्स लावल्या जातात शरीराला. अनेक तऱ्हेच्या परीक्षा घेतल्या जातात की, आत काय चाललं आहे.

एक अद्भुत गोष्ट या प्रयोगावरून समजली की, जवळजवळ संपूर्ण रात्र माणूस स्वप्न बघत असतो. तो माणूस जो सकाळी उठल्यावर म्हणतो, की मी एकही स्वप्न बघितलं नाही. फरक स्मृतीचा आहे. जो माणूस म्हणतो की, मी स्वप्न बघितलं, त्याची स्मृती ठीक आहे. पण असा अनुभव आला आहे की, दहा मिनिटांसाठी माणूस सगळ्यातून मुक्त झालेला असतो.

आता स्वप्नं पडताळली जाऊ शकतात. कारण आमच्या मेंदूतल्या नसा कार्यरत असतात. जेव्हा स्वप्नं बंद असतात, तेव्हा त्याही बंद होतात. आणि मशीन सांगतं की, खंड पडला आहे. आता हा माणूस स्वप्नही बघत नाही आहे. कुठले विचारही करत नाही आहे. तो हरवला आहे.

खंड पडतो. माणूस हरवतो, याचा अर्थ समजला का? ती इतकी गाढ झोप असते की, माणूस अशा ठिकाणी पोचतो, जे मशीनही शोधू शकत नाही. त्या खंडात माणूस परमात्म्यात प्रवेश करतो. मग दहा मिनिटांनंतर मशीन पुन्हा पकड घेतं. त्या दहा मिनिटांत माणूस कुठे होता, हे सांगता येणं अशक्य. म्हणून अमेरिकेतले मानसशास्त्रज्ञ म्हणतात की, झोप हे एक मोठं रहस्य आहे. खरंतर हे आहे की, परमात्म्यानंतर झोप हेच रहस्य आहे, सर्वांत मोठं रहस्य.

तुम्ही रोज झोपता, पण तुम्हाला झोप म्हणजे काय, हे माहीत नाही. असं समजू नका, की तुम्ही आयुष्यभर झोपत आहात, तर तुम्हाला झोप म्हणजे काय, हे माहीत आहे. कारण झोप तेव्हाच असते, जेव्हा तुम्ही नसता. लक्षात ठेवा, जोपर्यंत झोप नसते, तोपर्यंत तुम्ही असता. म्हणून तुम्हाला तिथपर्यंतच माहीत आहे, जिथपर्यंतचं मशीनला माहीत आहे. जसं मशीन सांगतं, की स्वप्न चालू आहे, हे तर तुम्हालाही माहीत असतं. आणि मशीन जेव्हा असं सांगतं, की खंड आला आहे, म्हणून कुठेतरी निघून गेला आहे – मशीन तिथे पोचत नाही, तसंच आपणही पोचत नाही. कारण तुम्हीसुद्धा एका मशीनपेक्षा अतिरिक्त नाही आहात.

त्या खंड, मोकळ्या रिकाम्या जागेत तुम्हीसुद्धा पोचत नाही. म्हणून झोप म्हणजे एक रहस्य आहे, जिथे आमची पोच नाही. कारण आम्ही संपल्यावर, मिटून गेल्यावरच झोप येते. आणि म्हणूनच जितका अहंकार वाढत जातो, तितकी झोप कमी होत जाते. अहंकारी माणूस झोपेला मुकतो. कारण चोवीस तास फक्त 'मी' असतो. उठतो, तर म्हणतो 'मी'; बसताना, रस्त्यावरून चालताना – मी – मी आणि फक्त मी. झोपितानाही 'मी' जात नाही आणि मग झोप येणं कठीण होऊन

बसतं. 'मी' असताना झोप येणं अशक्यप्राय. आणि 'मी' असताना परमात्म्यात प्रवेश असंभव.

झोप आणि परमात्म्यात प्रवेश ही एकच घटना आहे; फरक इतकाच आहे की, झोप बेशुद्ध अवस्थेतला प्रवेश आहे आणि ध्यान हा शुद्धीतला प्रवेश आहे. हा खूप मोठा फरक आहे. हजारो जन्म तुम्ही झोपेत परमात्म्यात प्रवेश करत आला आहात, पण तुम्हाला परमात्म्याचं अतित्व माहीत नाही. पण एका क्षणासाठी जरी तुम्ही ध्यानातून परमात्म्यात प्रवेश केलात, तर अशा ठिकाणी पोचाल, जिथे झोपेत लाखो वेळा पोचला आहात, तर तुमचं आयुष्य बदलून जाईल. आणि गमतीची गोष्ट अशी आहे की; जी व्यक्ती एकदा ध्यानात प्रवेश करते, त्या शून्यात, जिथे झोप घेतली जाते – त्यानंतर ती व्यक्ती कधीही झोपेतही बेशुद्ध राहत नाही.

ते जे कृष्णाने गीतेत सांगितलं आहे की, जेव्हा झोपतात, तेव्हाही योगी जागे असतात, याचा अर्थ हाच आहे. जेव्हा सगळे झोपतात, तेव्हा योगी जागे असतात, असा याचा अर्थ नाही. योगींसारखे कोणीही झोपत नाही. पण तरीही त्यांच्या निद्रेत गाढ निद्रेत त्यांचं एक तत्त्व, जो त्यांचा ध्यानात प्रवेश झाला आहे, ते जागं असतं. आणि ते जागे असताना निद्रेत प्रवेश करतात. तेव्हा निद्रा आणि ध्यान त्यांच्यासाठी एकच असतं. काहीही फरक राहत नाही.

आनंद बुद्धांपाशी अनेक वर्ष राहिला. त्यांच्याजवळ झोपला. एका पहाटे त्याने बुद्धांना विचारलं, "मला आश्चर्य वाटतं. वर्ष झालं मी तुमच्याजवळ झोपतोय आणि बघतोय की, झोपेत तुम्ही कुशीवरही वळत नाही. जसे रात्री झोपताना असता, तसेच पहाटे दिसता. किती वेळा मी रात्री उठून बघितलं आहे, तुमचा हातसुद्धा हलत नाही, पायही जिथे जसे असतात, तसेच राहतात. रात्रीसुद्धा झोपेचा हिशोब मांडत असता?" बुद्ध म्हणाले, "नाही, हिशोब ठेवत नसतो. गरजच नाही. मी जागा राहून झोपतो. तर कुशीवर वळायची गरजच भासत नाही. गरज वाटली, तर वळूही शकतो. तुम्ही जे कुशीवर वळत राहता, ती झोप नसते. अस्वस्थ चित्ताचं ते लक्षण आहे. ते तुम्हाला रात्रीसुद्धा एका जागी स्वस्थ राहू देत नाही. दिवसाची गोष्ट वेगळी आहे. रात्री झोपतानाही शरीर बेचैनी जाहीर करत राहतं."

एका माणसाला प्रयोग म्हणून रात्रीचं झोपताना बघितलं, तर चकित व्हायला होतं – रात्रभर बेचैनी, दिवसा जेवढा हात चालतो, तितकाच रात्रीही. दिवसा जसे पळता, तसेच रात्रीही. श्वास फुलून येतो. वासना, क्रोध, भांडणं – सर्व काही. फरक इतकाच, थकून झोपतो, पण बाकी सर्वकाही तशाही अवस्थेत चालूच असतं.

पण आम्हाला हे जाणवत नाही. एक माणूस खुर्चीवर बसलाय, तर पाय हलवत राहतो. चालताना पाय हलतात, समजू शकतो. कुणी विचारलं की, पाय का हलवत आहेस? तर अचानक पाय हलवणं बंद होऊन जातं. काही क्षणांसाठीच.

पण सांगू शकत नाही की, का हलवत आहे. आता बेचैनी कंपित होत असते. ती संपूर्ण शरीराला कंपित करते. पण मग पुन्हा पाय हलवणं सुरू होतं. बसल्या जागीही चुळबुळ चालू राहते.

म्हणूनच दहा मिनिटंही ध्यानात बसणं कठीण जातं. कारण शरीराचे हजार भाग सांगत राहतात; पाय असा ठेव, डोकं असं कर, हात हलव... ते शरीर करवत राहतं आणि आपण तसा विचारही करत नाही. अनवधानाने हालचाल होत राहते. पण ध्यानाला बसल्यावर जाणवतं की, हे शरीर कसं आहे, की सेकंदासाठीही एका जागी स्थिर राहत नाही. तो मनाचाच संभ्रम असतो आणि मनाची उत्तेजना. मनाचे तरंगच शरीरापर्यंत प्रवाहित होतात.

झोपेत दहा एक मिनिटं सर्व हरवून जातं. ती दहा मिनिटं पूर्ण स्वस्थ आणि शांत उपलब्ध होतात. पण सर्वांनाच नाही. कुणाला चार-पाच मिनिटं उपलब्ध होतात. त्या एक, दोन-पाच मिनिटांवर आम्ही चोवीस तास राहतो. त्या तेवढ्याच क्षणात जो रस मुळापर्यंत पोचतो, त्यावरच चोवीस तास जगले जातो. तेवढ्या काळात जेवढं तेल दिव्याला मिळतं, तो चोवीस तास जळत राहतो. म्हणून दिवा फार मंदपणे तेवत राहतो. तेवढं तेल साठत नाही की, दिवा प्रखरतेने पेटेल, दिव्याची मशाल होऊ शकेल. नाही होऊ शकत.

ध्यान हळूहळू जीवनाचं स्रोत उभा करतं. मग आम्ही त्यावरच उभे राहतो. मग असं नाही की, आम्ही दिव्यात तेल ओतत राहतो, मग तर तेलाचा सागरच उपलब्ध होतो. मग आम्ही त्यातच जगू लागतो. आणि असं जगणं झोपेला विलीन करून टाकतं. याचा अर्थ असा नाही की, झोपतच नाही. याचा अर्थ झोपेतही आत कुणीतरी जागं असतं आणि तेव्हा स्वप्नं संपूर्ण हरवून जातात.

योगस्थ व्यक्ती जागते, झोपते, पण स्वप्नं बघत नाही. स्वप्नं हरवली की, विचार संपतात. जागेपणात आम्ही ज्यांना विचार म्हणतो, झोपेत त्यांनाच स्वप्नं म्हणतो. विचार आणि स्वप्न यांत छोटासा फरक आहे, स्वप्नात विचार थोडे सभ्य असतात. लहान मुलं अथवा पुरातन जाती विचारांना चित्रांतून बघतात. शब्दांतून नाही.

मनुष्याचं पहिलं विचार करणं हे चित्रांद्वारेच होतं. लहान मुलाला भूक लागली, तर ते मूल शब्दांतून भुकेचा विचार करत नाही, त्याला आईचे स्तन दिसतात. स्तनांना लागलेलं दूध पितानाचं मूल, असं चित्र दिसतं. शब्द दिसत नाहीत. ते तर फार नंतर सुरू होतात. आधी चित्रंच दिसतात. आणि आम्हाला जर भाषा येत नसेल, तर आम्हीही चित्रांचाच उपयोग करतो. गंमत अशी आहे की, शब्दांची भाषा वेगळी आहे, चित्रांची भाषा वेगळी नाहीये. जगाच पाठीवर कुठेही जा. भाषा येत नाही, पण तहान लागली आहे, पाणी हवं आहे, असं सांगायचं असेल; तर दोन्ही हात तोंडाजवळ नेऊन तसं सांगता येतं. समोरच्याला ते समजतही.

शब्द आम्ही वेगवेगळे बनवले, पण चित्रं वेगवेगळी बनवली, शोधली नाहीत. चित्रं तर मनुष्याच्या मनाची भाषा आहे. म्हणून तर जगात कोणत्याही चित्राला कुठेही समजलं जाऊ शकतं. कुणी लिओनार्दोचं चित्र बघू देत अथवा खजुराहोच्या मूर्ती; यांना समजण्यासाठी भाषेची गरज नाही.

शब्दांची भाषा दिवसा उपयोगी पडते, पण रात्रीत नाही. रात्री आम्ही पुन्हा जंगली होतो. आम्ही हरवून जातो. आमचं शिक्षण, डिग्री, युनिव्हर्सिटी सगळं हरवून जातं. म्हणून रात्रीला चित्रं असतात. दिवसा शब्द, रात्री चित्रं!

म्हणून दिवसा आम्ही कुणावर प्रेम करू इच्छितो, तर आम्ही प्रेमाच्या भाषेचा विचार करतो – भाषा! पण रात्री प्रेम करतो, तर चित्राशिवाय अन्य मार्ग नाही. म्हणून स्वप्नं जिवंत वाटतात. पूर्ण चित्र उभं राहतं. म्हणून एखादी कादंबरी वाचली, तर जास्त आनंद होत नाही, पण त्याच कादंबरीवर जर चित्रपट बनवला, तर बघताना आनंद होतो. म्हणून तुम्ही मला बोलताना बघता, तर जास्त आनंद वाटतो. माझं बोलणं टेपवर ऐकलं, तर तेवढा आनंद वाटणार नाही. कारण इथे शब्दांबरोबर चित्रही हजर आहे. चित्र आमची जवळची भाषा आहे. प्राकृतिक! तर रात्री शब्द चित्र बनतात, इतकाच फरक आहे.

जेव्हा स्वप्नं संपतात, तेव्हा विचारही हरवतात. दिवस विचारांतून मोकळा झाला, तर रात्र स्वप्नांपासून रिकामी राहते. आणि लक्षात ठेवा, स्वप्नं झोपू देत नाहीत आणि विचार जगू देत नाहीत. या दोन्ही गोष्टी समजून घ्या. स्वप्नं संपली, तर झोप पूर्ण होईल आणि विचार संपले, तर जागरण पूर्ण झालं. आणि जागरण पूर्ण झालं, तर झोपही पूर्ण होईल. तर झोप आणि जागरण यांत काही फरक राहत नाही. केवळ डोळे उघडे आणि बंद इतकाच फरक राहतो. श्रम आणि विश्राम हा शरीराचा फरक उरतो. चेतनेत काहीही फरक उरत नाही. चेतना एक होते, केवळ फरक राहतो तो शरीरात. जागेपणात श्रम असतात आणि झोपेत विश्राम! इतकाच फरक!

तर ज्या मित्राने विचारलं आहे की, झोपेत परमात्मा का मिळत नाही, त्यांना माझं सांगणं आहे की, मिळू शकतो, जर झोपेत जाग असेल तर. आणि ध्यानाचा हाच अर्थ आहे. म्हणून माझ्या ध्यानाच्या ज्या प्रक्रिया आहेत, त्या वास्तविक झोपेच्याच प्रक्रिया आहेत. जागृत झोप! जागेपणात निद्रिस्त व्हायचं. म्हणून शरीराला शिथिल करायला सांगतो, श्वास सोडून द्यायला सांगतो, मन शांत करायला सांगतो. ही झोपेची तयारी आहे. म्हणून अनेकदा असं होतं की, काही मित्र ध्यानात न जाता झोपेत जातात. म्हणून कायम सांगत राहतो की, आत जागे रहा. आतून जागेपणाने भरून जा, शरीर संपूर्ण शिथिल होऊ देत; श्वासही. जितका झोपेत असतो, त्याहूनही शिथिल. पण आतून जागे रहा. आत दिवा जळत राहू देत, म्हणजे झोप लागणार नाही.

ध्यान आणि झोप यांच्या प्रारंभिक अटी एकसारख्या आहेत. शेवटच्या अटीत

फरक आहे. पहिली अट शरीर शिथिल करा. तुम्ही जर डॉक्टरांकडे जाऊन तक्रार केलीत की, झोप येत नाही, तर तो सांगेल की, मी तुम्हाला रिलॅक्स व्हायला शिकवतो, शरीर शिथिल करा. जे मी सांगतो, तेच तोही सांगेल.

कधी मांजराला झोपताना बघितलं आहेत? कुत्र्यांना? ते कसे झोपतात? जणू ते नाहीतच. लहान मुलाला बघितलं आहेत? कोणताही ताण नसतो. हात-पाय असे ढिले असतात की, विचारायला नको. कुणा माणसाला, म्हाताऱ्यांना बघितलं आहेत? सगळं खेचल्यासारखं...!

तर डॉक्टरही सांगेल की, श्वास शिथिल करा. शारीरिक श्रमांनी श्वास जलद होतो. रक्ताभिसरणाची गती वाढते. जर झोपायचं असेल, तर रक्तप्रवाह शांत असायला हवा. म्हणून दुसरी अट आहे, श्वास शिथिल करा.

जर विचारांचा प्रवाह जोराचा असेल, तर मेंदूतला रक्तप्रवाह वाढतो, मग झोप येणं अशक्य. झोप येण्याची अट आहे की, मेंदूतला रक्तप्रवाह कमी असावा. म्हणून तुम्ही उशी घेता. तुम्ही कधी विचार केला नसेल की, उशी का घेतात? उशी रक्तप्रवाहाची गती कमी करण्यासाठी घेतात. उशी नसेल, तर शरीराच्या पातळीवर डोकं येतं आणि त्यामुळे रक्तप्रवाहाची गती पूर्ण होते. डोक्यापासून पायापर्यंत. डोकं वर ठेवलं, तर रक्ताचा प्रवाह कमी होतो. म्हणून ज्यांना झोप येणं कठीण जातं, त्यांनी दोन-तीन उशा घ्याव्यात. म्हणजे रक्तप्रवाह कमी होईल. शिथिलता येईल.

विचार जर भरधाव असतील, तर मेंदूतल्या नसाही भरधाव होतील. कारण विचारांना गती मिळण्यासाठी रक्त हे वाहन ठरतं. तुम्ही बघितलं असेल की, कधी राग आला, तर शिरा तटतटतात, चेहरा लालबुंद होतो. रक्तप्रवाह इतका जोरात होऊ लागतो की, नसांना तो पेलवत नाही आणि त्या फुगतात. राग शांत झाला, की नसाही कमी होतात, कारण रक्ताची गती कमी होते. जर वासनेने पकड घेतली, तर श्वास वाढतो, रक्तप्रवाह वाढतो, घाम येतो. कारण विचार इतक्या जोरात येतात की, डोक्यातले स्नायू रक्त फेकत राहतात... अगदी जोरात.

दोन्ही अटींत साम्य आहे. शेवटच्या अटींत फरक आहे. झोप – झोपून जा आणि ध्यान – आता जागे व्हा. या तिन्ही अटी पूर्ण व्हाव्यात, तुम्ही जागे रहा. बस!

म्हणून मित्राने जे विचारलं आहे, ते योग्य आहे. झोप आणि ध्यान यांचा गाढ संबंध आहे. समाधी आणि सुषुप्ती यांत गाढ संबंध आहे. महत्त्वाचा फरक एकच जागृत असणं, आणि जागृत नसणं – बेशुद्धावस्था! झोप बेशुद्धता आहे, ध्यान जागरूकता आहे.

एका मित्राने विचारलं आहे की, ज्याला तुम्ही ध्यान म्हणता त्यात आणि आत्मसंमोहन यांमध्ये काय फरक आहे?

तोच फरक आहे, जो निद्रा आणि ध्यान यांत आहे. ही गोष्ट समजून घेणंही उचित आहे. झोप नैसर्गिकरीत्या येते आणि आत्मसंमोहनसुद्धा झोप आहे, प्रयत्नपूर्वक आणलेली. इतकाच फरक आहे. हिप्नोसिसमधल्या 'हिप्नोस'चा अर्थ झोप आहे. तंद्री. एक झोप अशी आहे, जी आपोआप येते आणि एक झोप अशी आहे, जी आणवली जाते.

जर एखाद्याला झोप येत नसेल, तर ती आणावी लागते; काही उपाय करावे लागतात. तो माणूस आडवं पडून म्हणत राहील की, मला झोप येत आहे, झोप येत आहे, मी झोपत आहे, मी झोपत आहे... तर हाच भाव त्याच्या प्राणात घुमत राहील, त्याचं मन पकड घेईल, तर शरीर तसाच व्यवहार करू लागेल. कारण शरीर म्हणेल की, झोप येत आहे, आता शिथिल हो. श्वास म्हणतील की, शिथिल व्हा. झोप येत आहे, तर मन म्हणेल, आता गप्प रहा.

झोप येत आहे, असं वातावरण निर्माण केलं जाईल आत, तर शरीर तसं वागू लागेल. शरीर आज्ञाधारक आहे. तुम्हाला रोज अकरा वाजता जेवायची सवय आहे आणि घड्याळ रात्री अकरा वाजता बंद पडलं. मग तुम्ही जेव्हा सकाळी आठ वाजता बघता, तेव्हा तुमच्या पोटात अचानक भूक जागी होते. पण अजून अकरा वाजले नाही आहेत, तीन तास आहेत. पण घड्याळ सांगतंय अकरा वाजल्याचं, त्यामुळे पोटही सांगतंय भूक लागल्याचं. अशी यांत्रिकता आहे. रोज अकरा वाजता भूक लागते.

शरीर आज्ञाधारक आहे. ते जितकं स्वस्थ असेल, तितकं आज्ञाधारक असेल. अस्वस्थ शरीराचा अर्थ, ज्याने आज्ञा मानणं नाकारलं. तुम्ही आज्ञा दिलीत, तरी ते मानत नाही. तुम्ही म्हणता झोप येत आहे, ते म्हणतं की, कुठे येत आहे? तुम्ही म्हणता भूक लागली आहे – ते भूकही नाकारतं. आज्ञा सोडून दिली. ते शरीर अस्वस्थ. आज्ञा मानतं. ते शरीर स्वस्थ. कारण ते आपल्या अनुकूलतेने चालतं, आमच्या मागोमाग येतं.

संमोहनाचा अर्थ शरीराला आज्ञा देणं आणि आज्ञेत घेऊन येणं. आमचे बरेच आजार असे आहेत, जे खोटे आहेत. शंभरात निदान पन्नास आजार खोटे आहेत. जगात आजाराचं प्रमाण वाढलं आहे, कारण माणसांचं खोटं वाढलं आहे; तर खोटे आजारही वाढले आहेत. हे नीट समजून घ्या. आजार वाढत चालले आहेत. नाही. माणसांची खोटं बोलण्याची क्षमता वाढत चालली आहे. म्हणून इतरांशी खोटं बोलतो, असं नाही, तर माणूस स्वत:शी खोटं बोलतो. तो आजारही निर्माण करतो.

एखाद्या माणसाचं दिवाळं निघालंय. त्याला बाजारातून वस्तू आणायच्या तर आहेत, पण प्रत्येक दुकानदार पैसे मागणार. अचानक तो माणूस आजारी पडतो, इतका, की त्याला पलंगावरून उठताही येत नाही. हा निर्माण केलेला आजार आहे. त्यामुळे दोन फायदे झाले. आता तो सांगू शकतो की, आजारी आहे, जाऊ नाही

शकत. त्याने स्वतःला आणि दुसऱ्यांनाही समजावलं. हा आजार कुठल्याही औषधांनी बरा होऊ शकत नाही, कारण हा आजार नाहीच.

जर कधी औषधांनी तुमचा आजार बरा झाला नाही, तर समजून जा की, आजार औषधोपचारांचा नाहीये. आजार काही वेगळाच आहे, ज्याचा औषधांशी संबंध नाही. तुम्ही डॉक्टर, औषधं सगळ्याला दूषणं घाल. ॲलोपॅथीपासून नॅचरोपॅथीपर्यंतचे उपचार करून घ्याल. काही उपयोग होणार नाही, कारण डॉक्टर प्रामाणिक आजारांवर उपचार करू शकतात. खोट्या आजारांवर नाही. आणि खोट्या आजारात तुम्ही रममाण आहात, तुम्हाला तो हवा आहे.

स्त्रियांचे आजार पन्नास टक्क्यांहूनही जास्त खोटे आहेत. कारण स्त्रियांना लहानपणीच एक युक्ती सापडली आहे की, जेव्हा आजारी असू, तेव्हा प्रेम मिळतं. आजारी असेल, तर नवरा ऑफिसला जात नाही, मनातून कितीही शिव्या देत असेल, पण बायकोजवळ बसून राहतो. आजारी माणूस सगळ्या घराचा दिग्दर्शक – डिक्टेटर होतो. त्याने सांगितलं, तर रेडिओ बंद होतो. झोपू शकतो हवं तेव्हा, हवं तितका वेळ. सगळ्यांना स्वतःच्या जवळ बसवून ठेवतो. आजारी माणसाला कसं कोण दुखावणार? पण यात धोका आहे. आम्ही आजाराला फूस लावतो.

पण लक्षात ठेवा. आजारामुळे कधी प्रेम मिळत नाही, दया मिळते. आणि दया फार अपमानकारक असते. प्रेमाची गोष्ट वेगळी, पण ते आम्हाला समजत नाही.

तर मी तुम्हाला सांगत आहे की, शरीर आपल्या सूचना झेलतं. जर आम्हाला आजारी पडायचं असेल, तर शरीर आजारी पडतं. अशा आजारांना दूर करण्यासाठी संमोहनशास्त्र उपयोगी आहे. याचा अर्थ असा की, खोट्या आजारांसाठी खोटी औषधं उपाय करतील. जर आम्ही मानलं आहे की, आजार आहे, जर याच्या विरुद्ध आम्ही मानायला लागू की, आजार नाहीये, तर आजार निघून जातो. कारण तो आमच्या मानण्यामुळे तयार झाला आहे.

म्हणून संमोहन उपयोगी गोष्ट आहे. आणि हल्ली तर मोठमोठ्या हॉस्पिटल्समध्ये एक तरी संमोहन करणारी व्यक्ती असतेच. कारण अनेक आजार हल्ली असे आहेत की, ज्याकरता डॉक्टरांपेक्षा संमोहन करणारी व्यक्ती उपयोगी पडते. ती आजारी माणसांना बेशुद्ध व्हायला सांगते आणि त्यांच्या मनात असा भाव निर्माण करते की, ती माणसं बरी झाली.

तुम्हाला माहीत आहे का, की जगात शंभर सापांत केवळ तीन टक्के साप विषारी असतात. पण कुठलाही साप चावला, तर माणूस मरतो. बिनविषारी सापांच्या चावण्यानेसुद्धा माणसं मरतात. म्हणून तंत्र-मंत्र काम करतात. तंत्र-मंत्र म्हणजे खोटा उपचार. त्या माणसाला केवळ इतकाच विश्वास द्यावा लागतो की, विष उतरलं. बस. पुरेसं आहे. विष चढलंच नव्हतं! पण जर त्या माणसाला असा

विश्वास वाटला नाही, तर तो मरून जातो. साप चावला आहे, अशी त्याची खातरी झाली, म्हणून तो मरेल. सापाने चावलं, म्हणून मरणार नाही.

मी असं ऐकलं आहे की, एक माणूस धर्मशाळेत गेला. तिथे रात्री तो जेवला आणि सकाळी निघून गेला. वर्षभराने त्याच रस्त्यावरून परतताना त्याच धर्मशाळेत थांबला. तर मालकाने विचारलं, ''तुम्ही ठीक आहात ना? आम्ही तर खूप घाबरलो होतो.'' त्याने विचारलं, ''का? काय झालं?'' मालक म्हणाला, ''ज्या रात्री तुम्ही इथे थांबला होतात, जेवला होतात, त्या अन्नात साप पडला होता. चार जण अजून जेवले होते, तर त्यांचा मृत्यू झाला. एक तुम्ही होतात, पहाटे लवकर गेला होतात निघून. मला खूप काळजी वाटत होती. पण तुम्ही जिवंत आहात!'' तो माणूस म्हणाला, ''साप?'' आणि तो तिथेच कोसळला, मेला, एका वर्षानंतर! तो मालक सांगत राहिला, ''घाबरू नका, आता काही काळजी नाही.'' पण ते ऐकणारा मरून पडला होता.

अशा तऱ्हेच्या आजारांवर संमोहनशास्त्र उपयोगी पडतं. संमोहन याचा अर्थच असा की, जे आम्ही व्यर्थ, खोटं आपल्या भोवती निर्माण केलं आहे, ते आम्ही दुसऱ्या खोट्याने कापून टाकतो, टाकू शकतो. लक्षात ठेवा. खोटा काटा कुणाच्या पायात गेला असेल, तर त्याला खऱ्या काट्याने काढू नका. ते खतरनाक आहे. खोटा काटा खोट्या काट्यानेच काढा.

ध्यान आणि संमोहन यांचा काय संबंध आहे? इतकाच संबंध आहे की, जिथपर्यंत खोटा काटा रुतला आहे, तिथपर्यंतच संमोहनाचा उपयोग करता येतो. जसं की, मी तुम्हाला सांगतो की, शरीर शिथिल होत आहे. हे संमोहन आहे. हे आत्मसंमोहन आहे.

खरंतर तुम्हीच हा भाव निर्माण केला आहेत, की शरीर शिथिल होऊ शकत नाही. तो भाव काढून टाकण्यासाठी याची गरज आहे. तुम्हाला हे वेड नसेल, तर तुम्ही एकदाच विचार कराल की, शरीर शिथिल झालं आणि ते शिथिल होईल. शरीराला शिथिल करण्यासाठी मी वारंवार तसं म्हणत राहत नाही, तर शरीर शिथिल होत नाही, ही तुमची धारणा मोडून काढण्यासाठी मी म्हणत राहतो, शरीर शिथिल होत आहे, शरीर शिथिल होत आहे, शरीर शिथिल होत आहे. आणि मग तुम्हाला जाणवेल, शरीर शिथिल झालं. आणि हा स्वाभाविक धर्म आहे शरीराचा. पण आम्ही इतक्या तणावाने ग्रासले गेले आहोत, इतका ताण निर्माण केला आहे, तो घालवण्यासाठी आम्हाला आता काही करणं गरजेचं होऊन बसलं आहे.

शरीर शिथिल झालं, श्वास शांत झाला, विचार शांत झाले. हे संमोहित होणं आहे. पण इथपर्यंतच. त्यानंतर ध्यान सुरू होतं. त्याआधी, तिथपर्यंत ध्यान नाही. त्यानंतर सुरू होतं, जेव्हा तुम्ही जागृत होता. जेव्हा तुम्ही द्रष्टा होता. जेव्हा तुम्ही बघू लागता – शरीर शिथिल झालं आहे. श्वास शांत – विचार शांत... तुम्ही केवळ

बघत राहता... हे ध्यान होय. त्याआधी संमोहन आहे, आणवलेली निद्रा, जी येत नव्हती, प्रयत्न केला आहे, तिला आमंत्रण दिलं आहे. ध्यान आणि संमोहन या दोन्ही एकच गोष्टी नाहीत, हे नीट समजून घ्या.

मी सांगितलं की, इथपर्यंत संमोहन आहे, जिथपर्यंत सर्व भाव आहेत. जेव्हा भाव करणं बंद केलं जातं आणि जागलेपण – अवेअरनेस सुरू होतो, तिथून ध्यान सुरू होतं. द्रष्टा, साक्षिभाव सुरू होतो. या संमोहनाची गरज एवढ्याचसाठी आहे की, विरुद्ध संमोहित तुम्ही झाला आहात. संमोहित आम्ही आहोत आणि आम्हाला हे माहीत नाही. किती तऱ्हेच्या संमोहनात आम्ही गुंतले आहोत, हे आम्हाला माहीत नाही.

आमच्या संपूर्ण आयुष्यातला मोठा भाग संमोहित आहे. जेव्हा आम्ही संमोहित होऊ इच्छितो, तेव्हा आम्हाला माहीतच नसतं की, आम्ही काय करत आहोत. उदाहरणार्थ... आम्ही असंच आयुष्य घालवतो – हे जेव्हा आम्हाला समजतं, तेव्हा संमोहन तुटतं. आणि मगच आत प्रवेश करता येतो. कारण संमोहन असत्याचं जग आहे. एक माणूस लांब रुंद रस्त्यावरून सायकल चालवतोय. मोकळा रस्ता. बाजूला थोड्या अंतरावर एक दगड पडला आहे. डोळे मिटून जरी सायकल चालवली, तरी तो दगडावर आपटणं शक्य नाही, इतका रस्ता मोकळा आहे. तो सायकल चालवायला शिकवतोय. पण चालवताना त्याला रस्ता दिसत नाही, तर आधी दगड दिसतो. भीती निर्माण झाली की, दगडावर आपटेन.

बस, जसा तो भ्यायला, संमोहन सुरू झालं. संमोहित होण्याचा अर्थ असा झाली की, रस्ता दिसणं बंद झालं, दगड दिसू लागला. त्याला भीती वाटू लागते, सायकलचं हँडल फिरू लागतं दगडाच्या दिशेने. आता जिथे लक्ष आहे, तिथेच हँडल जाणार. भीतीने रस्ता दिसेनासा झाला – जितकी भीती वाढत होती – दगडच उरला आणि शेवटी तो दगडावर जाऊन आपटला. आणि मग आश्चर्य वाटू लागतं की, इतका मोठा रस्ता असूनही त्या बाजूच्या दगडावर कसा काय आपटलो?

तो दगडाला चुकवू का शकला नाही? तो संमोहित झाला. फक्त दगडच दिसत राहिला. जिथे लक्ष जातं, शरीरही तिथेच जातं.

तर जीवनात ज्या चुका होऊ नयेत, म्हणून आपण जास्त सावधगिरी बाळगतो, नेहमी तिथेच जाऊन आपटतो.

एक माणूस रागाला घाबरतो की, राग येऊ नये आणि तोच माणूस दिवसभर जास्तीत जास्त वेळा रागावतो. जो स्त्रीला घाबरतो की, एखादी सुंदर स्त्री दिसली, तर वासना उठतील; त्याला चोवीस तास सुंदर स्त्रिया दिसतात. हळूहळू कुरूप स्त्रीसुद्धा सुंदर वाटू लागते. लांब केस वाढवलेला साधू दिसला, तरी त्याला त्या केसांमुळे तो स्त्री वाटेल. कुठेही गेला तरी, मंदिर, मशीद – कुठेही, त्याला स्त्रियाच दिसत राहतील. हेही संमोहन आहे.

जो समाज सेक्सच्या विरोधात असेल, तो समाज सेक्शयुअल होत जातो. जो समाज कामविरोधक असेल, तोच कामुक होईल. कारण जितकी तो निंदा करेल, तितकं त्याचं लक्ष त्यावरच केंद्रित होईल. जितक्या ब्रह्मचार्याच्या गोष्टी करेल, तितकं मन व्यभिचारीही राहिल. कारण ब्रह्मचार्याच्या अति चर्चा चित्ताला कामुकतेवर केंद्रित करतात. हे सगळं संमोहन आहे आणि आम्ही यात जगत आहोत. सगळं जग यात अडकलं आहे. आणि सोडवता येणं कठीण आहे; कारण सोडवण्याचे उपाय संमोहनास बढती देतात.

अशा तऱ्हेने आम्ही खूप साऱ्या जीवनात न जाणो कोणकोणती संमोहनं तयार केली आहेत आणि निर्माण करत जातो, त्यातच जगत राहतो. त्यांना तोडणं गरजेचं आहे, तर आम्ही जागे होऊ. पण तोडण्यासाठी या खोट्या जाळ्याला, खोटे काटे शोधावे लागतात.

म्हणून सर्व साधना एका अर्थी या खोट्याला काढून टाकण्यासाठी आहे आणि म्हणून खोट्या आहे. सर्व साधना, सर्व पद्धती, जगात चालणारे सर्व प्रयोग ज्यांद्वारे आम्ही परमात्म्यापर्यंत जाण्याचा प्रयत्न करतो; खोटे आहेत. कारण परमात्म्यापासून दूर आपण कधी गेलो नाहीच. केवळ कल्पनेने दूर आहोत.

जसं की, एक माणूस स्वप्नात कलकत्त्याला (आताचं कोलकाता) पोचला. त्याचं घर द्वारकेत आहे. तो घरात झोपलाय, पण पोचला कलकत्त्याला. आता त्याला भीती वाटते. घरात आजारी बायको, कसं पोचणार तिच्यापाशी. कुठली ट्रेन? कुठलं स्टेशन? कुठलं फ्लाइट? लोक सांगतात असा जा – तसा जा, पण त्याला समजत नाही, गोंधळून गेला आहे. कारण तो कलकत्त्यात नाही आहे, द्वारकेत आहे. ही कल्पना म्हणजे संमोहन. त्याला कोणतीही वाट सांगा, तो गोंधळेल.

कोणताही रस्ता उपयोगी नाही. सगळे खोटे. तो द्वारकेला परतून येईल, तर खऱ्या रस्त्याने येऊ शकणार नाही. कारण तो कलकत्त्याला पोचलाच नाही. जरी गाडीत बसून परतला, तरी ती गाडी, ते स्टेशनही खोटं असणार. मग ते तिकीट, तो प्रवास – सगळं खोटं. पण मग तो द्वारकेला पोचेल आणि तो मग जागा होईल – प्रसन्नतेने. आणि मग तो चकित होईल, कारण तो त्याच्या द्वारकेतल्या घरातल्या पलंगावर स्वतःला बघेल. मी जर कुठे गेलो नव्हतो, तर परत कसा आलो? जाणंही खोटं होतं आणि येणंही!

परमात्म्याच्या बाहेर कधी कोणी गेलं नाही आणि जाऊ शकतही नाही. कारण आहे, त्याच्या बाहेर जाण्याचा मार्गच नाही. म्हणून जाणंही खोटं आणि येणंही. पण जर गेला आहात, तर परतून यावंही लागेल, अन्य मार्ग नाही. आणि म्हणून येण्यासाठी उपाय शोधावे लागतील. पण जेव्हा परतून याल, तेव्हा तुम्हाला जाणवेल की, सगळ्या पद्धती खोट्या होत्या, सर्व साधना. साधना करावी लागली,

कारण आपण स्वप्नात निघून गेलो होतो, म्हणून परतून यायचं. आणि जर हे समजून आलं, तर काहीही करण्याची आवश्यकता उरणार नाही आणि अचानक जाणवेल, परतून आलात.

आता आणखीन एका मित्राने मला विचारलं आहे की, तुम्हाला परमात्मा मिळाला का?

आता ते असा प्रश्न विचारत आहेत... मी त्यांना विचारतो की, परमात्मा हरवला आहे का तुमचा? जर मी मान्य केलं की, मिळाला आहे, तर त्याचा अर्थ असा होतो की, हरवला होता. तो मिळालेला आहेच. जेव्हा आम्हाला हरवला आहे, असं वाटतं, तेव्हाही तो मिळालेलाच असतो. तेव्हा आम्ही फक्त संमोहित झालेलो असतो आणि वाटतं की, हरवला आहे. तर जो माणूस परमात्मा मिळाला आहे, असं सांगतो, तेव्हा तो चूक करतो. त्याला अजून ती समज आलेली नाही की, हरवला नव्हता. म्हणून जे जाणकार आहेत, ते असं म्हणणार नाहीत की, परमात्मा हरवला किंवा मिळाला.

ज्या दिवशी बुद्धांना ज्ञानप्राप्ती झाली आणि गावातल्या लोकांनी त्यांना विचारलं की, तुम्हाला काय मिळालं, तेव्हा बुद्ध म्हणाले की, काही हरवलं नव्हतंच. जे हरवलं नव्हतं, ते दिसलं. जे प्राप्त होतंच, ते प्राप्त झालं. गावातले लोक म्हणाले की, म्हणजे काही फायदा झाला नाही? सगळे श्रम फुकट गेले? हो, तसं म्हणा हवं तर, पण आता श्रम घेण्याची आवश्यकता नाही. मी आता बाहेर पडणार नाही, कुठल्या यात्रेला जाणार नाही. हा फायदा झाला, कारण मी आता जाणतो की, मी जिथे आहे, मी नेहमीच तिथे होतो. केवळ स्वप्नात आपण कुठेतरी निघून जातो, जिथे नसतो. म्हणून एका अर्थी सगळे धर्म खोटे आहेत. अशा अर्थाने खोटे आहेत की, ते परतून येण्याच्या प्रक्रिया आहेत. सर्व साधना, योग – खोटे आहेत, कारण तेही परतण्याच्या प्रक्रिया आहेत. पण मोठे उपयुक्त आहेत.

कुणालातरी साप चावला, खोटाही असेल, पण गावातला उपाय फार लाभकारी आहे – मंत्र म्हणणं, झाडू मारणं, विष वेगळं करणं, धूप जाळणं – विष उतरतं. याची अत्यंत गरज आहे. हे उपाय गावात असले पाहिजेत. हे नसतील, तर लोक मरून जातील, त्या सापाच्या दंशाने, जो खरंतर नाहीये.

माझ्या शेजारी एक गृहस्थ राहत होते. आता ते हयात नाहीत. त्यांच्याकडे संपूर्ण भारतातून माणसं विष उतरवायला येत असत. ते हुशार होते. त्यांनी पाच-दहा साप पाळले होते. कुणी माणूस आला की ते विचारत, "कसा साप होता? कुठे चावला? तो मेला तर नाही?" सर्व विचारून झाल्यावर सापांना बोलवत. आता तिथे कुठून साप येणार? पाळलेलेच यायचे. त्यातही एक युक्ती होती, प्रश्नांना जशी

उत्तरं मिळत, त्यानुसार ते सापांना बोलवत. तो साप तास-अर्ध्या तासात फुसफुसत घरात शिरायचा. जसा तो शिरायचा, "चमत्कार झाला..."

आता ज्याला साप चावला आहे, तो धड बघू शकत नाही की, साप कसा होता, कोणता होता. तो तर 'चावला' याच भावनेने अर्धमेला झालेला असतो. आणि साप जर मेला, म्हणजे जर त्याला मारून टाकलं, तर त्याच्या आत्म्याला बोलवतील, तो आत्मा या सापात येईल. तर त्याला ओरडतील, साप क्षमा मागेल, आणि त्याला सांगितलं जाईल की, ते विष पिऊन टाक. त्या माणसाच्या जखमेवर साप तोंड लावेल आणि तो माणूस बरा झाला.

दुर्भाग्य की, या शेजारच्या माणसाच्या मुलाला साप चावला. संकट ओढवलं, कारण त्यांचं औषध उपयोगी पडलं नाही, ते नव्हतंच. तर ते धावत माझ्याकडे आले की, मी संकटात सापडलो आहे, मदत करा. आणि त्यांना माहीत होतं की, घरात साप आहेत बांधून ठेवलेले, पण ती सर्व लबाडी होती. "आता मी काय करू? पोरगं मरेल, मी काही करू शकत नाही." मी म्हणालो, "तुम्ही इतके मोठे विष उतरवणारे आहात. दूरदूरवरून तुमच्याकडे इलाजासाठी माणसं येतात." ते म्हणाले, "हे सगळं ठीक आहे. मला जर चावला, तर मीही संकटात पडेन, कारण सगळे विष उतरवणारे मला चलाख वाटतील, काही गडबड करतील. वाचवा." त्यांचा मुलगा वाचू शकला नाही. ते आपल्या मुलाला वाचवू शकले नाहीत.

खोटं संपवण्यासाठी खोटं हा उपाय आहे. पण त्यात सार्थकता आहे. सार्थकता एवढ्यासाठी की, आम्ही खोटेपणात मेलो आहोत. म्हणून असं काही विचारूच नका. सुरुवातीला संमोहनच आहे. प्रारंभ संमोहन निद्रेत आहे आणि अंतिम चरण ध्यानाचं आहे. तेच अमूल्य आहे. पण त्यासाठी ही भूमिका अत्यंत आवश्यक आहे. ज्या असत्यात तुम्ही गेला आहात, तिथून परतून येणं आवश्यक आहे.

अशा भाषेत हा प्रश्न विचारू नका की, परमात्मा मिळाला आहे की नाही. हा प्रश्नच चुकीचा आहे. कुणाला मिळेल? कोण मिळेल? जो आहे, तो आहे. ज्या दिवशी तुम्ही जागे व्हाल, त्या दिवशी तुम्ही जाणाल की, काहीही हरवलं नाहीये, ना कुठे गेला आहात, ना काही संपलं आहे, ना कोणी मेलं आहे. जे आहे – तेच आहे. त्या दिवशी सगळ्या यात्रा बंद होतील.

येणं-जाणं यांतून मुक्ती याचा काय अर्थ असतो? त्याचा अर्थ असा नाही की, इथे जन्म मिळणार नाही. त्याचा अर्थ असा की, आता कुठल्याही प्रकारचं येणं-जाणं उरलं नाही. आम्ही तिथेच राहिलो, जिथे होतो. आणि ज्या दिवशी आम्ही तिथेच राहतो, जिथे असतो; त्या दिवशी आनंदाचे झरे फुटतात. कारण जिथे आम्ही नाही आहोत, तिथे आनंदी होऊ शकत नाही. जे आम्ही नाही, तिथे असूनही नसल्यासारखे असतो.

येणं-जाणंचा अर्थ असा आहे की, आम्ही दुसरीकडेच कुठेतरी भटकत आहोत,

जिथे आम्ही नाही आहोत. कुठेतरी हरवलो आहोत, जिथे कधी गेलो नव्हतो. येण्या-जाण्यापासून मुक्ती याचा अर्थ तिथे यायचं आहे, जिथे आम्ही आहोत.

परमात्मा येण्याचा अर्थ तेच होऊन जाणं, जे आम्ही आहोत. असं काहीही नाहीये आहे की, एके दिवशी परमात्मा भेटेल कुठे उभा असलेला आणि तुम्ही नमस्कार कराल आणि म्हणाल की, धन्यवाद, तुम्ही भेटलात. असा कुठेही नाहीये परमात्मा. आणि जर कधी दिसलाच, तर समजून जा की, संमोहन चालू आहे. निर्माण केलेलं आहे. हे परमात्माही आपणच बनवलेले आहेत. त्यांची भेट ही तितकीच खोटी आहे. त्यांचं हरवणं जितकं खोटं होतं, तितकंच त्यांचं मिळणंही खोटं आहे. असा परमात्मा कुठेही मिळणारा नाही.

म्हणून आमची भाषा आम्हाला धोका देते, कारण भाषेमुळे आम्हाला वाटतं, ईश्वर-साक्षात्कार, ईश्वर-दर्शन! हे शब्दच मुळात चुकीचे आहेत. या शब्दांमुळे असं वाटतं की, कधी कुणी भेटेल आम्हाला, दर्शन होईल, साक्षात्कार होईल. सर्व खोटं! असा कधी कुठे परमात्मा भेटला, तर लगेचच सावध व्हा. हा तुमच्या मनाने निर्माण केलेला परमात्मा असेल. संमोहन असेल.

सर्व संमोहनातून परतून यायचं आहे. त्या जागी उभं राहायचं आहे, जिथे झोप नाही, संमोहन नाही, पूर्णपणे जागरूक. त्या जागी जो अनुभव येईल, तो संपूर्ण जीवनाच्या एकतेचा अनुभव आहे, एक होण्याचा अनुभव आहे. त्या अनुभवाचं नाव परमात्मा आहे.

आपण आता सकाळच्या ध्यानाला सुरुवात करू.

डोळे बंद करा...

शरीर शिथिल करा...

मन शिथिल करा...

विचार शांत करा...

द्रष्टा व्हा...

शरीर शिथिल झालं...

मन शिथिल झालं...

विचार शांत झाले...

केवळ आम्हीच उरलो...

जागृत होऊन बघत रहा...

मन शून्य झालं – मन शून्य झालं – शून्य!

◆

बेशुद्धीत मृत्यू आहे आणि जागृततेत जीवन

विचार न करता काही करणं, या वृत्तीला तोडून टाकायचं आहे.
विचार करण्याची प्रवृत्ती निर्माण करायची आहे आणि विचार न करता मान्य
करण्याच्या वृत्तीला नष्ट करायचं आहे.

मेरे प्रिय आत्मन्!

या दोहोंत दोन्ही गोष्टी खऱ्या आहेत. जेव्हा मी असं म्हणालो की, मृत्यूहून मोठं कोणतंही सत्य नाही, तेव्हा मी या बाबतीत लक्ष द्यायला सांगतो आहे की, या जीवनात, ज्याला आम्ही जीवन म्हणतो, जे आम्ही जीवन समजतो आणि हे व्यक्तित्व जिथे आम्ही 'मी' म्हणतो, या व्यक्तित्वात आणि या जीवनात मरण ही मोठी सत्यता आहे. हे व्यक्तित्व मरेल, हे जीवनही संपेल. मृत्यू अटळ आहे. तुम्ही, मी मरणारच.

तर जेव्हा मी म्हणतो की, मृत्यू हेच मोठं सत्य आहे, तेव्हा मी या गोष्टीची आठवण करू देऊ इच्छितो की, तुम्ही, मी सगळे जण मरणार. आणि जेव्हा मी म्हणतो की, मृत्यू असत्य आहे, तेव्हा मी हे सांगू इच्छितो की, 'मी'च्या आत अजूनही कुणीतरी आहे, जो मरणार नाही. तुमच्या आत अजूनही कुणी आहे, जो मरणार नाही. आणि तुम्ही ज्याला जीवन समजता, त्याहून भिन्न एक जीवन आहे, ज्यात मृत्यू नाही. या दोन्ही गोष्टी खऱ्या आहेत. एकत्र खऱ्या आहेत. आणि कुठल्याही एका गोष्टीला सत्य मानलं, तर पूर्ण सत्याचा बोध होईल.

समजा! जर कुणी म्हणत आहे की, सावली एक सत्य आहे, कुणी म्हणेल अंधार एक सत्य आहे, तरीही चूक नाही ते. अंधार आहे, सावली आहे. मग कुणी म्हणतं की, अंधार नाहीच, तरीही ते चूक नाही. तेव्हा तो असं म्हणत आहे की, अंधाराचं विधायक अस्तित्व नाहीये. जर मी तुम्हाला म्हणालो की, बाहेरून दोन पाट्या अंधार घेऊन या, अथवा खोलीत खूप अंधार भरला आहे, त्याला बाहेर फेकून द्या; तर तुम्ही दोन्ही गोष्टी करू शकणार नाही. का? कारण अंधार विधायक नाहीये. अंधार म्हणजे केवळ प्रकाशाची अनुपस्थिती.

अंधार आहे, हे दिसतंय आणि तरीही अंधार म्हणजे प्रकाशाची अनुपस्थिती. म्हणून कुणी जर म्हणत असेल की, अंधार नाहीच आहे, तर ते खोटं ठरू शकत नाही. प्रकाश आहे आणि प्रकाश नाहीये. अंधार म्हणून काही नसतं.

म्हणून आम्ही प्रकाशाबरोबर काहीही करू शकतो. अंधाराबरोबर नाही करू शकत. जर अंधार घालवायचा असेल, तर प्रकाश पेटवायला हवा. आणि जर अंधार हवा असेल, तर प्रकाशाला विझवायला हवं. अंधाराशी सरळ काहीही करता येत नाही.

रस्त्यावरून धावतो आपण, तर मागे सावली असते. सावली आहे; ती नाही, असं कोण म्हणेल? दिसते आहे. मागून पळत असते. सावलीचा अर्थ

इतकाच की, आम्ही प्रकाशाला अडवतो. जितका प्रकाश आम्ही अडवतो, तितक्या प्रकाशाचा अभाव मागे होतो. म्हणून जेव्हा सूर्य डोक्यावर येतो, तेव्हा सावली नसते. कारण प्रकाश अडत नाही. आम्ही जर एक काचेचा माणूस बनवला, तर त्याची सावली असणार नाही. कारण प्रकाश आरपार निघून जाईल. प्रकाश अवरुद्ध होतो, तेव्हा सावली दिसते. सावली म्हणजे केवळ प्रकाशाचा अभाव, अनुपस्थिती.

कुणी सावली आहे, असं म्हणालं, तर चूक नाही. सत्य आहे, पण अर्धसत्य. त्याच बरोबरीने सावली नाहीये, असंही म्हणायला हवं, तर ते पूर्णसत्य. पण आम्ही जसा विचार करतो, त्याप्रमाणे गोष्टींना अगदी दोन भागांत तोडतो.

एकदा असं झालं, एका न्यायालयात एक खटला चालू होता. साक्षीदाराने, एका माणसाने खून केल्याची साक्ष दिली. एका साक्षीदाराने सांगितलं की, हा खून मोकळ्या आकाशाखाली झाला आणि त्या वेळी आकाशात तारे होते. मी तारेही बघितले आणि खून होतानाही बघितलं. त्यानंतर दुसऱ्या साक्षीदाराने सांगितलं की, हा खून घराच्या आत, दरवाजाजवळ, भिंतीला लागून झाला. भिंतीवर रक्ताचे डागही होते. मी भिंतीला टेकून उभा होतो. माझ्याही अंगावर रक्त उडालं. हा खून घराच्या आत झाला.

न्यायाधीश म्हणाले, "तुम्ही दोघं कसे काय खरे असणार? दोघांपैकी कुणी एक नक्कीच खोटं बोलत आहे.'' तो जो खुनी होता, तो हसायला लागला. न्यायाधीशांनी विचारलं, "तू का हसतो आहेत?'' तो म्हणाला, "दोघंही बरोबर सांगत आहेत. घर अर्धवट बांधून झालं होतं. छप्पर घालायचं बाकी होतं. वर तारे दिसत होते, मोकळं आकाश होतं आणि खून भिंतीला लागून, दरवाजाजवळ झाला. भिंतीवर खुनाचे डागही आहेत. भिंती बांधून झाल्या होत्या. छप्पर बाकी होतं. दोघंही खरं सांगत आहेत.''

जीवन इतकं जटिल आहे की, तिथे ज्या काही घटना घडतात, आम्हाला विरोधात्मक वाटतात, पण त्याही योग्य असतात. आम्ही जसा विचार करतो, तसं जीवन नाहीये. जीवनात अनेक विरोध सामावलेले आहेत. जीवन खूप मोठं आहे.

तर एका अर्थी मृत्यू हे एक मोठं सत्य आहे. कारण जसे आम्ही जगत आहोत, जे आम्ही आहोत, जो साचा आम्ही बनवला आहे, ज्याला आम्ही सर्वस्व मानलं आहे – पत्नी-पती-मुलं, आई-वडील सगळे मरण पावतील. पण तरीही मृत्यू एक असत्य आहे. कारण मुलात, वडिलांमध्ये, बायकोमध्ये असंही अजून कुणी आहे, जो मुलगा-बायको-वडील... नाहीये. शरीर मरण पावेल, पण शरीराच्या आत जो कुणी अजून एक आहे, तो मरणार नाही. या दोन्ही गोष्टी

एकाच वेळी सत्य आहेत. म्हणून मृत्यू समजून घेताना दोन्ही गोष्टी स्मरणात ठेवणं आवश्यक आहे.

अजून एका मित्राने विचारलं आहे की, तुमच्या गोष्टींमुळे ज्या गोष्टी आम्ही मिटवून टाकू इच्छितो, अंधविश्वासाच्या गोष्टींना नष्ट करू इच्छितो, त्या जास्तच मजबूत होतात. तुमच्या गोष्टींमुळे पुनर्जन्म, प्रेत, देव, आत्मा या सर्व गोष्टींचं अस्तित्व जाणवतं. तर मग ज्या अंधविश्वास असणाऱ्या गोष्टी नष्ट व्हायला हव्यात, त्या अजूनच मजबूत होतात.

यात दोन गोष्टी समजून घेणं गरजेचं आहे. पहिली गोष्ट म्हणजे, सत्य-असत्याचा शोध न घेताच, आम्ही विश्वास न ठेवता, अंधविश्वास म्हणत राहिलो, तर हा अंधविश्वासापेक्षाही मोठा अंधविश्वास आहे.

एक माणूस मानतो की, भूत-प्रेत आहे, आम्ही त्याला अंधविश्वास म्हणतो. आम्ही मानतो की नाहीये, आणि आम्ही मोठे ज्ञानी समजतो स्वतःला. पण हे विचारायचं आहे की, अंधविश्वासाचा अर्थ काय? भूत-प्रेत मानणारा आणि न मानणारा – दोघांनीही जर काहीही शोध न घेता असा विश्वास ठेवला, तर दोघांचाही तो अंधविश्वास झाला. अंधविश्वासाचा अर्थ असा की, जे आम्ही जाणत नाही, ते मान्य करणं.

ईश्वराला मानणाराही अंधविश्वासी असू शकतो आणि न मानणाराही. अंधविश्वासाची परिभाषा समजून घेतली पाहिजे. अंधविश्वास म्हणजे, आंधळ्याप्रमाणे न जाणताच विश्वास ठेवणं. रशियामधली माणसं अंधविश्वासू नास्तिक आहेत आणि भारतातली अंधविश्वासू आस्तिक आहेत. ना रशियामधल्या माणसांनी ईश्वर नसल्याचा शोध लावला, ना भारतातल्या माणसांनी ईश्वर असल्याचा शोध लावला. तर अंधविश्वास केवळ आस्तिकांचा असतो, असा गैरसमज करून घेऊ नका. नास्तिकांचाही अंधविश्वास असतो. मजेशीर गोष्ट अशीही आहे की, वैज्ञानिक अंधविश्वास अशीही गोष्ट असते. विश्वास बसणार नाही, पण आहे.

जर तुम्ही युक्लिडच्या जॉमेट्रीबद्दल काही वाचलं असेल – तो म्हणतो रेषा म्हणजे जिला जाडी नसते, उंची असते. याहून जास्त अंधविश्वास कोणता? अशी रेषा नसतेच, जिला जाडी नसते. मुलं शिकतात की टिंब, बिंदू त्याला म्हणतात, ज्याला लांबी-रुंदी नसते. लांबी-रुंदी नसेल, तर बिंदू असू शकतो?

आम्हाला सगळ्यांना माहीत आहे की, एक ते नऊ असे अंक गणितात असतात. नऊच का? कोणी विचारेल की, हा अंधविश्वास नाही का? जगातला कुणीही वैज्ञानिक हे सांगू शकत नाही. सात का नाही? तीन का नाही? असे गणितज्ञ झाले आहेत. लिबनीत्स नावाचा एक गणितज्ञ होता, ज्याने तीन या अंकाने सर्व गणितं केली. एक-दोन-तीन, मग नंतर दहा, अकरा, बारा, तेरा – मग वीस,

एकवीस, बावीस, तेवीस, अशाच सर्व संख्या. काम चालू राहिलं, काही अडचण आली नाही. तो म्हणतो की, माझी मोजणी चूक आणि तुमची बरोबर, असं तुम्ही कशावरून म्हणू शकता? नऊची गरज काय? गणितात नऊ आकडे असायला हवेत, हा एक वैज्ञानिक अंधविश्वास आहे. पण गणितज्ञही ठाम आहेत की, इतकेच आकडे असायला हवेत.

वैज्ञानिक रूपातल्या हजारो गोष्टी आम्ही मान्य करतो, ज्या अंधविश्वासात गणल्या जातील. या युगात तर धार्मिक अंधविश्वास क्षीण होत चालला आहे आणि वैज्ञानिक अंधविश्वास मजबूत होत चालले आहेत. फरक इतकाच आहे की, धार्मिक माणसाला विचारा की, ईश्वर आहे, हे तुम्हाला कसं समजलं? तर तो सांगेल, गीतेत लिहिलं आहे. आणि जर गणितज्ञाला विचारलं की, नऊ आकडे असतात, हे तुम्हाला कसं समजलं, तर ते सांगतील, "अमुक-तमुक गणिताच्या पुस्तकात लिहिलं आहे.'' या दोघांत फरक काय राहिला? एक गीता सांगते, एक कुराण-बायबल सांगतं, एक गणिताचं पुस्तक सांगतं. फरक काय मग?

याचा अर्थ आम्ही समजून घेतला पाहिजे की, अंधविश्वासाचा अर्थ काय आहे? त्याचा अर्थ असा की, आम्ही न जाणता मान्यता देतो. अशा आम्ही अनेक गोष्टी मान्य करतो. आणि अशा अनेक गोष्टी आम्ही न जाणून घेता अमान्य करतो. हादेखील अंधविश्वासच.

समजा गावातल्या एका माणसाला भूतबाधा झाली, तर त्या गावातले शिक्षित लोक याला अंधविश्वास म्हणतील. अशिक्षित मात्र मान्य करतील. आम्ही ते अंधविश्वासू आहेत, हे धरूनच चालतो. शिक्षित लोक भूतबाधा अमान्य करतील. पण त्यांना माहीत नाही की, अमेरिकेतल्या हार्वर्ड युनिव्हर्सिटीत एक विभाग आहे, जिथे भूत-प्रेताचा अभ्यास केला जातो. आणि त्यांनी भूत-प्रेतांची चित्रं प्रस्तावित केली आहेत. इतका अभ्यास या विषयावर केला आहे की, आज ना उद्या माहीत होईल की, शिक्षित मनुष्यही अंधविश्वासू होता. कारण न जाणता त्याने हे मान्य केलं की, भूत-प्रेत नसतात.

जर तुम्ही राइन अथवा ऑलीवर यांची पुस्तकं वाचाल, तर गुंग होऊन जाल. ऑलीवर लॉज नोबल प्राइज विनर होता, एक वैज्ञानिक जो आयुष्यभर भूत-प्रेतांशी संबंधित राहिला. आणि मृत्यूपूर्वी त्याने लिहून ठेवलं की, मी जे शोध लावले, ते तितके सत्य नाहीयेत, जितके भूत-प्रेत सत्य आहेत.

पण आम्हाला त्यातलं काही माहीत नाही, कारण आमचा शिक्षित अंधविश्वास आहे. तो कधी विचारच करत नाही, की जगात काय चाललंय, काय शोध लागले आहेत.

जर आपण असं ऐकतो की, एका माणसाने दुसऱ्याच्या मनातल्या गोष्टी

जाणल्या, तर तो अंधविश्वास मानू. रशियामध्ये एक गृहस्थ आहे फयादेव. तो मोठा वैज्ञानिक आहे. त्याने मॉस्कोत बसून हजार मैल दूर असणाऱ्या एका माणसाच्या मनातले विचार संप्रेषित केले. आणि वैज्ञानिक परीक्षण केल्यानंतर ते खरे ठरले.

आणि यावर संशोधन चालू आहे. कारण आज ना उद्या अंतरिक्षातील प्रवासात याची आवश्यकता भासेल. कारण जर यंत्रं बिघडली, तर यान हरवेल, मग परतून येणार नाही आणि अंतराळवीर सापडणार नाहीत. तर यंत्रं बिघडली, तर टेलिपथी शास्त्राने निदान अंतराळवीरांशी संपर्क साधता येईल. आणि संशोधन अशा तऱ्हेने विकसित झालं की, आश्चर्य वाटावं.

फयादेवने मॉस्कोत बसून प्रयोग केला – एक हजार मैल दूर तिकलिसमधल्या एका माणसाबरोबर... फयादेवचे मित्र एका झाडीत लपून बसले. त्यांच्या हातात वायरलेस होता. हा प्रयोग बागेतल्या दहा नंबरच्या बाकावर चालू होता. त्या बाकावर एक माणूस येऊन बसला. तो माणूस मजेत गाणं गुणगुणत होता, सिगारेट ओढत होता. फयादेवच्या मित्रांनी फयादेवला संदेश पाठवला की, या माणसाला तुम्ही दहा मिनिटांच्या आत झोपण्याचा संदेश पाठवा.

फयादेवने तीन मिनिटं त्या माणसाला झोपण्याचे संदेश पाठवले. एक हजार मैल दूरवरून की, झोप – झोप – शांत झोप. आणि मनात दहा नंबरच्या बाकावर ध्यान लावलं. तीन मिनिटं. आणि तो माणूस तिसऱ्या मिनिटाला झोपून गेला. त्याच्या हातातली जळती सिगारेट खाली पडली.

पण योगायोग असू शकतो. कुणी थकलेला दहा नंबरच्या बाकावर बसला असेल, झोपला असेल. लगेचच विश्वास ठेवावा, अशी ही गोष्ट नाही. तर मित्रांनी बातमी दिली की, झोपला. पण योगायोग असू शकतो, तर सात मिनिटांनी त्याला जागं कर.

तर फयादेव संदेश पाठवत राहिला. आणि बरोबर सात मिनिटांनी त्या माणसाने डोळे उघडले. उठून बसला. त्याला काही समजलं नाही की, काय चाललं होतं. तो तर अपरिचित माणूस होता, जो बाकावर येऊन बसला.

मित्रांनी त्याला विचारलं, "तुम्हाला काही समजलं तर नाही?" तो म्हणाला, "समजलं, आणि आश्चर्य वाटतंय, कारण मी तर कुणाचीतरी वाट बघत होतो. आणि अचानक मला असं जाणवलं की, माझं संपूर्ण शरीर झोपी जात आहे, माझ्या हाताबाहेर आहे, मी झोपलो. आणि मग असं वाटलं की, जोरजोरात कोणी सांगतंय की, ऊठ-ऊठ, आणि मी उठलो."

आता या माणसाला काहीही माहीत नाही. विचार-संप्रेषण, कोणत्याही माध्यमाशिवाय, तो वैज्ञानिक सत्य बनला. पण आमचा शिक्षित माणूस याला

अंधविश्वास म्हणेल. म्हणजे एका गावात एक माणूस आजारी आहे, तर त्याला दुसऱ्या गावात बसून बरं केलं जाऊ शकतं, यात फार कठीण काही नाही.

पण अनेक तऱ्हेचे अंधविश्वास आहेत आणि लक्षात ठेवा, अशिक्षित अंधविश्वासापेक्षा शिक्षित अंधविश्वास खतरनाक असू शकतो. कारण शिक्षित माणूस आपल्या अंधविश्वासाला अंधविश्वास मानत नाही. तो म्हणतो की, या आमच्या मोठ्या विचारांच्या गोष्टी आहेत.

आता हे मित्र म्हणतात की, आम्हाला या साखळ्या तोडायला हव्यात. आधी नक्की माहिती करून घ्या की, साखळ्या आहेत! साखळ्या असतील, तर त्या तुटतील, पण त्या नसतील तर? आणि असं तर नाही ना, की ज्यांना तुम्ही साखळी म्हणत आहात, ते दागिने आहेत? मग उद्या पुन्हा बनवायला लागतील. या सगळ्याचा विचार फार गरजेचा आहे.

मी अंधविश्वासाच्या अतिशय विरोधात आहे. सगळ्या प्रकारचे अंधविश्वास तुटायला हवेत. याचा अर्थ असा नाही, मला सगळं तोडतच जायचं आहे, कसलीही फिकीर, पर्वा न करता. ते चूक आहे की बरोबर, याची पर्वा करायची नाही आणि तोडत जायचं. असं झालं, तर तोही एक अंधविश्वासच होईल.

प्रत्येक युगाचे आपले अंधविश्वास असतात. अंधविश्वासाचीही फॅशन असते. प्रत्येक युगात नवे अंधविश्वास निर्माण होतात. जुने सुटतात, तर नवे तयार होतात. पण त्यातून सुटका मिळत नाही. बदल घडतात, फरक केला जातो, पण आम्हाला ते समजत नाही.

समजा की, एका जमान्यात असा अंधविश्वास होता की, कपाळावर गंध लावणारा मनुष्य धार्मिक असतो. खरंतर कपाळावरच्या गंधाचा आणि धार्मिकतेचा काय संबंध? पण संबंध लावला जात होता. जे गंध लावायचे नाहीत ते अधार्मिक. हा जुना अंधविश्वास जो लुप्त झाला. आता नवीन अंधविश्वास, जो माणूस टाय बांधतो, तो प्रतिष्ठित, असं आम्ही समजतो. जो बांधत नाही, तो अप्रतिष्ठित. तसाच समज, त्यात काही फरक नाही. टिळ्याच्या जागी टाय आला आणि माणूस जिथे होता, तिथेच आहे. काही फरक नाही. काय फरक आहे? टाय टिळ्यापेक्षा उत्तम, उच्च तर नाही. टिळ्याला काही एक अर्थ आहे. टायला तोही नाही. आपल्या देशात तर अजिबातच नाही. एखाद्या थंड हवेच्या प्रदेशात अर्थ असू शकतो की, गळ्याला थंडीपासून संरक्षण. जे बांधत नाहीत, ते खचितच गरीब होत. पण गरम हवामानाच्या प्रदेशातही माणसं टाय बांधतात.

सुविधा-संपन्नता याचा अर्थ असा नाही, की उष्मा सहन करा, गळा आवळा. टायचा अर्थ फाशी आहे, टायचा अर्थ गाठ. उष्ण प्रदेशातही ही गाठ बांधतात

गळ्याशी. प्रतिष्ठा सांभाळतात. वकील, न्यायाधीश फाशी लावून उभे आहेत. त्यांना टिळा लावणारी माणसं अंधविश्वासू वाटतात. स्वत:ला मात्र ते तसं म्हणत नाहीत.

कारण टाय हा या युगातला अंधविश्वास आहे. थंड प्रदेशात टायही गरज असू शकते, त्याला अर्थ असू शकतो, तसंच टिळा लावण्यालाही अर्थ असू शकतो. पण त्याचा शोध न घेताच आम्ही त्याला अंधविश्वासाचं लेबल लावून टाकलं.

तुम्ही कधी टिळा लावण्याला काय अर्थ आहे, असा विचार केलात? ज्यांनी प्रथम टिळा लावला, त्यामागे वैज्ञानिक कारण आहे. जिथे टिळा लावला जातो, त्या ठिकाणी 'आज्ञाचक्र' असतं. जी माणसं थोडं तरी ध्यान करतात – ते स्थळ उष्ण होतं. त्यावर चंदन लावलं की, ती जागा थंड राहते. त्यावर, त्या ठिकाणी चंदन लावणं ही वैज्ञानिक क्रिया आहे. पण आता ही गोष्ट गेली. आता कुणीही चंदन लावतं. ज्यांना आज्ञाचक्र म्हणजे काय हे माहीत नसतं, ज्यांनी कधी ध्यान केलं नाही... कुणीही...

टाय लावलात. थंड प्रदेशात टाय हे शास्त्र ठरू शकतं.

मला असं सांगायचं आहे की, अंधविश्वास सुनिश्चित गोष्ट नाहीये की, तुम्ही ठरवून टाकलंत, की अमुक म्हणजे अंधविश्वास. एखादी गोष्ट एखाद्या परिस्थितीत अंधविश्वास ठरू शकते आणि एखाद्या दुसऱ्या परिस्थितीत मात्र वैज्ञानिक ठरू शकते. एखादी गोष्ट एखाद्या परिस्थितीत वैज्ञानिक, तर दुसऱ्या परिस्थितीत अवैज्ञानिक ठरू शकते.

जसं तिबेटमध्ये वर्षातून एकदा अंघोळ करण्याचा नियम आहे, जो बरोबर आहे. कारण तिथे ना धूळ आहे, ना घाम येतो, ज्या कारणाने अंघोळ करणं आवश्यक असतं. रोज अंघोळ करणं म्हणजे शरीराची हानी करणं. अंघोळ केल्याने शरीरातली उष्णता निघून जाते. तिबेटसारख्या भागात शरीरातली उष्णता निघून जाणं म्हणजे मरणच. तिथे उघडं राहणं फारच महाग पडतं.

हिंदुस्तानसारख्या देशात कुणी माणूस उघडा राहिला, तर त्याला त्यागी समजलं जातं. महावीर हुशार होते. कारण हिंदुस्तानासारख्या उष्ण प्रदेशात अंगातली उष्णता बाहेर काढून टाकली, तर आत थंड वाटतं. पण जर महावीरांचे अनुयायी तिबेटसारख्या थंड प्रदेशात उघडे राहिले, तर त्यांना लगेचच वेड्यांच्या हॉस्पिटलमध्ये भरती करायला हवं.

तिबेटी लामा भारतात येतात, तर इथेही अंघोळ करत नाहीत. मी त्यांच्याबरोबर बौद्ध गयेला राहिलो होतो. ते इतकी दुर्गंधी पसरवतात, त्यांना इतकी दुर्गंधी... मी तर घाबरलो. मी विचारलं त्यांना, "हे काय करताय तुम्ही?" ते म्हणाले, "आमचा वर्षातून एकदा अंघोळ करण्याचा नियम आहे.'' मी हेच सांगतो आहे की, काय

तिबेटमध्ये अंधविश्वास आहे, काय विज्ञान आहे? तिबेटमध्ये जे विज्ञान आहे, ते भारतात अंधविश्वास आहे.

आम्हाला वाटत नाही; माहीत नाही, पण काही देश असे आहेत, जिथे धूळ नसते. खुश्चेव जेव्हा पहिल्यांदा भारतात आला आणि ताजमहाल बघायला गेला, तर वाटेत त्याने धुळीचा लोट आला, म्हणून गाडी थांबवली. खाली उतरला आणि धुळीत – त्या वाऱ्याने उडणाऱ्या धुळीत उभा राहिला. म्हणाला, ''धन्य आहे माझं भाग्य. असा अनुभव मला आधी कधीच नाही आला.'' आपल्याला आश्चर्य वाटेल. पण ते ज्या प्रदेशात राहतात, तिथे बर्फ असतो, धूळ नसते. आपण जसे बर्फात जातो, हिमालयात – तर आपणही असंच म्हणतो, धन्य आहे माझं भाग्य!

तर युग आहे, परिस्थिती आहे, प्रयोजन आहे, या सगळ्याची छाननी केल्याशिवाय कोणत्याही गोष्टीला साखळी म्हणून तोडायला सुरुवात करू नका. वैज्ञानिक माणूस लगेचच निर्णय घेत नाही. तो नेहमी असं म्हणतो की, हे बरोबर असूही शकेल, मला अजून शोध घेऊ दे. अगदी शेवटच्या क्षणापर्यंत तो निर्णय घेत नाही की, हे चूक आहे, नष्ट करा. कारण जीवन इतकं रहस्यमय आहे की, काही सांगता येत नाही.

आम्ही इतकंच म्हणू शकतो की, आत्तापर्यंत आम्ही इतकं जाणलं, म्हणून कदाचित आम्हाला ते चुकीचं वाटत असेल, इतकंच. जे आज योग्य आहे, ते उद्या चुकीचं ठरू शकतं.

पण अंधविश्वास ठेवण्यात एक मजा येते आणि तो तोडण्यातही एक मजा येते. मजा येते की, आम्ही विचार-विनिमय वगैरेंपासून सुटका मिळवतो. जे सगळे मान्य करतात, तेच आपणही मान्य करून मोकळे होतो. साधी चौकशी किंवा एक साधा प्रश्न – 'का?' असंही विचारत नाही. जिथे गर्दी-घोळका जातो, तिथे मागोमाग आम्हीही जातो. अंधविश्वास सोयीचा – सुविधापूर्ण आहे.

मग काही जण अंधविश्वास तोडण्याच्या मागे लागतात, तेही सुविधापूर्ण आहे. कारण जो तोडतो, तो विचारवंत वाटतो; नसतानाही. विचारवंत होणं इतकी स्वस्त गोष्ट नाही. विचारवंत होणं कठीण आहे आणि त्याचं मरण असतं. मरण अशा अर्थाने की, तो गोष्टी इतक्या बारकाईने बघतो, शोधतो, की अडचणीत सापडतो. ठरवता येणं कठीण जातं की, नक्की हे काय आहे? पण समाज सुधारकाला काही अंधविश्वास तोडावे लागतात.

मी तुम्हाला विनंती करतो की, जरूर तोडा, खूप गोष्टी आहेत तोडण्यासारख्या. पण पहिली गोष्ट आहे तोडण्यासारखी, ती आहे अविचार. विचार न करता काही करण्याची प्रवृत्ती. म्हणजे विचार न करता तोडलं, तर या तोडण्याला काही किंमत नाही. विचार करण्याची प्रवृत्ती निर्माण करायची आहे आणि विचार न करता मान्य

करण्याची प्रवृत्ती तोडून टाकायची आहे. पण याचे दुसरे संदर्भ असतील, याचा वेगळा अर्थ असेल, तर आम्ही खूप विचार करू, विचारू. बघू की काय होऊ शकतं.

पाश्चात्त्य राष्ट्रांमध्ये मनोविश्लेषण मोठ्या प्रमाणात केलं जातं. आणि गमतीची गोष्ट अशी आहे की, मनोविश्लेषण हेच काम करतं, जे पूर्वी मांत्रिक करत असत. आता या काळात फ्रान्समध्ये 'कुवे' असा एक पंथ आहे. तेही तेच काम करतात, जे ताईत बांधणारे करतात. पण कुवे वैज्ञानिक आहेत. केवळ नावापुरते, बाकी तेच काम, फरक काहीही नाही.

तुम्हाला हे ऐकून आश्चर्य वाटेल की, सर्वसाधारण गावातला एक माणूस, ज्याला काहीही माहिती नाही, देवाच्या नावाने राख काढून देतो आणि तुम्ही त्याला केवळ हा अंधविश्वास आहे, असं म्हणता. पण माणसं त्यानेही बरी होतात, त्याच प्रमाणात, ज्या प्रमाणात अॅलोपॅथीच्या औषधांनी माणसं बरी होतात.

लंडनमधल्या एका मोठ्या हॉस्पिटलमध्ये एक प्रयोग केला गेला. एकाच तऱ्हेचा आजार झालेल्या शंभर माणसांवर. पन्नास रोगी एका बाजूला, पन्नास दुसऱ्या बाजूला. पन्नास जणांना औषधांची इंजेक्शन्स दिली, पन्नास जणांना पाण्याची इंजेक्शन्स दिली.

आणि आश्चर्याची गोष्ट अशी आहे की, दोन्ही बाजूचे रोगी समानतेने बरे झाले – पाण्याचं इंजेक्शन दिलेले आणि औषधांचं इंजेक्शन दिलेले. मग प्रश्न उभा राहिला की, हा काय प्रकार आहे?

आणि मग लक्षात आलं की, औषधांचा परिणाम कमी होतो, औषधं दिलं जातंय, याचा परिणाम जास्त होतो. आणि औषध काम नाही करत, औषध दिलं जातंय, हेही काम करत नाही; तर किती मोठा डॉक्टर आहे, याचा परिणाम अधिक होतो; औषधं किती महाग आहेत, याचा परिणाम काम करतं. छोटा डॉक्टर! मग कठीण आहे. म्हणजे त्याला ज्ञान नाही, असा अर्थ काढू नये. तो बिचारा छोटा डॉक्टर आहे. मोठा डॉक्टर प्रभावी असतो. म्हणजे आधी त्याची अपॉइंटमेंट घ्या, लाइनीत उभं रहा, त्याची फी, त्याचा रुबाब, त्याचा मान... खरी गोष्ट तर ही आहे की, चांगला डॉक्टर होण्यासाठी त्याला चिकित्सा-ज्ञान असणं हे अजिबातच आवश्यक नाही. जाहिरातीचं ज्ञान असणं आवश्यक आहे. जाहिरात उत्तम काम करते.

फ्रान्समध्ये तपासणी केली गेली हल्ली, तेव्हा समजलं की, ऐंशी हजार डॉक्टर्स आहेत आणि त्यातले साठ एक हजार डॉक्टर्स, डॉक्टर नाहीतच. पण जेव्हा रोगी डॉक्टरांची औषधं घेऊन थकतो, तेव्हा अशा डॉक्टर नसलेल्या डॉक्टरांकडे जातो आणि बराही होतो. त्यांना काही माहीत नाही, पण औषध देण्याची युक्ती

माहीत आहे.

म्हणून तर प्रत्येक तऱ्हेची पॅथी चालत आहे. नॅचरोपॅथीही! पोटावर मातीची पट्टी बांधा, इलाज होतो. पाण्याचा एनिमा घ्या – चालून जातं. झाडू मारणं, ताईत देणं, चालतं. साखरेच्या गोळ्यांची होमिओपॅथीही चालते. सगळं काही चालतं. आणि म्हणूनच रोगी बरा कसा काय झाला, हे समजणं कठीण जातं.

तर गावात कुणी एक माणूस धुळीच्या पुड्या बांधून देत असेल, तर हा अंधविश्वास तोडायचा की नाही, यावर विचार करायला हवा. कारण जो माणूस मोठ्या गाडीतून, गळ्यात स्टेथोस्कोप, हातात मोठी बॅग घेऊन येतो – तोही सायन्स मेडिसिन्समुळे बरा करतो आहे, की त्याच्या स्टेटसचा प्रभाव आहे, हा प्रश्न आहेच.

मी अशा एका डॉक्टरला ओळखतो, ज्याला एक कला अवगत आहे, कुठलीही डिग्री त्याच्याकडे नसतानाही रोगी त्याच्यामुळे बरे होतात. मी अनेक रुग्णांना त्याच्याकडे पाठवलं आहे आणि ते रुग्ण बरे झाले आहेत. माणसांना समजून घ्यायची कला त्याला अवगत आहे आणि खरा डॉक्टर असाच असायला हवा.

ॲलोपॅथीचा डॉक्टर औषधांची नावं अशा अक्षरांत लिहून देतो की, तुम्हाला वाचता येणारच नाहीत. का? कारण जर तुम्हाला ती वाचता आली, तर तुम्ही जाणाल की, यात तर काहीच नाहीये. दोन पैशांची वस्तू आहे, हे तर आम्हीही विकत घेतलं असतं. म्हणून अशा पद्धतीने लिहावं लागतं की, कुणाला समजणारच नाही. जर तीच चिठ्ठी पुन्हा त्या डॉक्टरांकडे घेऊन गेलात, तर त्यालाही कळणार नाही की, काय लिहिलं आहे.

मजेशीर गोष्ट आहे की, जितकी औषधांची नावं आहेत, ती लॅटिन आणि ग्रीक भाषेत ठेवावी लागतात. जर मराठी-गुजराथी किंवा अन्य भाषांमध्ये ती नावं असती, तर इतके पैसे कोणीही मोजले नसते साध्या इंजेक्शनला. पण भाषा परकी आहे. वाटतं, मोठं काहीतरी इंजेक्शन आहे, महागच असणार. आता ओव्याचं इंजेक्शन असं लिहिलं, तर कुणी त्यासाठी शंभर रुपये देईल का?

या सगळ्या कला आहेत. या सर्व अशाच गोष्टी आहेत, जो गावातला माणूस राख देतो आहे. पण गावातला माणूस राख देताना जर साधारण माणूस असेल, तर मात्र परिणाम होणार नाही. त्याने जर भगवी वस्त्रं परिधान केली असतील, तर जास्त परिणाम होईल. आणि जर तो माणूस इमानदार, खरा असेल, सच्चरित्र असेल; तर परिणाम अजूनही जास्त होतील. आणि जर तो पैसे घेणारा नसेल, तर मग तर विचारायलाच नको. ती राख परिणाम करत नाही, या बाकीच्या गोष्टी परिणाम करतात. आणि या परिणामांना नष्ट करायचं की नाही, ही विचार करण्यासारखी गोष्ट

आहे. कारण एका बाजूने नष्ट केलं, तर दुसरीकडून पुन्हा व्यवस्थित करावं लागतं. हे नष्ट होत नाही.

तर माणसांना विचारपूर्ण बनवणं गरजेचं आहे, म्हणजे तो अविचारी होऊन आजारी पडणार नाही. असे आजार त्याने आमंत्रित करू नयेत, जे खोटे आहेत. जोपर्यंत खोटे आजार निर्माण होत राहतील, तोपर्यंत खोटे डॉक्टर निर्माण होणं आवश्यक राहील. जुनं नष्ट कराल, तर नवीन निर्मित होईल. नवं नष्ट कराल, तर अजून नवं निर्माण होईल. इतक्या तऱ्हेचे उपाय आहेत जगात, की ठरवता येत नाही, की कोणता योग्य आहे. कारण ते सर्व उपाय बरं करतात. आणि सगळ्यांचाच दावा आहे, की आम्ही बरं करतो. आणि ते चूक नाही.

जितकं मनुष्याचं मन समजून घेण्याचा प्रयत्न केला जातो, तितकं समजत जातं की, मनुष्याच्या मनात रोग आहे. आणि जोपर्यंत मनात रोग आहेत, तोपर्यंत खोटे उपायही कार्यरत राहतील.

म्हणून माझं लक्ष उपाय नष्ट करण्यावर कमी आणि मनातले रोग नष्ट व्हावेत, यावर जास्त आहे. जर मनुष्याच्या मनातले रोग नष्ट होऊन तिथे जाग आली, जर तो विवेकपूर्ण होतो, तर तो जो सर्वत्र उपद्रव आहे व्यापून टाकलेला, तो राहणार नाही. असं नाही, की गावात कोणी मनुष्य राख वाटतो, म्हणून ती घ्यायला तुम्ही जाता. तुम्ही घ्यायला उत्सुक आहात, म्हणून त्याला राख वाटावी लागते.

हा प्रश्न असा नाहीये, याला अशा तऱ्हेने घेऊ नका. असं नाही की कोणी माणूस तुमचा नेता होतो. नाही, तुम्ही नेत्याशिवाय क्षणभरही राहू शकत नाही, म्हणून कुणालातरी नेता बनावं लागतं. एका नेत्याला बाजूला सारलं, तर तुम्ही दुसरा नेता आणाल. नाहीतर तिसरा... खरंतर एकाला बाजूला करण्याआधीच दुसरा तयार करता तुम्ही.

आणि म्हणूनच जगभरातले नेते हे जाणून आहेत, म्हणून विरोधी पक्ष तयार आहेत, जगभर हे असंच आहे. सगळी माणसं एकसारखी आहेत.

मागच्या निवडणुकीत मी रायपूरला होतो. माझे एक मित्र निवडणूक हरले आणि दुसरे मित्र जिंकले. ते खरंतर रायपूरमध्ये अगदी नवीन होते. मी जुन्या मित्राला विचारलं की, ही आश्चर्याची गोष्ट आहे, तुम्ही तर जन्मापासून इथेच आहात. गेल्या दोन-तीन निवडणुकांत जिंकून आलात, आता हरलात कसे? आणि अगदी अनोळखी माणूस गावात आला आणि जिंकला? ते म्हणाले, ''सोपी गोष्ट आहे. लोकांना मी अति ओळखीचा झालो. तो अजून अनोळखी आहे. घाबरू नका, तोही ओळखीचा होईल, मग तोही हरेल. तोपर्यंत आम्हाला वाट बघावी लागेल. तोपर्यंत मी पुन्हा अनोळखी होईन.''

तर प्रश्न तसा नाहीये की, हा नेता नको, तो नको. हा अंधविश्वास मिटवा, तो

मिटवा, असा प्रश्न नाही. माणसांना मुळापासून बदलायला हवं, हा प्रश्न आहे. म्हणून वैज्ञानिक बुद्धी अंधविश्वासावर अवलंबून राहणार नाही, काळजी करणार नाही, तमा ठेवणार नाही. तो तर कार्यरत राहील, जोपर्यंत मनुष्य आंधळं असण्यास मान्यता देतो. आणि मला सांगा की, आमच्यापैकी कोण डोळे उघडण्यास तयार आहे? डोळे उघडून बघण्यास तयार आहे? कारण अशी सत्यं दिसतात की, ती आम्ही बघू इच्छित नाही. म्हणून डोळे बंद करून, आम्ही जे बघू इच्छितो, त्याची कल्पना करतो.

कधी तुम्ही डोळे उघडून जीवनाकडे, ते कसं आहे, हे बघितलं आहेत? स्वतःला तरी डोळे उघडून बघितलं आहेत? तुमची बघण्याची तयारीच नाहीये, कारण मग असं काही दिसेल की, तुम्ही घाबरून जाल.

एक माणूस स्वतःला अगदी पवित्र मानतो, महात्मा मानत असतो. जर त्याने डोळे उघडून आत बघितलं, तर त्याला एक पापी आत लपलेला दिसेल. त्याला तो बघू इच्छित नाही, कारण मग महात्मा असणं, राहणं कठीण होऊन बसेल. म्हणून मग तो बघत नाही. डोळे बंद ठेवण्यासाठी तो इतरांचा उपयोग करतो, जे त्याला मोठा महात्मा म्हणत राहतात. मग हा महात्मा अशाच माणसांचा गोतावळा जमवतो, जे त्याचे डोळे बंद ठेवण्यासाठी त्याला मदत करत राहतात.

अशांना गोळा करण्याच्या अनेक पद्धती आहेत. त्यात एक अशी आहे की, जोरजोरात ओरडून सगळ्यांना सांगायचं की, माझ्याकडे कुणीही येऊ नका, मला अनुयायी नकोत. ही एक युक्ती आहे. लोक यामुळे लगेचच प्रभावित होतात. जमतात. मग शिव्या खाव्या लागतात, काठीचा मार बसतो – चालतं त्यांना. ते म्हणतात की, महात्मा असाधारण आहे. कारण साधारण महात्मा असेल, तर तो म्हणतो, ''या, बसा.''

मी असं ऐकलं आहे की, कॅलिफोर्नियाच्या समुद्रकिनाऱ्यावर खूप दिवस एक माणूस होता. तो माणूस म्हणजे एक खेळणं झालं होतं. तो माणूस इतका साधा-सरळ होता की, समुद्रावर फिरायला येणारे लोक त्याच्यासमोर नोटा आणि नाणी टाकत, त्याची परीक्षा घेण्यासाठी; तर तो लगेचच नाणं उचलायचा आणि नोट तशीच सोडून द्यायचा. इतका सरळ माणूस.

एक माणूस पाच-सहा वेळा त्या समुद्रावर गेला होता. त्याने बघितलं होतं की, त्या माणसाभोवती सदा गर्दी असायची. लोक हाच खेळ खेळायचे. ''बाबा, हे घेता की हे?'' तो लगेचच नाणं घ्यायचा. म्हणायचा, ''हे छान चकाकतं.'' तर सर्वांना तो साधा वाटायचा. तो माणूस म्हणाला, ''वीस वर्षं झाली या माणसाला हे काम करताना, पण अजून दहाची नोट ओळखू शकत नाही. हद्द झाली या सरळ-साधेपणाची.''

तर संध्याकाळी तो जेव्हा एकटा होता, तेव्हा हा माणूस त्याच्याजवळ गेला. म्हणाला, "आश्चर्य आहे! गेली वीस वर्षं मी बघतोय तुमचा हा खेळ, अजून दहा रुपयाची नोट ओळखता येत नाही?" तो म्हणाला, "अगदी पहिल्या दिवसापासून ओळखतो. पण तिची ओळख दाखवली की, खेळ बंद. आणि ती न ओळखून हजारो दहा रुपये जमवले दहा-दहा पैशांचे. एकदा का नोट ओळखली की, हातात एकच नोट राहणार, मग पुन्हा ती मिळणार नाही."

म्हणून नोटा जमवायच्या असतील, तर संपत्तीला लाथ मारा, नोटा चालत येतील. तो म्हणाला, "मी समजलो. माझं काम उत्तम चाललं आहे. दिवसभरात चार-पाचशे रुपये जमतात." तर महात्मा जाणतो हा खेळ. त्याला पैसा विचारा, तो म्हणतो 'नाही, आम्ही हातही लावत नाही.' तर मग महात्मा मोठा होईल. तर त्याचा शिष्य एक रुपया घेऊन खिशात टाकेल.

माणसाला आंधळं होणं पसंत आहे, तर त्याला कोण काय करणार? दहा पैसे आणि दहा रुपयाची नोट ठेवून सत्यता पारखणारे असतील, तर तो दोष त्या माणसाचा नाही. या अशा माणसांच्या उपद्रवामुळे त्याला हे काम करावं लागतं. मी तर म्हणेन की, त्याने नाही केलं, तर कुणी दुसरं करेल. हे असंच चालणार, यातून सुटका नाही. हे तेव्हाच थांबू शकतं, जेव्हा मनुष्याचा मूर्खपणा आम्ही तोडायला सुरुवात करू.

म्हणून अंधविश्वासाची साखळी तोडण्याची काळजी करू नका. कारण ज्याने ही साखळी बांधली आहे, तो जर तसाच राहिला, तर नवीन साखळी तयार करेल. कारण साखळीशिवाय तो राहू शकणार नाही. ज्या प्रवृत्तीचा तो माणूस आहे, तशी साखळी तयार होईल.

म्हणून सगळे धर्म साखळी तोडण्याचा प्रयत्न करतात आणि प्रत्येक धर्म नवीन साखळी तयार करतो. काही फरक पडत नाही. काय फरक पडतो? जगात इतके धर्म आले, सगळे सुधारक म्हणून आले, अंधविश्वास मोडून टाकू असं सांगत आले, म्हणाले की, मिटवा! जुने अंधविश्वास, त्यांना कंटाळलेली माणसं, ते तोडतात, मोडतात आणि नवीन तयार करतात. धरून ठेवतात. खूश होतात स्वत:वरच की, आम्ही बदल घडवला; कारण नवा अंधविश्वास तयार केला.

खरंतर जो मनुष्य विचारवंत आहे, तो काही धरतच नाही. अंधविश्वासच काय, तो विश्वासही ठेवत नाही. तो बुद्धिपूर्वक जगतो. तो साखळी निर्माण करत नाही. कारण त्याला स्वातंत्र्य आनंद देतं. साखळी निर्माण करू नका.

तर प्रत्येकात इतकी चेतना निर्माण करण्याचा प्रश्न आहे, विचारवंत होण्याचा, आत्मवान होण्याचा, चेतनामय होण्याची आकांक्षा त्याच्यात निर्माण व्हायला हवी. अनुयायी होण्याची, कुणाच्या मागे चालण्याची, कुणाला मानण्याची, आंधळेपणाने

जगण्याची प्रवृत्ती कमी जर झाली; तर जगातला अंधविश्वास तुटेल. पण असं नाही की, असे अंधविश्वास संपतील आणि तसे वाचतील. एकदमच सर्व संपतील, एकत्र... नाहीतर कधीच संपणार नाहीत.

मनुष्याचे अंधविश्वास आत्तापर्यंत बदलत राहिले आहेत. कारण जे कुणी नव्याने येतात, ते आधीच्या गोष्टी चुकीच्या ठरवतात. आणि जे स्वतः सांगतात, त्याच गोष्टी योग्य... आता जर मी म्हणालो की, भगवी वस्त्रं वापरणं चूक आहे...

"मी एका गावात होतो, त्या गावातला कलेक्टर मला म्हणाला की, तुमच्याशी खाजगीत बोलायचं आहे." मी म्हणालो, "ठीक आहे." त्याने दार बंद केलं, म्हणाला, "मी तुमच्यासारखे कपडे घातले, तर ते मला लाभदायक ठरतील का?"

काय अर्थ याचा? जर मी म्हणालो, की भगवी वस्त्रं वापरू नका, तर त्याने विचारलं असतं, अशी वापरू?... तीही भगवी झाली असती... याने काय फरक पडतो? हे समजून घ्यायला हवं, की वस्त्रं बदलून काहीही होत नाही. काहीही घाला, जशी इच्छा असेल! जे घालण्यात आनंद वाटेल, भगव्या वस्त्रात आनंद वाटतोय, तर घाला, मी का नाही म्हणू? काय गरज आहे अटकाव करण्याची? काळी वस्त्रं घालण्यात आनंद वाटत असेल, तर काळी वस्त्रं वापरा. हा विचार भिडायला हवा की, वस्त्रं बदलून जीवन बदलत नाही, तर वस्त्रं सोडून घ्यायची आवश्यकता नाही, कारण माणूस लगेचच दुसरं वस्त्र धारण करेल. कारण त्याची बुद्धी वस्त्रांपर्यंतच सीमित आहे.

गांधीजींना भेटायला एक संन्यासी गेला. तो भगव्या वस्त्रात होता. तो गांधीजींना म्हणाला की, मी सेवा करू इच्छितो. मला तुमच्या गोष्टी पटतात. मला सेवा करण्याची इच्छा आहे. गांधीही म्हणाले, "ठीक आहे. पण आधी ही भगवी वस्त्रं सोडून घ्या. कारण ही वस्त्रं सेवा करू देणार नाहीत. कारण लोक भगव्या वस्त्रांची सेवा करतात, सेवा घेत नाहीत."

हे तर योग्य. पण त्यांनी त्याला खादी वापरायला दिली. आता खादीवाले जे करतात, ते भगव्या वस्त्रांनी कधीही केलेलं नव्हतं. तर माझा प्रश्न आहे की, काय फरक पडतो? आता खादीवाले सेवा घेत आहेत आणि भगव्या वस्त्रांनी इतकी सेवा कधीही घेतली नव्हती, जितकी खादीवाले घेत आहेत. भगवी वस्त्रं सोडवली आणि खादीने पकडून ठेवलं. आता तो संन्यासी खूश झाला की, भगव्या वस्त्रांच्या अंधविश्वासातून सुटका झाली. आता तो खादी वापरतो आहे. आता खादी हा अंधविश्वास निर्माण झाला. काय फरक पडणार आहे?

प्रश्न असा नाही आहे की, हे सोडवा आणि ते धरा. प्रश्न असा आहे, की जी पकडणारी बुद्धी आहे, तिची समज वाढवा. तर गांधीजींनी त्याच्या बुद्धिमत्तेत भर

तर काही घातली नाही, तो बुद्धद्धू होता, तो बुद्धूच राहिला. केवळ कपडे बदलले आणि तेवढ्यानेच तो आनंदला.

नेहमी असंच झालं आहे. जगाची गेल्या पाच हजार वर्षांची हीच कहाणी आहे. हे आमचं दुर्भाग्य आहे की, एक अंधविश्वास तोडायच्या प्रयत्नांत आम्ही माणसांमध्ये बदल घडवत नाही. आधीचा तोडून नवीन अंधविश्वास निर्माण होतो. जे आम्ही देऊ, ते घेतलं जातं. आणि आम्हाला आनंद होतो, कारण आमच्या अंधविश्वासाला मान्यता मिळते.

एक युवक माझ्याकडे यायचा, जो दिवसरात्र शास्त्रांबद्दल बोलायचा. उपनिषद, वेद, गीता सर्वकाही तोंडपाठ. मी म्हणालो, "ही बडबड बंद कर, यातून तुला काहीही मिळणार नाही. पाठ करून काहीही उपयोग नाही." तो नाराज झाला, पण येत राहिला. जो मनुष्य नाराज होतो, तो येत राहतो, कारण नाराजी हासुद्धा एक बंध आहे.

मग हळूहळू बोलणं ऐकता ऐकता जमून गेलं. एके दिवशी तो आला, म्हणाली, "मी सर्व वेद, गीता, पोथी बांधून टाकल्या आणि विहिरीत फेकून दिल्या." मी म्हणालो, "मी तुला असं कधी सांगितलं?" म्हणाला, "मला माझं कपाट रिकामं करावं लागलं, कारण तुमची पुस्तकं ठेवायची होती. आता मला तुमच्या पुस्तकांशी अगदी एकरूप होता येतंय." मी म्हणालो, "हे तर अजूनच कठीण होऊन बसलं. याच्यात तर काहीच फरक पडला नाही." मी म्हणालो होतो की, पुस्तकांना मान्यता देऊ नका, असं थोडी ना म्हणालो होतो की, ती पुस्तकं सोडा आणि माझी पुस्तकं... काय फरक पडला?

पण गुरू मोठे प्रसन्न होतात. त्यांच्या गोष्टींचा अंधविश्वास त्यांना प्रसन्न करतो. म्हणून अंधविश्वास बदलत जातात आणि मनुष्य अंधविश्वासूच राहतो.

मी त्याला म्हणालो की, ती पुस्तकंही विहिरीत फेकून ये. तो म्हणाला, "असं कसं होऊ शकतं?" मी म्हणालो, "गोष्ट जशीच्या तशीच राहिली. आता ती पुस्तकं तुझी गीता, उपनिषद-वेद झाली. तर कृष्णाची गीता काय वाईट होती? माझ्या पुस्तकांपेक्षा तर जाड नव्हती, चांगलं वजनही देत होती छातीवर, काय फरक पडला? मी कधी म्हणालो की, कृष्णाची काही चूक होती?"

हे असंच घडत आलं आहे. हे निरंतर चालू आहे. माणूस होता तिथेच राहतो, केवळ त्याचं खेळणं बदलतं हातातलं. हो, जर माझं खेळणं कुणी हातात घेतलं, तर मला आनंद होतो. मी प्रसन्न होतो की चला, कमीत कमी माझं बोलणं पटलं तरी. माझा अहंकार सुखावतो की, कृष्णापेक्षा मला मान्यता मिळाली. पण यात माणसात बदल झाला, अशी गोष्ट नाही आहे. यातून त्याचं हित होत नाही. होऊ शकतही नाही. आम्हाला काळजी घ्यायला हवी की, मनुष्याच्या आतली पकड कशी

सुटेल, त्यांचं आंधळेपण डोळ्स कसं होईल, याची.

तर माझी त्या मित्राला अशी विनंती आहे की, अंधविश्वास तोडण्याचा प्रयत्न करू नका, अंधविश्वासू चित्त आहे, ज्यातून अंधविश्वास निर्माण होतो, ते बदलण्याचा प्रयत्न करा, तर चांगला मनुष्य जन्म घेऊ शकेल.

पण त्यासाठी मोठ्या कष्टांची गरज आहे. ते साधारण काम नाही. त्यासाठी मोठे वैज्ञानिक विचार हवेत. त्यासाठी नाकारू नका लगेचच, की भूत-प्रेत नाही आहेत. जितके तुम्ही आहात, त्याहूनही जास्त सत्य तर ते आहेत. त्यांचं असणं असत्य नाही, पण शोध घ्यायला हवा. अनेकदा असं होतं की, भुतांना घाबरणारी माणसंच सांगत राहतात, की भुतं नाहीत. याचा अर्थ असा नाही, की त्यांना मोठं ज्ञान आहे. याचं कारण इतकंच की, भुतं असावीत अशी त्यांची इच्छा नसते. कारण एकच, भुतांविषयीची भीती. मग काळोख्या गल्लीतून जाणंही त्यांना रुचत नाही. मग ते ओरडत राहतात की, हा अंधविश्वास आहे, तो आम्ही मोडून काढू. पण अशाने त्यांचं नसणं घडेल का?

जर भुतं आहेत, तर आहेत. कोणी मान्य करो अथवा न करो, त्याने काही फरक पडत नाही. आणि जे आहे, त्याचा शोध घेणं योग्य आहे. कारण त्याच्याशी आमचा काही ना काही संबंध आहे. आम्ही आहोतच, असणारच संबंध! तर समजून घेणं योग्य! ओळखू, बघू, शोधू, शोधाची वाट शोधू, व्यवहाराची दिशा शोधू की काय करायला हवं. इतका सोपा मार्ग नाही.

ही जी तुमच्यामध्ये रिकामी जागा दिसत आहे, गरज नाही की, रिकामीच असेल. कोणी बसलं असेलही. तुम्हाला दिसत नाही ही वेगळी गोष्ट. पण भीती वाटू शकते की, या रिकाम्या जागेत कुणी बसलेलं तर नाही? म्हणूनच तर जागा रिकामी ठेवत नाहीत, अगदी चिटकून बसता. रिकाम्या जागेची भीती वाटते. म्हणून घर फर्निचर-कॅलेंडर-फ्रेमने भरून टाकता. रिकामी जागा, रिकामं घर... भीती वाटते. माणसं, त्यांचं सामान याने भरून टाकतो घर. पण तरीही खूप जागा रिकामी आहे. पण ती एकदम रिकामी नाही, त्याचंही शास्त्र आहे. त्या दिशेने जर काही काम करायचं असेल, तर करता येईल.

पण त्या अगोदर भुतं आहेत अथवा नाहीत असं काहीच म्हणू नका. चांगलं आहे की, आपलं मत तयारच करू नये. आपला निर्णय थांबवा, म्हणा, की मला कल्पना नाही. हे शास्त्र-बुद्धिवादी माणसाचं वक्तव्य असेल, की कुणी जर विचारलं की, भूत-प्रेत असतं, तर तर तुम्ही सांगता की, मला माहीत नाही. कारण याचा शोध मी अजून घेतलेला नाही. आणि अजून मी स्वत:लाच शोधू शकलेलो नाही, तर भुतांना कसा शोधणार? लगेचच उत्तर देणारा माणूस हा अंधविश्वासू असतो. विचार करा, शोधा. खरंतर विचारवंत फार, अगदीच

नाइलाजाने उत्तर देईल.

आइन्स्टाइनना एकाने विचारलं होतं एकदा की, एक वैज्ञानिक आणि एक अंधविश्वासू या दोहोंत तुम्हाला काय फरक वाटतो? तर ते म्हणाले की, जर तुम्ही शंभर प्रश्न अंधविश्वासू माणसाला विचाराल, तर त्याच्याजवळ एकशेएक उत्तरं तयार असतील. आणि वैज्ञानिकाला विचाराल, तर तो म्हणेल की, अठ्याण्णव प्रश्नांची उत्तरं त्याच्याकडे नाहीत. आणि दोन प्रश्नांबद्दल म्हणेल की, थोडीशी माहिती आहेत, पण ती अंतिम नाही. उद्या त्या माहितीत, उत्तरात फरक पडू शकतो.

लक्षात ठेवा, वैज्ञानिक चित्तच एकमात्र सरळ चित्त आहे. अंधविश्वासू चित्त नव्हे. प्रत्यक्षात दिसतं मात्र उलटं. सर्वात मोठी चलाखी तर तो अशी करतो की, ज्या गोष्टींचा त्याला पत्ता नाही, त्या संदर्भातही बोलतो. दारासमोर पडलेल्या दगडासंबंधी माहिती नसते की, तो नक्की काय आहे, पण बोलतो परमात्म्याबद्दल, की आमचा परमात्मा बरोबर, तुमचा चूक. साधा दगड हिंदू आहे की मुसलमान हे सिद्ध करू शकत नाही, पण परमात्मा हिंदू आहे की मुसलमान हे अगदी सहजतेने सिद्ध करेल. अशा गोष्टी ज्या तऱ्हेने, मिजाशीत सांगितल्या जातात; अशा गोष्टी म्हणजे निव्वळ अंधविश्वास.

ज्ञानाच्या संदर्भात मिजास कधी असत नाही, ना कधी असेल. जिथे जिथे भांडणं होतात, समजून जा, अंधविश्वास आहे. कारण भांडणातून अंधविश्वासू सिद्ध करतो की, मी बरोबर आहे. काही दुसरा मार्गच नाही. जर कुणी एखादा माझ्या छातीवर तलवार ठेवत असेल की, म्हण, मी बरोबर आहे. नाही तर डोकं उडवीन. डोकं उडवून, मान कापून कधी कुणी बरोबर असू शकत नाही. सर्व मुसलमानांनी सर्व हिंदूंचा खात्मा जरी केला, तरी ते बरोबर होऊ शकत नाहीत. तसंच हिंदूंचंही. केवळ 'मूर्ख' सिद्ध होतील, याहून जास्त नाही. कारण तलवारीने कधी काही सिद्ध होऊ शकतं का? पण अंधविश्वासूंकडे याहून दुसरा मार्ग नाही. त्यांच्याकडे काही विचार, प्रयोग, प्रमाण तर असत नाही, आणि दिशाही नसते की, ते सांगू शकतील की, हे बरोबर आहे. त्यांच्याजवळ एकच गोष्ट आहे की, कुणाची काठी मजबूत आहे जेणेकरून डोकं फोडता येईल.

आत्तापर्यंत सगळे जण हेच करत आहेत. जगभर हेच चालू आहे. असं नाही मी म्हणत की, धर्मगुरू असं करतात. राजकारणी, नेता हेच करत आहेत. रशिया बरोबर की अमेरिका, हे हायड्रोजन बॉंब ठरवणार. दुसरा मार्ग नाही. हेपण तसंच आहे. कोण बरोबर हे बॉंब ठरवणार? मार्क्स चूक की बरोबर, हे तलवार ठरवणार? कशामुळे हे ठरणार? हे विचारांनी ठरलं पाहिजे. पण विचारांसाठी माणूस मुक्त नाही. तो अंधविश्वासांनी घेरला गेला आहे.

लक्षात ठेवा, माझा हेका अंधविश्वासाच्या साखळ्या तोडण्यात नाहीये, माझा हेका, जोर अंधविश्वासू चित्त तोडण्यात आहे, जे या साखळ्या निर्माण करतात. तर ते चित्त शाबूत राहिलं, तर तुम्ही कितीही साखळ्या तोडा, ते नवीन साखळ्या तयार करेल. आणि लक्षात ठेवा की, जुन्या साखळ्यांपेक्षा नवीन साखळ्या जास्त मोहक, जास्त प्रिय, जास्त जोरात पकडून ठेवाव्यात अशा असतात आणि त्या जास्त मजबूतही असतात. कारण तोपर्यंत साखळी बनवण्याचं विज्ञानही विकसित झालेलं असतं. बरेचदा मी असा विचार करतो की, जी माणसं अंधविश्वास तोडण्याचा धंदा करतात, ती जराजर्जर झालेले अंधविश्वास बदलून त्या जागी परिपूरक, कणखर अंधविश्वास निर्माण करण्यापलीकडे दुसरं काहीही करत नाहीत.

माझा फरक, मी समजतो की, तुमच्या लक्षात आला असेल. अंधविश्वास चित्त तोडणारा असतो. अंधविश्वासू न असण्यावर जोर देणं असायला हवं. विचारवंत व्हा आणि बनवा. विचारवंत होणं म्हणजे विचार करणं, शोध घेणं, जिज्ञासू असणं. आणि योग्य अनुभवान्ती बोलणं. आणि असंही सांगणं की, जे काही मी बोलतोय, तेच योग्य असं असणं आवश्यक नाही. उद्या वेगळे अनुभव असू शकतील, मलाही. माझा अनुभव भ्रमही असू शकतो. तर जोपर्यंत अजून पंचवीस अनुभव या अनुभवांशी एकमत, सहमत होत नाहीत, तोपर्यंत काहीही सांगणं उचित नाही.

म्हणून वैज्ञानिक हजार प्रयोग करतो, इतरांकडून करवून घेतो, तेव्हा एखाद्या निर्णयाला पोचतो. तरीही तो अंतिम निर्णय मानत नाही. जो अगदी लगेचच अंतिम निर्णय घेतो, तो मनुष्य विचार करू शकत नाही. तो अंधविश्वासाने भारला जातो आणि आम्ही सगळेच भारले गेलो आहोत.

आता एका मित्राने विचारलं आहे. एकच प्रश्न सगळे काही विचारतात, जे सर्व मानवता शोधत आहे आणि तरी गवसत नाही. ते विचारतात, "ईश्वर आहे की नाही? जीवात्मा म्हणजे काय? मोक्ष कुठे आहे? स्वर्ग कुणी बनवला? नरक आहे की नाही? मनुष्य या जगात का आला? जीवनाचं लक्ष्य काय आहे?... एकाच कागदावर..."

त्यांना इतकी घाई झाली आहे की, हे सर्व त्यांना अगदी लगेचच माहीत हवं आहे. इतकी घाई असलेला माणूस अंधविश्वासू होऊन जगणार. धीरही नाही. शोध घेण्यासाठी मोठा संयम, धीर आणि अत्यंत धैर्य हवं. काही काळजी नाही, जन्म-जन्म जातील, नाही समजणार, हरकत नाही, पण शोधू जरूर!

खरंतर मिळवणं महत्त्वपूर्ण नाहीये एका विचारवंतासाठी, शोधणं महत्त्वपूर्ण आहे. अंधविश्वासूला मिळवणं महत्त्वपूर्ण आहे, शोध घेणं महत्त्वपूर्ण अजिबात नाही. ईश्वर कुठे आहे? त्याला याची चिंता नाही की, आहे की नाही, हे आधी शोधावं. तो म्हणतो की, तुम्ही शोधा आणि मला सांगा. म्हणून तो गुरूच्या शोधात आहे.

जो मनुष्य गुरूला शोधतो, तो अंधविश्वासू बनतो, तो थांबत नाही. खरंतर गुरूचा शोध याचा अर्थ असा आहे की, तुम्ही शोधलंत. ठीक! आता आम्हाला सांगा. आता तुम्ही शोधलं आहे, तर आम्हाला शोध घ्यायची काय आवश्यकता? आम्ही तुमच्या पाया पडतो, तुम्ही कृपावंत होऊन आम्हाला देऊन टाका.

तर लोक शक्तिपात करत आहेत की, कुणी दुसऱ्यांनी त्यांच्या डोक्यावर हात ठेवावा आणि त्यांना ईश्वरज्ञान करावं-द्यावं. मंत्र घेऊन फिरत राहतात, कान फुंकतात, पैसे देतात, पाय दाबतात, सेवा करतात; या आशेवर की, कुणाला मिळालेलं, माझं व्हावं. ती मिळकत माझी व्हावी. हे कदापि शक्य नाही. हा अंधविश्वास आहे, पकड आहे.

दुसऱ्याला मिळालेलं, तुमचं मिळवणं असू शकत नाही, ही तुमची मिळकत नाही. त्याने बिचाऱ्याने शोधलंय, तुम्ही फुकट काबीज करू बघता? आणि लक्षात ठेवा, ज्याने शोधलं, त्यालाही समजलं, की शोधूनच सापडतं, मागून नव्हे. म्हणून तो शिष्यही नको म्हणेल. शिष्य तर ते बनवतात, ज्यांना स्वतःला मिळालेलं नसतं. आणखीन कुठल्यातरी गुरूला ते धरून आहेत. अशी लांबच लांब साखळी आहे गुरूंची. त्यांना एकच आशा आहे की, दुसऱ्याने द्यावं. काही गुरू तर मरण पावले आहेत, तरी त्यांचे पाय धरून ठेवलेत की, 'द्या. द्या.' आणि या मेलेल्या गुरूंची साखळी हजारो वर्षांची आहे – एक-दुसऱ्याने पाय धरून... अंधविश्वासू चित्ताचं हेच लक्षण आहे.

लक्षात ठेवा, विचारवंताला फुकट जरी परमात्मा मिळाला, तरी तो नाकारेल. काही गोष्टी अशा असतात की, स्वकष्टानेच मिळू शकतात. परमात्मा अशा गोष्टींपैकी नाही, जो बाजारात पैसे देऊन विकत घेता येतो. सत्य अशा गोष्टींपैकी नाही, जे दुकानांतून मांडता येईल; जिथे तुम्ही विकत घ्यायला जाल.

पण अशी दुकानं मांडली गेली आहेत, लिहिलं आहे की, खरं सत्य इथेच मिळतं. सत्यातही खरं-खोटं असतं! सद्गुरू इथेच राहतात. हे दुकान खरं आहे, इथून घेऊन जा. आणखी एकदा सेवेची संधी द्या... असं सर्व दुकानांवर लिहिलेलं आहे आणि ज्या दुकानात प्रवेश कराल, त्याचा मालक तुम्हाला दुकानातून बाहेर लगेचच जाऊ देणार नाही.

हे जे आमचं अंधविश्वासू चित्त आहे, तेच सगळे उपद्रव निर्माण करत आहे. तर मी तुम्हाला असं सांगू इच्छितो की, शोधावर निर्भर रहा, भिक्षेवर नाही. मागून नाही मिळणार, जाणाल तर मिळेल. कुणाला मिळाला असेल, जरूर मिळाला असेल. अविश्वास दाखवू नका, कारण तोही अंधविश्वास आहे. विश्वास-अविश्वास काहीच करू नका. सांगा की, त्या परमात्म्याची तुमच्यावर मोठी कृपा आहे. पण मला माझा शोधू दे. नाहीतर मी अपंग राहीन. दुसऱ्यांनी सर केलेल्या शिखरावर

तुम्हाला जर पोचवलं, तर तुम्ही अपंगच पोचणार, कारण पाय तर चालून मजबूत होतात. शिखर गाठण्यापेक्षा यात्रा होत जाणं अधिक महत्त्वाचं आहे. काही मिळवणं तितकं महत्त्वाचं नाहीये, जितकं मिळवणाऱ्याचं रूपांतर महत्त्वाचं आहे.

ईश्वर, मोक्ष अथवा ज्ञान या काही आयत्या गोष्टी नाहीयेत; हा तयार माल नव्हे. ही तर संपूर्ण आयुष्याची आहुती, संपूर्ण आयुष्याचे श्रम आणि साधनेचं फळ. हे शेवटचं फूल आहे, जे उमलतं.

परमात्म्याचा अनुभव फुलासारखा आहे, साधना झाडाप्रमाणे आहे. झाड सांभाळा, फूल आपोआप येईल. पण आम्हाला घाई आहे. आम्ही म्हणतो की, झाड जाऊ दे, तुम्ही फूल द्या.

लहान मुलं जेव्हा परीक्षेसाठी तयारी करतात, गणितं सुटत नाहीत, गणिताच्या पुस्तकात मागच्या पानांवर उत्तरं दिलेली असतात, उत्तरापासून मागे मागे येतात आणि लिहितात. उत्तर अगदी बरोबर आहे, पण चूक. कारण ज्या पद्धतीने सोडवायला हवं होतं, ते तसं सोडवलं नाही, तर उत्तर बरोबर कसं असेल? उत्तर बरोबर आहे – पाचच लिहिले आहेत आणि ज्यांनी स्टेप बाय स्टेप सोडवलं आहे, त्यांचं उत्तरही पाचच आहे. पण तुम्हाला फरक समजतो आहे? ज्यांनी अभ्यासपूर्वक लिहिलं आणि ज्याने पुस्तकातून चोरून लिहिलं – मग ती गीता असो, कुराण – त्याने काय फरक पडतो? त्या दोघांची उत्तरं एकसारखी असूनही एकसारखी नाही आहेत. कारण खरा प्रश्न उत्तर हा नाहीये, तर त्या उत्तरापर्यंत पोचलात कसे, हा आहे. कारण तुम्हाला जोडता आलं पाहिजे. त्याला ते नाही आलं, ज्याने पुस्तकातलं उत्तर चोरलं. त्याला गणित आलं नाही, केवळ उत्तर आलं.

तर जर कुठूनतरी शिकलं, कुठूनतरी मिळवलं, कुणाकडूनतरी ऐकलं आणि आत्मसात केलं, तर तो परमात्मा पुस्तकाच्या मागच्या पानावरून चोरलेला असेल; मृत, बेकार, काही उपयोगाचा नाही, जिवंत नाही. जिवंत धर्म तर जगून मिळतो, जगण्यातून मिळतो. कुठल्या पुस्तकात दिलेल्या उत्तरातून नाही.

पण आम्ही सगळे चोर आहोत. लहान मुलांना आम्ही चोरी करू नका म्हणून ओरडतो. शिक्षकही समजवतात की, पुस्तकातली उत्तरं बघू नका. कागदाच्या कपट्यावर उत्तरं लिहून तर आणलेली नाहीत ना? पण तुम्ही स्वतःलाच विचारा, उत्तरं चोरलेली तर नाहीत ना? तर सगळी उत्तरं चोरलेली आहेत, असं लक्षात येईल. तर त्या चोरी केलेल्या उत्तरांतून ना शांती मिळते, ना आनंद! कारण आनंद मिळतो त्या प्रक्रियेतून जाताना, जिथे उत्तरांची फुलं फुलतात, लावली जात नाहीत.

अजून काही प्रश्न बाकी आहेत, त्याबद्दल उद्या सकाळी बोलू. आता रात्रीच्या ध्यानाला सुरुवात करू. ज्यांना ध्यानाला बसायचं नसेल, त्यांनी आवाज न करता निघून जावं आणि ज्यांना थांबायचं असेल, त्यांनी दर्शन म्हणून थांबू नये, प्रयोग म्हणून थांबावं, गप्प बसून रहा. शांत – न बोलता... शांत... शांत...

◆

विचार नाही, मृत्यूच्या तथ्याचं दर्शन...

मृत्यूचं तथ्य म्हणजे – त्याचं दर्शन करायचं आहे, विचार नव्हे.
मृत्यू अज्ञानाचा अभाव आहे, अमरत्व ज्ञानाचा अनुभव आहे.

मेरे प्रिय आत्मन्!

त्यांनी योग्य गोष्ट विचारली आहे. पण असा जरी प्रश्न विचारला की, मृत्यूचा विचार आपण मध्येच आणायचाच कशाला? तरीही मृत्यूचा विचार आलाच. जरी इतकाही विचार केला की, आपण जगू, मरणासंबंधी विचार करायलाच नको, तरीही विचार सुरू झाले. मृत्यू इतकं मोठं तथ्य आहे की, दुर्लक्ष करता येणं शक्य नाही. तरीही आयुष्यभर आम्ही असाच प्रयत्न करत राहतो की, मृत्यूसंदर्भात विचार करायचा नाही; मृत्यू विचार न करण्यासारखी गोष्ट आहे म्हणून नव्हे, तर मृत्यू म्हटलं की, भीती वाटते म्हणून. हा विचारच प्राण कंपित करतो की, मी मरणार. जेव्हा मरू, तेव्हा कंपित होणारच. पण हे विचारही न मरताच मनाला त्रासून टाकतात की मी मरणार, आणि सर्व प्राण मुळापासून थरथरतात.

माणूस अखंड प्रयत्न करत राहतो की, मृत्यूला विसरू, विचार नको करायला. आम्ही जीवनाची सर्व मांडणी अशी केली आहे की, मृत्यू दिसणार नाही. त्याला झिडकारण्याचा, खोटं ठरवण्याचा प्रयत्न केला पूर्णतः, उपाय केले तसे, ते यशस्वी झाले असं वरवर दिसतं; पण सफल होत नाहीत. कारण मृत्यू आहेच. पळणार कुठे? कुठपर्यंत? कसे? आणि पळता पळता पोचता शेवटी तिथेच. आणि तो रोज जवळ येत आहे. पळा अथवा पळू नका. पण कोणत्याही तथ्यापासून पळता येत नाही.

मृत्यू अशी गोष्ट नाही की, भविष्यात घडेल, तर आत्ता का विचार करा? हा गैरसमज आहे. मृत्यू भविष्यात घडणारा नव्हे, तर प्रत्येक क्षणी घडणारा आहे. म्हणजे या क्षणीही आम्ही मरतच आहोत. इथे तासभर बसलात, तर त्या तासात मरून जाल. सत्तर वर्ष लागतील पूर्ण मृत्यू येण्यासाठी, पण त्यात हा एक तासही मिसळलेला आहे. असं नाही की, अचानक कुणी सत्तराव्या वर्षी मरतं; मृत्यू म्हणजे अकस्मात घडणारी घटना नव्हे. ही एक वाढ आहे, एक विकास, जो जन्म घेतल्या क्षणापासून सुरू होतो. खरंतर जन्म हा मृत्यूचा पहिला किनारा आहे, टोक आहे आणि मृत्यू अंतिम किनारा आहे. हा प्रवास त्या दिवशीच सुरू होतो, ज्याला आम्ही जन्मदिवस म्हणतो, तो मरणाच्या दिवसाचा पहिला दिवस असतो. प्रवासाला जरा वेळ लागेल, पण तो सुरू होईल.

जसा कुणी माणूस कलकत्त्याला जाण्यासाठी द्वारकेहून निघाला, तर जे पहिलं पाऊल उचललं जाईल, ते कलकत्त्याच्या दिशेनेच उचललं जात आहे, शेवटचं पाऊल उचललं जाईल, तेही कलकत्त्यांच्या दिशेनेच. मग शेवटचं पाऊल कलकत्त्याला पोचवेल, तितकंच पहिलं पाऊलही कलकत्त्याला पोचवतंय. कलकत्त्याला जाण्यासाठी

पहिलं पाऊल उचललं, तेव्हाच मी कलकत्त्याला पोचू लागलो. कलकत्ता एका पावलाने जवळ आलं आणि एक-एक पाऊल जवळ येत गेलं. भले मग त्यासाठी सहा महिने लागले असतील. पण ते सहा महिने आधीच लागायला सुरुवात झाली, म्हणून सहा महिन्यांनंतर कलकत्ता आलं.

म्हणून दुसरी गोष्ट अशी सांगू इच्छितो की, मृत्यू भविष्यात आहे, असा विचार तुम्ही करू नका. मृत्यू क्षणाक्षणाला आहे. आणि भविष्य काय आहे? सगळं वर्तमानाचा जोड आहे. आम्ही जोडत जात आहोत, जोडत जात आहोत, जोडत जात आहोत. कुणी पाणी गरम करत आहे. पहिल्या डिग्रीपर्यंत पाणी गरम झालं आहे, पण त्याची वाफ झालेली नाही, दोन डिग्री गरम झालं आहे, पण वाफ झालेली नाही. वाफ तर शंभर डिग्रीवर बनेल. पण पहिल्या डिग्रीला वाफ बनू शकेल, अशा पातळीवर ते पोचलं. पहिली, तिसरी, पाचवी, नव्व्याण्णव डिग्री, पण पाण्याची वाफ झाली नाही. शंभर डिग्रीलाच वाफ बनेल. पण कधी विचार केलात की, शंभर डिग्री पहिली डिग्री आहे आणि पहिली डिग्रीसुद्धा पहिलीच एक डिग्री आहे! त्यात काही फरक नाही. म्हणून ज्याला माहीत आहे, तो पहिल्या डिग्रीलाच सांगतो की, सावधान, पाण्याची वाफ होत आहे; जरी वाफ बनताना अजून दिसत नसलं तरीही. आम्ही म्हणू की, केवळ पाणी गरम होतंय, वाफ कुठे आहे? पण प्रत्येक डिग्री शंभर डिग्रीच्या जवळ पोचत आहे.

म्हणून भविष्यात मृत्यू आहे, असं म्हणून वाचण्याचा प्रयत्न करणं व्यर्थ आहे. मृत्यू क्षणोक्षणी आहे. आम्ही रोज मरत आहोत. खरंतर ज्याला आम्ही जगणं म्हणतो, त्यात आणि मरणात काहीही फरक नाही. ज्याला आम्ही जगणं म्हणतो, ते हळूहळू मरण्याचं नाव आहे. मी नाही सांगत, की भविष्याचा विचार करा. पण जे घडतच आहे, ते बघा.

त्या मित्राने विचारलं आहे की, मृत्यूच्या संदर्भात का विचार करायचा? मी नाही सांगत की, विचार करा. विचार करून काही कळणार नाही. लक्षात ठेवा, विचार करून कुठल्याच तथ्याला जाणून घेता येत नाही. जर फूल उमलतंय आणि तुम्ही विचार करत राहिलात फुलासंबंधी, तर तुम्हाला फुलाबद्दल काहीही समजणार नाही. कारण जितका विचार कराल, तितकं फूल दूर जात राहील. तुम्ही विचारात गुंग व्हाल आणि ते मागे राहील. त्याबद्दल विचार करण्यात काय अर्थ? फूल एक तथ्य आहे. फुलाला जाणून घ्यायचं आहे, तर विचार करू नका, त्याला बघा.

बघण्यात आणि विचार करण्यात फरक आहे. हा फरक महत्त्वपूर्ण आहे. पाश्चात्य लोक विचारांवर फार भर देतात. म्हणून त्यांनी आपल्या शास्त्राला 'फिलॉसॉफी' असं नाव दिलं. फिलॉसॉफीचा अर्थ आहे, 'विचार!' आम्ही आमच्या विचारांना 'दर्शन' असं नाव दिलं आहे. दर्शन म्हणजे बघणं. दर्शनचा अर्थ विचार करणं असा

नाही आहे. जरा समजून घेण्यासारखी गोष्ट आहे. आम्ही दर्शन म्हणतो, ते फिलॉसॉफी म्हणतात. मूलत: फरक आहे. जे फिलॉसॉफी शब्दाला दर्शन हा पर्यायी शब्द म्हणतात, त्यांना काहीही माहीत नाही. हा पर्यायी शब्द नाही. म्हणून इंडियन फिलॉसॉफी आणि पाश्चात्त्य दर्शन अशा काही गोष्टी नाहीयेत. पाश्चात्त्यांमध्ये जे आहे; ती मीमांसा, तर्क, विश्लेषण आहे. पूर्वेने एक वेगळीच काळजी घेतली आहे. पूर्वेने असा अनुभव घेतला आहे की, काही तथ्यांना विचार करून जाणून घेताच येत नाही. त्यांना बघावं लागतं. विचार आणि बघणं यात फरक आहे.

एक माणूस प्रेमासंबंधी विचार करतो. असं होऊ शकतं की, त्यावर तो शास्त्रोक्त लिखाण करेल. पण प्रेमी प्रेमावर जगतो, बघतो. असं होऊ शकतं की, त्यावर तो लिहू शकणार नाही. आणि जर कुणी त्याला विचारत असेल की, प्रेमाबद्दल काही बोल, तर त्याचे डोळे बंद होतील कदाचित, अश्रू वाहू लागतील. म्हणेल की, नका विचारू, कसं सांगणार प्रेमाबद्दल काही! आणि ज्याने प्रेमाबद्दल विचार केला आहे, तो तासन्तास त्याबद्दल बोलत राहील; पण प्रेम म्हणजे काय हे, त्याला कणभरही माहीत नसेल. विचार आणि बघणं या दोन भिन्न प्रक्रिया आहेत.

तर मी असं म्हणत नाहीये की, मृत्यूसंबंधी विचार करा. विचार करत राहिलात, तर मृत्यू तुम्हाला कधी समजणारच नाही. बघावा लागेल. मी असं सांगतोय की, मृत्यू तर इथेच उभा आहे, तुमच्या आत उभा आहे, त्याला बघावं लागेल. हे जे मी 'मी' म्हणतो आहे, तो मरतोच आहे संपूर्ण काळ. या मरणाच्या घटनेला बघावं लागेल, ती घटना जगावी लागेल, या मरणाच्या घटनेला स्वीकारावं लागेल, की मरत आहे, मी मरत आहे, मी मरत आहे. टाळायचा आम्ही खूप प्रयत्न करतो, हजार उपाय... केस पांढरे झाले, काळे करा, पण त्याने मरण टाळता येणार नाही, ते येणारच. कलप लावलेल्या केसांखालीसुद्धा पांढरे केस आहेत. मरण यायला सुरुवात झाली आहे. येणारच. कसं टाळणार? काहीही फरक पडणार नाही. त्याची चाल त्याच्या गतीने चालू आहे. हं, फरक इतकाच पडू शकतो की, आम्ही वंचित राहू त्याला जाणून घेण्यासंदर्भात!

आणि मी असंही म्हणतो की, जो मृत्यू जाणू शकला नाही, त्याला जीवन कसं समजणार? मी असं सांगतो आहे की, मृत्यू परीघ आहे आणि जीवन केंद्रावर आहे. जर परीघच समजला नाही, तर केंद्र कसं समजणार? आणि परिघापासून जर पळ काढलात, तर केंद्रापाशी कधी पोचू शकणार नाही. कारण ज्या घराच्या बाहेरच्या भिंतीलाच मी घाबरलो आणि पळ काढला, तर त्या घराच्या आत मी प्रवेश कसा करणार? मृत्यू म्हणजे बाहेरची भिंत आणि जीवन म्हणजे मृत्यूच्या केंद्रात स्थापन केलेलं मंदिर. जो मृत्यूला जाणेल, समजून घेईल; तो हळूहळू मृत्यूच्या वस्त्रांना बाजूला सारून जीवनालाही समजून घेऊ लागेल. मृत्यू जीवनाकडे जाणारं दार आहे,

जीवनाला जाणून घेण्याचं दार.

तर जेव्हा मी म्हणतो की, मृत्यू जाणून घ्या, तथ्य ओळखा; तर विचार करण्यासाठी सांगत नाही. एक मजेशीर गोष्ट समजून घ्यायला हवी.

विचार याचा अर्थ जे आम्ही जाणतो, त्याचा उच्चार. विचार कधीही मौलिक नसतात. साधारणपणे आम्ही म्हणतो की, अमुक व्यक्तीचे विचार मूल्यवान, अगदी ओरिजिनल आहेत. कोणताही विचार मौलिक नसतो. असू शकतच नाही. दर्शन मूल्यवान होऊ-असू शकतात. विचार शिळे असतात.

जर मी तुम्हाला सांगितलं की, गुलाब या फुलाबद्दल विचार करा, तर तुम्ही काय विचार कराल? जे तुम्ही जाणलं आहेत, ओळखलं आहे, तेच उच्चाराल. काय करणार? विचारात तुम्ही अजून काय करू शकता? गुलाबाबद्दल एक तरी अज्ञात माहिती तुमच्या विचारात येऊ शकते? कशी येणार? कारण विचार म्हणजे आठवून सांगणं – तेच, जे तुम्हाला माहीत आहे. सुंदर आहे, प्रेयसीच्या चेहऱ्याप्रमाणे, टवटवीत... बस! विचारांतून तुम्ही त्या फुलात प्रवेश कसा काय करणार? विचारातून तुम्ही केवळ गुलाबाच्या ऐकीव स्मृतीत प्रवेश कराल. विचार मौलिक नसतात, द्रष्टा मौलिक असतो.

जर कुणी गुलाब बघतंय, तर पहिली अट, विचार बाजूला सारा, आठवणी बाजूला सारा, अगदी रिक्त व्हा आणि त्या फुलाबरोबर जगा. ऐकलेलं, वाचलेलं, जाणून घेतलेलं, अनुभवलेलं – सगळं. सगळं बाजूला सारा, केवळ व्यक्ती आणि फूल इतकंच... तरच जो अनोळखी आहे, त्या फुलात त्याचं वास्तव्य आहे, तो माझ्या प्राणात प्रवेश करू लागेल. मध्ये कोणताही अडथळा न येता तो प्रवेश करेल. तेव्हा गुलाब आणि मी, आम्ही एक असू. आतून आकलन होईल. द्रष्टा आत प्रवेश करतो, कारण मध्ये कोणताही अडथळा नसतो.

कबीरांनी एक दिवस आपल्या मुलाला – कमालला सांगितलं की, जंगलातून गवत आण गायी-म्हशींसाठी. तर कमाल गवत कापायला गेला. सकाळपासून गेलेला, दुपार झाली तरी परतला नाही. कबीरना काळजी वाटू लागली. दुपार ढळू लागली, संध्याकाळ झाली, सूर्यास्त होऊ लागला, तर कबीर आणि त्यांचे काही भक्त कमालला शोधण्यासाठी निघाले. जाऊन बघतात, तर जंगलात गवताच्या मध्ये कमाल उभा होता. डोळे बंद होते आणि डुलत होता. वाऱ्याच्या वाहण्याप्रमाणे जसं गवत डुलत होतं, तसा कमालही डुलत होता. त्याला हलवलं, विचारलं की, काय करतो आहेस. त्याने डोळे उघडले, म्हणाला, ''अरे, मोठी चूक झाली.'' कबीर यांनी विचारलं, ''किती उशीर झाला. किती वेळ घालवलास, हे काय करतो आहेस इथे?''

''मी जेव्हा इथे आलो, तेव्हा मोठी चूक झाली. मी गवत कापण्यासाठी गवताकडे बघत होतो आणि बघता बघता मी गवत कधी झालो, मला समजलंच

नाही. मग संध्याकाळ झाली. मला समजलंच नाही की, मी कमाल आहे आणि गवत कापायला आलो आहे. मीच गवत झालो. ते गवत होण्यात इतका आनंद होता, जो कमाल असताना कधीही मिळाला नव्हता. तुम्ही आलात बरं झालं, नाही तर माहीत नाही, काय झालं असतं, परतून आलोच नसतो. वारा गवताला हलवत नव्हता, मला हलवत होता आणि कापणारा आणि कापला जाणारा दोघंही संपून गेले होते.''

ही मोठी चूक नव्हती, तर एक अद्भुत गोष्ट होती. जे कुणी 'बघायला' लागतात, तर गोष्ट एकदम बदलून जाते. आम्ही काहीही बघत नाही. कधी तुम्ही तुमच्या बायकोला बघितलं आहेत? मुलाला? ज्यांच्याबरोबर तुम्ही वर्षानुवर्ष जगत आहात, त्यांना कधी बघितलं आहेत? नेहमी विचार केला आहेत, की काल बायकोने काय केलं, सकाळी ऑफिसला जाताना ती कशी भांडली? जेवताना काय म्हणाली... नेहमी विचार केला आहे, बघितलं नाहीयेत. आणि म्हणूनच नवरा-बायकोत काहीही संबंध नाहीयेत. मुलात आणि वडिलात काहीही संबंध नाहीत. आई-मुलात संबंध नाहीत. संबंध तिथे असतो, जिथे विचार लुप्त होऊन दर्शन सुरू होतं. संबंध तेव्हा निर्माण होतात, कारण तेव्हा ते तोडणारा कुणी राहत नाही.

लक्षात ठेवा, संबंध याचा अर्थ 'दोघांना जोडणारा कोणी आहे' असा नाही. जोपर्यंत जोडणारा कुणी आहे, तोपर्यंत तोडणारा असणार. कारण जोडणाराच तोडतो. जेव्हा जोडणारा राहत नाही, केवळ दोघेच उरतात, त्या दिवशी दोन राहत नाही, एकच उरतो. संबंध याचा अर्थ असा नाही की, ज्याच्याशी आम्ही जोडले गेलो आहोत. संबंध म्हणजे मध्ये कुणी नाही. तिथे धारा लुप्त होतात आणि एक दुसऱ्यात विलीन होतो. याचं नाव प्रेम. दर्शन प्रेमात नेतं. प्रेमाचं सूत्र दर्शन आहे. आणि ज्याने प्रेम केलं नाही, त्याने कधीही काहीही जाणलं नाही. कधी काही जाणलं, तर ते प्रेमानेच, प्रेमामुळेच.

आता जेव्हा मी म्हणतो की, मृत्यू जाणून घ्यायला हवा, तर त्याच्यावरही प्रेम करावं लागेल. मृत्यूचंही दर्शन घ्यावं लागेल. आणि जो भयभीत आहे, पळपुटा आहे; तो प्रेम कसं करणार? तो दर्शन कसं घेणार? तो मृत्यूला कसं बघणार? मृत्यू समोर असेल, तर तो पाठ फिरवून उभा राहतो. डोळे बंद करतो, मृत्यूला समोर येऊ देत नाही. ना प्रेम करू शकत. आणि जो आता मृत्यूवर प्रेम करू शकत नाही, तो जीवनावर प्रेम कसं करणार? कारण मृत्यू ही तर वरवरची घटना आहे, जीवन गहिरी घटना आहे. जो विहिरीच्या पहिल्या पायरीवरून परतला, तो विहिरीच्या पाण्यापर्यंत कसा काय पोचणार?

म्हणून मृत्यूला तर जगावं लागेल, जाणावं लागेल, बघावं लागेल, प्रेम करावं लागेल, त्याच्या नजरेला नजर द्यावी लागेल. आणि जसं कुणी मृत्यूला बघतं, प्रवेश

करतं; तो अचंबित होतो. किती मोठं रहस्य लपलं आहे मृत्यूत की, ज्याला आम्ही मृत्यू समजून पळ काढत होतो, त्याच्यात परमजीवनाचा स्रोत लपलेला आहे. म्हणून मी म्हणतो की, स्वेच्छेने मरावं. म्हणजे जीवनापर्यंत पोचू शकू.

जीझसचं एक अद्भुत वचन आहे. जीझस म्हणतात की, जो स्वत:ला वाचवेल, तो संपेल. आणि जो स्वत:ला मिटवून टाकेल, संपवेल; त्याला संपवणारं कुणीही नाही. जो स्वत:ला हरवेल, त्याला मिळेल. जो स्वत:ला वाचवेल, तो हरवेल.

एक बी स्वत:ला वाचवत असेल, तर ती सडून जाईल आणि जर स्वत:ला मिटवून टाकत असेल, जमिनीत हरवून जात असेल, तर वृक्ष बनेल. तिचं मरण वृक्षाचं जीवन बनतं. पण जर तिने स्वत:ला वाचवलं, तर ती सडून जाईल, बीही राहणार नाही. मग वृक्ष तर दूरची गोष्ट! आम्ही घाबरतो आणि आक्रसतो. मृत्यूला घाबरून आम्ही आकुंचित होतो.

मी अजून एक गोष्ट सांगणार आहे, जिचा तुम्ही कधी विचारही केला नसेल. केवळ मृत्यूला घाबरणारा माणूस अहंकारी असतो. कारण अहंकार म्हणजे आक्रसलेलं व्यक्तिमत्त्व – पक्की गाठ. जो मृत्यूला घाबरलेला, तो आक्रसलेला, कारण जो घाबरतो, तो आकुंचित होतो, तो गाठ बनतो आतल्या आत, कॉप्लेक्स निर्माण होतो. मी हा जो भाव आहे, तो घाबरणाऱ्या माणसाचा भाव आहे. आणि जो माणूस मरणात उतरतो, जो त्याला घाबरत नाही, पळत नाही, त्याला जगू लागतो, त्याचा 'मी' नष्ट होतो, अहंकार विलीन होतो. आणि अहंकार विलीन झाल्यावर जीवनच उरतं, फक्त जीवन. असंही म्हणू शकतो की, केवळ अहंकार मरतो, आत्मा मरत नाही. आम्ही केवळ अहंकार बनूनच राहतो, म्हणून मोठं कठीण जातं. अहंकारच मरू शकतो, त्याचाच मृत्यू आहे, कारण तो खोटा आहे. त्याला मरावंच लागेल. आणि आम्ही त्यालाच धरून ठेवतो.

समुद्रात लाटा येतात. अनेक लाटा, त्यातली एक लाट, जर तिला वाचायचं असेल, लाट म्हणूनच जगायचं असेल, तर ती नाही जगू शकणार. हां, जगू शकेल, जर तिचा बर्फ झाला तर. ठोस, आकसून गेली तरच, ती वाचेल. पण त्या वाचण्यातही लाट हरवली, बर्फ राहिला.

लक्षात ठेवा, लाट फुटत नाही, समुद्राशी एकरूप आहे. पण बर्फ तुटतो समुद्रापासून. वेगळा होतो. कठीण होतो. तर लाट समुद्राशी एकरूप होते, बर्फ वेगळा, अलिप्त झाला. आणि तो तरी किती काळ टिकेल? जमलेला बर्फ विरघळणारच आणि विरघळलेला बर्फ संपणारच.

पण जर लाटेने लाटेसारखंच स्वत:ला हरवलं आणि जाणलं की, समुद्रच आहे, तर लाट हरवण्याचा प्रश्नच निर्माण होत नाही. मग ती हरवली तरीही आहे;

नाही हरवली तरीही आहे. कारण तेव्हा तिला माहीत असतं की, मी लाट नाहीये, मी समुद्रच आहे. जेव्हा लाट हरवते, तेव्हाही ती असते, विश्राम स्वरूपात आणि लाट जेव्हा येते, ती तेव्हा असते श्रमरूपात. श्रम ते विश्राम हा प्रवास सुखद आहे. जास्त सुखाचा आहे.

एक श्रम असतात आणि दुसरे विश्राम असतात. ज्याला आम्ही संसार म्हणतो, ते श्रम. आणि ज्याला आम्ही मोक्ष म्हणतो, तो विश्राम. अगदी लाटेप्रमाणे, वाऱ्याशी झुंजणारी, आदळणारी, त्रासलेली. आणि मग लाट निद्रिस्त झाली. आत्ताही आहे समुद्रात, पण आराम करत आहे. पण जर एखादी लाट स्वत:ला लाट समजू लागली, तर मात्र अहंकाराने भारली गेली, समुद्रापासून स्वत:ला तोडू इच्छिणारी, स्वत:चं अस्तित्व भिन्न जपू पाहणारी, 'मी' जपणारी. म्हणून 'मी' म्हणतो सर्वांपासून तोडून टाक स्वत:ला. आणि मजेशीर गोष्ट आहे की, तोडून दु:खच होतं. मग पुन्हा 'मी' म्हणतो. जोड स्वत:ला सर्वांशी. अशी मजेशीर वृत्ती आहे 'मी'ची. कारण तोडल्यानंतर दु:ख-मरण सुरू होतं. जसं लाट तोडते आणि नंतर बर्फ होऊन विरघळते. नष्ट होते, मरण येतं. जोपर्यंत ती समुद्राशी जोडलेली होती, तोपर्यंत मृत्यू नव्हता, कारण समुद्र मरत नाही.

लक्षात ठेवा, लाटेशिवायही समुद्र असतो, लाट समुद्राशिवाय असू शकत नाही. समुद्राशिवाय तुम्ही लाट आणू शकत नाही. पण लाटेशिवाय समुद्र? हो.

म्हणून मरणारा प्रेम करू इच्छितो. आम्ही सर्व मरणारे प्रेमासाठी इतके आतुरलेले असतो, कारण प्रेम जोडण्यासाठी असतं. म्हणून प्रेमाशिवाय जगण्यात मोठं दु:ख आहे. प्रेम हवं. कुणी द्या, कुणी घ्या. ज्यांना ते मिळत नाही, त्यांना फार कठीण पडतं. पण प्रेम म्हणजे काय, याचा विचार कधी केलात? प्रेमाचा अर्थ की, आम्ही जे त्या विशालतेशी असलेलं आमचं नातं तोडून टाकलं आहे, आता पुन्हा त्याला तुकड्या-तुकड्यांमधून जोडायचा प्रयत्न करत आहोत. म्हणून एक प्रेम ते आहे, जे आम्ही तुकड्या-तुकड्याने जोडण्याचा प्रयत्न करत आहोत आणि एक प्रेम ते आहे, जिथे आम्ही तोडण्याचा प्रयत्न बंद केला आहे, ज्याचं नाव प्रार्थना आहे.

म्हणून प्रार्थना जी आहे, ती पूर्ण प्रेमाचं नाव आहे. याचा अर्थ आम्ही तोडणं बंद केलं आहे. लाट म्हणाली की, मी समुद्र आहे. आता ती प्रत्येक लाटेशी स्वत:ला जोडण्याचा प्रयत्न करत नाहीये. लक्षात ठेवा, लाट स्वत:च मरत आहे, शेजारची लाटही मरत आहे. जर लाटेने लाटेशी संबंध जोडण्याचा प्रयत्न केला, तर कठीण अवस्था होईल.

म्हणून ज्याला आम्ही प्रेम म्हणतो, ते अत्यंत क्लेशकारक आहे. कारण लाट लाटेशी संबंध जोडते. दोन्ही लाटा मरणार. आणि दोघींना एकच आशा आहे की, कदाचित जोडलं गेल्याने आपण वाचू. म्हणून प्रेमाला आम्ही सुरक्षा बनवतो. म्हणून

एकटं राहण्यात माणसं घाबरतात. बायको हवी, नवरा हवा, मुलं हवीत, आई-वडील-भाऊ-बहीण-मित्र-मैत्रिणी, समाज हवा, संघटन हवं, राष्ट्र हवं. अहंकाराचे प्रयत्न आहेत हे सगळे. ज्याने तोडलं, तो पुन्हा जोडण्याच्या प्रयत्नात आहे.

पण सगळे जोडण्याचे प्रयत्न मृत्यू आणत आहेत. कारण ज्याच्याशी आम्ही जोडले जात आहोत, तोसुद्धा मृत्यूने वेढला गेला आहे, तितक्याच अहंकाराने वेढला गेला आहे. आणि मजेशीर गोष्ट आहे की, तो आमच्याशी जोडला जाऊन अमर होऊ इच्छितो. आणि दोघांचाही धर्म मरण असा आहे. तर मग अमर कसं काय होणार? दुप्पट मृत्यू होऊ शकतो, अ-मृत अजिबातच नाही.

म्हणून दोन प्रेमी किती आशेवर असतात की, प्रेम अमर व्हावं, रात्रंदिवस गाणी गातात; अनंत काळापासून कविता लिहीत आहेत की, प्रेम अमर व्हावं. पण हे कसं शक्य आहे? दोन मरणधर्मांचा मृत्यू दुप्पट होऊ शकतो, आणखीन काही नाही.

लाटा संघटन करत आहेत. म्हणतात, आम्हाला चिरंजीव व्हायचं आहे. राष्ट्रं बनली आहेत, हिंदू-मुसलमान संप्रदाय निर्माण झाले. लाटाचं संघटन नष्ट होणार आहे, कारण केवळ समुद्र हाच एकमेव संघटित आहे. आणि समुद्राचं संघटन एक वेगळीच गोष्ट आहे. त्याचा अर्थ असा नाही की, लाट आपणहून सागराला जोडून घेते, याचा अर्थ असा की, लाटेला माहीत आहे की, मी वेगळी नाहीये. म्हणून मी म्हणतो की, धार्मिक व्यक्तीचं संघटन असू शकत नाही. ना कुटुंब, ना मित्र, ना बाप, ना भाऊ.

जीझसने काही कठोर व्यक्तव्य केली आहेत. खरंतर इतके कठोर शब्द तेच बोलू शकतात, ज्यांना प्रेम उपलब्ध झालं आहे. ज्याचं प्रेम नाजूक, दुबळं आहे, ते कठोर शब्द बोलू शकत नाहीत. एके दिवशी बाजारात अनेक माणसांच्या गराड्यात जीझस उभे होते आणि त्यांची आई मरियम त्यांना भेटायला आली. तर लोकांनी त्यांची वाट मोकळी करून दिली. कुणी ओरडत होतं, ''बाजूला व्हा, बाजूला व्हा. जीझसची आई येत आहे.'' तर जीझस आतून ओरडत राहिले की, जर जीझसच्या आईला वाट देत असाल, तर देऊ नका, कारण त्याची कुणीही आई नाही. मरियमला आश्चर्य वाटलं, ती तशीच उभी राहिली. आणि जीझस त्या लोकांना म्हणाले की, जोपर्यंत तुम्ही आई-वडिलांना संपवत नाही, तोपर्यंत माझ्यापर्यंत पोचू शकत नाही.

अगदी कठोर आहे हे. आम्ही विचारही करू शकत नाही की, जीझससारखा प्रेमळ माणूस असं म्हणेल की, माझी आई नाहीये, कोण आई? मरियमला धक्का बसला. तशीच उभी राहिली. आणि जीझस म्हणत राहिले, ''तुम्ही या स्त्रीला माझी आई समजता? आई नाही कुणी. आणि लक्षात ठेवा, जर तुम्हाला आई आहे, तर तुम्ही माझ्याकडे येऊ शकणार नाही.''

काय प्रकार आहे? खरंतर लाट-लाटांचं संघटन असेल, तर कधी समुद्रापर्यंत जाऊ शकणार नाही. समुद्रापासून वाचण्यासाठीच लाटा संघटित होतात. एकटी लाट घाबरलेली असते की, हरवून तर जाणार नाही? तर पाच-दहा लाटा एकत्र आल्या, तर धैर्य वाढतं.

म्हणून माणूस गर्दीत जाणं पसंत करतो, एकटा घाबरतो. म्हणून संघटन, साखळी तयार करतो. बाप म्हणतो की, मी संपलो, तरी हरकत नाही, पुढे मुलगा आहे. माझं नाव राहील. म्हणून मुलगा नसेल, तर मोठं दुःख होतं. कारण अमरत्वाची खूण राहिली नाही. तो तर संपेल, पण त्याने दुसरी लाट तयार केली नाही, जी पुढे चालू राहील, जी कमीत कमी इतकं तरी सांगेल की, त्या लाटेतून जन्म झाला. ती लाट संपली, हरकत नाही, पण एक लाट मागे ठेवून गेली.

म्हणून, तुमच्या कधी लक्षात आलं असेल-नसेल, ज्या लोकांच्या जीवनात काही सर्जनात्मक गतीविधी असतात – जसं चित्रकार, संगीतज्ञ, कवी, लेखक – त्यांना मुलगाच हवा असण्याची इतकी काळजी नसते. याच मूळ कारण असं आहे की, त्यांना मुलाचा सब्स्टिट्यूट मिळालेला असतो. त्यांचं चित्रं, गाणं, कविता, लेखन जिवंत राहतं. म्हणून वैज्ञानिक, चित्रकार, मूर्तिकार – मुलाची तेवढी आतुरतेने वाट बघत नाहीत. त्यांना एक मुलगा मिळाला आहे. त्यांनी एक लाट तयार केली, जी जिवंत राहील. आणि जास्त काळ टिकणारा मुलगा मिळवला. कारण जेव्हा तुमची मुलं नाश पावतील, तरी त्यांची कला जिवंत राहील.

म्हणून कलाकार जास्त काळजीत नसतात की, त्यांना मुलगा, संतती... त्यांची चिंता नसते. म्हणजे ते निश्चिंत असतात असं नाही. पण त्यांना मोठी लाट गवसलेली असते. म्हणून कुटुंबासाठी ते उत्सुक असतातच असं नाही. त्यांनी एक वेगळं कुटुंब तयार केलं. ते अमरत्वाच्या प्रयत्नात असतात, म्हणून ते म्हणतात की, पैसा-अडका संपून जाईल, पण कला संपणार नाही. त्यांची तशीच आकांक्षा असते.

कलाही संपते. पण जरा जास्त काळ टिकते. किती कला, शास्त्र हरवलंय. हरवत आहेत. सगळंच हरवेल. खरंतर लाटेच्या जगात कितीही दूरपर्यंत लाट जावो, शेवटी ती हरवणारच. लाट म्हटलं की, ती हरवणार – काळाचा काही उपयोग नाही, मोठेपणाचा उपयोग नाही.

म्हणून मी लाट आहे, असं जर जाणलं, तर मरणापासून वाचायची इच्छा राहील. भीती राहील. मी म्हणतो की, मृत्यू बघा, पळू नका, घाबरू नका, वाचण्याचा प्रयत्न करू नका. आणि बघितल्याने तुम्हाला समजतं की, एका बाजूने असलेलं मरण, थोडं आत उतरलं की समजतं, की हे जीवन आहे. मग लाट समुद्र होते. मग संपून जाण्याची भीती राहत नाही. मग ती बर्फ होऊ इच्छित नाही. मग

ती आकाशात नाचते, सूर्यप्रकाशात आनंदित होते. आणि जेव्हा विश्राम करते, तेव्हा विश्रामातही आनंदी असते. म्हणून ती जीवनात आणि मरणातही आनंदी आहे. कारण ती जाणते की, जे आहे, ते ना जन्म घेतं, ना मृत्यू पावतं. जे आहे ते आहेच, केवळ रूप बदलत राहतं, रूपं बदलत राहतात.

आम्ही सगळेच जण चेतन सागरात उठलेल्या लाटा आहोत. आमच्यापैकी अनेक जण बर्फ झाले आहेत. अहंकार कठीण दगडासारखा बर्फ आहे. किती आश्चर्यजनक गोष्ट आहे की, पाण्यासारखी तरल गोष्ट दगडासारखी बनते; जर तसं होण्याची आकांक्षा निर्माण झाली. चेतनेसारखी सरळ, तरल गोष्ट गोठते, अहंकार बनते, जर गोठण्याची आकांक्षा निर्माण झाली तर. आणि आम्ही सगळे गोठण्याच्या इच्छेने भरले गेलो आहोत. म्हणून आम्ही अनेक तऱ्हेचे उपाय करतो, गोठण्यासाठी.

पाण्याचा बर्फ होण्याचे काही नियम आहेत. माणसांचा अहंकार निर्माण व्हायचेही काही नियम आहेत. पाण्याला बर्फ होण्यासाठी थंड व्हायला लागतं, उष्णता हरवून टाकावी लागते. जितकं थंड, तितकं कठीण. माणसाला अहंकारी बनायचं असेल, तर त्यालाही थंड व्हावं लागतं. म्हणून आम्ही म्हणतो की, हॉट वेलकम! याचा अर्थ समजतो? स्वागत नेहमी गरम असतं. कोल्ड वेलकमला काही अर्थ नाही.

प्रेमाचा अर्थच उष्णता आहे. थंड प्रेमाला अर्थ नाही. प्रेम थंड असू शकतच नाही. खरंतर जीवन उष्णता आहे, आणि मरण थंडपणा! हा फरक समजून घेतला पाहिजे. मरण शून्य तापमानापेक्षा खाली इतकं थंड आहे. आणि जीवन उष्ण! म्हणून सूर्याला जीवनाचं प्रतीक मानलं गेलं आहे. पहाटे तो उगवतो, तर जीवन सुरू होतं. फुलं फुलतात, पक्षी गाणी गातात...

ज्याला अहंकार हवा, त्याने थंड व्हायला हवं आणि त्यासाठी सर्व गोष्टींचा त्याग करावा लागतो, ज्या उष्णता देतात. जसं की प्रेम, घृणा थंडावा देत असेल, तर प्रेम सोडून द्यावं लागतं, घृणा आत्मसात करावी लागते. दया, सहानुभूती उष्ण, तर कठोरता, निर्दयता थंडावा...

जसा पाण्याला नियम आहे, तसाच माणसांनाही. नियम तोच – थंड होत जाणे. आम्ही म्हणतो ना, कधी कुणाला की, थंड डोक्याचा माणूस आहे! दगडासारखा.

लक्षात ठेवा, जितकी उष्णता जास्त, तितकी तरलता, जीवनाला एक गती, वाहणं. तर मग दुसऱ्यातही प्रवेश करता येतो, दुसरेही प्रवेश करू शकतात. पण थंड दगड – प्रवेश करता येत नाही, सर्वत्र बंद. ना कुठे तो प्रवेश करू शकतो, नाही त्याच्यात कुणी प्रवेश करू शकत. अहंकार साठला आहे आणि प्रेम पाणी होऊन वाहून गेलं. मजेशीर गोष्ट आहे की, मरणाला जो घाबरेल, पळेल; तो थंड होत जातो.

मी माझ्या मित्राच्या घरी काही दिवस राहत होतो. अतिशय श्रीमंत आहेत ते. पण एक गोष्ट समजल्यावर मी चकित झालो. ते कधीही कुणाशीही सरळ बोलत नसत. तसे ते चांगले आहेत. पण आतून हळवे, तर बाहेरून कठोर. नोकर थरथरत त्यांच्यासमोर. मुलगा, बायकोसुद्धा. त्यांच्या घरी जायचं, तर बाहेरची माणसं दहादा विचार करत.

जेव्हा मी त्यांच्या सहवासात होतो, त्यांना जवळून बघितलं, विचारलं, की हा काय प्रकार आहे? तुम्ही तर अगदी हळवे आहात. ते म्हणाले, ''मला भीती वाटते. कुणाशीही संबंध वाढवणं, संकट वाटतं. कारण संबंध वाढला, की आज ना उद्या ती व्यक्ती पैसे मागायला सुरुवात करणार. बायकोसमोर प्रेमाने राहिलो, तर तिचा खर्च वाढतो. मुलासमोर ताठ नाही राहिलो, तर त्याचा पॉकिटमनी वाढत राहतो. नोकरही मग मालकासारखे वागू लागतात. म्हणून एक भिंत चारही बाजूंनी उभारावी लागते, थंडपणाची, ज्यामुळे बायकोही घाबरेल आणि पोरगाही.''

कित्येक बाप असंच करतात. फारच कमी घरातून असं चित्र दिसतं की, बाप आणि मुलगा प्रेमाने गप्पा मारत बसले आहेत. मुलाला पैसे हवे असले, तर तो बापाकडे जातो आणि मुलाला काही उपदेश करायचा असेल, तर बाप मुलाकडे जातो. अन्यथा भेटणं होत नाही. बापाने एक भिंत उभी केली आहे आणि मुलगाही घाबरलेला, त्याला टाळणारा. जितका माणूस घाबरट, तितका तो कडक. हा कडकपणा म्हणजे त्याची असणारी अशाश्वता.

म्हणून प्रेम करतानाही भीती असते. अगदी संपूर्ण तपासणी केल्यानंतरच प्रेम केलं जातं. म्हणजे ज्या माणसाची भीती वाटत नाही, ज्याच्यापासून काही धोका नाही, मग प्रेम. म्हणून अशी संस्कृती निर्माण झाली की, आधी लग्न करा, सर्व तरतूद करा, नंतर प्रेम करा. कारण प्रेम धोकादायक आहे. हळवं करणारं आहे, कुणातही प्रवेश करू शकतं. रस्त्यावरून जाणाऱ्या माणसावर प्रेम करणं धोकादायक आहे; कारण असं होऊ शकतं की, रात्रीला घरातलं सामान घेऊन पळून जाईल. म्हणून खातरी करून घ्या की, माणूस कोण आहे? काय आहे? त्याचे आई-वडील कोण आहेत? चरित्र कसं आहे? गुण काय आहेत? संपूर्ण सामाजिक सुरक्षितता करून घ्या, मगच घरात घ्या.

आम्ही घाबरणारी माणसं, आधी सुरक्षितता करून घेतो. आणि सुरक्षितता जितकी जास्त; तितकी कडक, थंड भिंत उभारली जाते सर्वत्र आणि ती व्यक्तिमत्त्वाला आकुंचित करते. आमचा परमात्म्याशी संबंध याच कारणाने जोडला गेलेला नाही. आम्ही तरल राहिलो नाही. आम्ही बर्फ झालो आहोत, दगड! आम्ही तरल झालो, तर विच्छेद विलीन होऊन जाईल.

आम्ही तरल तेव्हा होऊ, जेव्हा मृत्यू बघण्यास आणि तो जगण्यास मान्यता

देऊ आणि स्वीकारू की मृत्यू आहे. मान्य करू की मृत्यू आहे, मग भीती कसली? मृत्यू जर आहेच, लाटेला माहीतच आहे की, संपायचं आहे. तिला समजलंय की, संपण्यातच असणं आहे, तिला समजतंय की, 'मी होते', तर मग बर्फ व्हायची आवश्यकताच काय? जितका काळ लाट आहे, जितका काळ समुद्र आहे – संपलं. सर्व स्वीकृत! या स्वीकारण्यानेच लाट समुद्र होते. मग सर्व चिंता नष्ट होतात, कारण लाटेला ठाऊक आहे की, संपण्यापूर्वीही मी होते आणि संपल्यानंतरही मी आहे. 'मी'च्या स्वरूपात नाही, असीम समुद्राच्या स्वरूपात!

मरताना लाओत्से म्हणाले... कुणी त्यांना म्हणालं की, तुमच्या जीवनाचं रहस्य सांगा. तर म्हणाले की, पहिलं रहस्य हे आहे की, जीवनात मला कुणी हरवू शकलं नाही. शिष्यांना उत्सुकता वाटली. "हे तर तुम्ही कधी आम्हाला सांगितलं नाहीत. आम्हालाही जिकावंसं वाटतं. आम्हालाही युक्ती सांगा.'' लाओत्से म्हणाले, "तुम्ही चूक केलीत. मी काही वेगळं म्हणालो. मी म्हणालो की, मला कुणी हरवू शकलं नाही, आणि तुम्ही म्हणता की, तुम्हालाही जिकायचं आहे. या दोन्ही गोष्टी अगदी विरुद्ध आहेत. भाषेच्या माध्यमात सारख्या वाटतात की, जो हरला नाही, तो जिकला. तुम्ही चुकीचं समजलात. तुम्ही निघा. तुम्हाला समजणार नाही.'' शिष्य म्हणाले, "समजवा आम्हाला. युक्ती तरी सांगा की, तुम्ही हरला नाहीत?'' लाओत्से म्हणाले, "मला कुणी हरवू शकलं नाही, कारण मी कायम हरलेलाच होतो. हरवण्यासारखं काही नव्हतंच, कारण मला कधी जिकायचंच नव्हतं. खरंतर माझं युद्ध कधी सुरू झालंच नाही. कोणी युद्ध करायला आलं, तरी मी हरलेला होतो. त्या माणसालाही मला हरवण्यात काही गंमत वाटली नाही; कारण ज्याला जिकायचं आहे, त्याला हरवण्यात मजा असते. ज्याला जिकण्याची इच्छाच नाही, त्याला हरवण्यात काय हशील?''

खरं पाहता कुणा दुसऱ्याचा अहंकार तोडण्यात मजा येते, कारण त्याचा अहंकार तोडताना आपला अहंकार मजबूत होतो. पण अहंकारच नसेल... तर...? आमच्या अहंकाराला मग काही स्फूर्ती मिळत नाही. परंतु दुसऱ्याचा असलेला अहंकार तोडण्याने आमचा अहंकार बलवान होतो. जर मी कुणाला पाडायला जात असेल आणि मी पाडण्यापूर्वींच जर तो आडवा झाला, मी त्याच्या छातीवर बसण्याआधीच त्याने मला बोलावलं, बसवलं; तर काय अवस्था होईल? आणि मग तो हसतो, म्हणतो की बस, आराम कर, पळून का जातोस? तर मूर्ख कोण ठरेल?

तर लाओत्से म्हणाले, "मला कुणी जेव्हा हरवायला आले, मी लगेचच बसलो, म्हणालो, या बसा. तुम्ही तसदी घेऊ नका, त्रासून जाऊ नका. आराम करा.

"पण तुम्ही वेगळी गोष्ट विचारत आहात. तुम्ही जिंकण्याची युक्ती विचारत

आहात. तुम्ही जिंकण्याचा विचार केलात, की तुम्ही हरलात. जिंकू असा विचार करणारेच हरतात. विचार सुरू झाला तस की हरणं सुरू झालं.

"माझा कुणी कधी अपमान करू शकलं नाही, कारण मी मान-सन्मानाची कधी अपेक्षाच ठेवली नाही. पण तुमचा अपमान होत असणारच, कारण तुम्हाला तशी अपेक्षा असते.

"मला कधी कुठल्या स्थळातून, जागेवरून हाकललं गेलं नाही. कारण मी नेहमीच दाराबाहेर जिथे चपला ठेवतात, तिथे बसलो. मी नेहमीच शेवटी उभा असायचो की, त्याहून मागे जाता येणारच नाही, म्हणून कुणी मला हटवू शकलं नाही. त्यामुळे कायम आनंदात होतो, कारण शेवटी उभं राहिल्याने कोणत्याही गोंधळात पडलो गेलो नाही. कारण नाही कुणी हाकललं, ना धक्का मारला, ना कुणी जागा रिकामी करायला लावली, कारण ती शेवटची जागा होती. या जागेवर कुणाला यावंसं वाटतही नाही. मी माझ्या जागेचा मालक होतो. ती जागा अंतिम होती.''

जीझसही म्हणतात की, धन्य आहेत ती माणसं, जी शेवटी उभं राहण्यात समर्थ असतात. याचा अर्थ काय? जीझस जसं म्हणतात की, कोणी एका गालावर थप्पड मारतंय, तर दुसरा गालही पुढे करा. याचा अर्थ काय? याचा अर्थ असा की, त्याला इतकाही त्रास देऊ नका की, तुमचा दुसरा गाल पुढे आणण्यास कष्ट घ्यावे लागतील, तुम्हीच करा. तो तुम्हाला हरवायला येतो आहे, तर तुम्ही लगेचच हार माना. एक बाजी हरवतो, तर दुसरी बाजी हरा. कोणी कोट खेचून घेतंय, तर शर्टसुद्धा द्या. कोणी मैलाच्या अंतरासाठी सामान नेण्यास सांगतंय, तर तुम्ही दोन मैलांनंतर विचारा की, पुढे तर न्यायचं नाही ना? याचा अर्थ काय? याचा अर्थ असा की, जीवनाची तथ्यं आहेत असुरक्षिततेची, पराजय, आणि शेवट मृत्यू; कारण ही तथ्यं मृत्यूच्या दिशेने नेणारी आहेत. शेवटी मृत्यू पूर्ण पराजय आहे. म्हणजे मोठ्यातल्या मोठ्या पराजयातही मी वाचतो, हरलेला. पण उरतो. पण मृत्यूत तर 'मी'सुद्धा वाचत नाही. मृत्यू सर्वांत मोठा पराजय आहे. म्हणून तर आम्ही शत्रूला मारून टाकू इच्छितो. त्यानंतर शत्रूच्या जिंकण्याची काहीही शक्यता नाही. शत्रूला मारून टाकण्याची इच्छा, शेवटची, संपूर्ण पराजय करून टाकण्याची इच्छा की बस, यानंतर त्याच्या जिंकण्याचा प्रश्नच नाही, कारण तो आता नाहीच.

मृत्यू अंतिम पराजय आहे आणि आम्ही त्याच्यापासून पलायन करू इच्छितो. जो आपल्या मृत्यूपासून पळतो, तो दुसऱ्याच्या मरणाचा प्रयत्न करत राहतो. जितकं दुसऱ्यांना मारेल, तितकं स्वतःचं अस्तित्व अनुभवेल. म्हणून जगात जितकी हिंसा होते, त्याचं कारण अगदी वेगळं आहे. हिंसेचं कारण असं आहे की, माणूस स्वतःचा मृत्यू विसरण्यासाठी दुसऱ्यांना मारू इच्छितो. असं केल्याने त्याला वाटतं की, मला आता कुणी मारू शकणार नाही. मीच तर स्वतः मारू शकतो...

हिटलरसारखी माणसं लाखो लोकांना मारून शाश्वत होऊ इच्छितात, की आता नक्कीच मला कुणी मारू शकणार नाही. मीच लाखोंना मारतो. हा अतिशय खोलवरचा मृत्यूपासूनचा बचाव आहे. हिंसक माणूस स्वत:ला मृत्यूपासून वाचवणारा माणूस आहे. आणि जो मृत्यूपासून स्वत:ला वाचवतो, तो अहिंसक असू शकतच नाही. अहिंसक तोच जो म्हणतो, मृत्यू स्वीकार. कारण मृत्यू जीवनाचं एक तथ्य आहे, तो आहे. अस्वीकृतता असू शकतच नाही. कुठे पळणार? कुठे जाणार?

सूर्य उगवतो, त्या क्षणी सूर्यास्त सुरू होतो. सूर्यास्त तितकाच सत्य, जितका सूर्योदय, केवळ दिशांचा फरक आहे. इथे पूर्व आहे, तिथे पश्चिम. इथे जन्म आहे, तिथे मृत्यू. एक उदय; एक अस्त. उदयातच अस्त लपलेला आहे. जन्मातच मृत्यू लपलेला आहे. हे जे जाणतो, तर मग अस्वीकाराचा प्रश्न येत नाही. स्वीकारतो. जगतो, जाणतो, बघतो, स्वीकारतो.

स्वीकार केल्याने क्रांती घडते. ज्याला मी 'मृत्यूवर विजय' असं म्हणतो आहे, याचा अर्थ की, जसं कुणी स्वीकारलं, तर तो हसू लागतो, कारण तेव्हा समजतं की, मृत्यू तर नाहीच. केवळ एक खोळ वरची, जी बनत होती, बिघडत होती. आतली धारा तर सतत होतीच. समुद्र कायम होता, लाट उठत होती आणि मिटत होती. सौंदर्य कायम होतं, फुलं फुलत होती, कोमेजत होती. प्रकाश कायम होता, सूर्योदय होत होता, अस्त पावत होता. पण जो उगवत होता, मावळत होता, तो उगवण्यापूर्वीही होता आणि मावळल्यानंतरही होता. ज्या दिवशी हे दिसतं... पण हे त्या दिवशी दिसतं, ज्या दिवशी आम्ही मृत्यूला बघू, दर्शन घेऊ, साक्षात्कार घेऊ, तेव्हा...! त्याआधी नाही.

म्हणून ज्या मित्राने विचारलं आहे की, मृत्यूसंबंधी आम्ही विचार का करू? आम्ही मृत्यूला सोडून का नाही घायचं? जगायचं का नाही?... तर मी त्यांना सांगतो की, मृत्यूला सोडून ना कोणी कधी जगलं आहे, ना जगू शकतं. आणि ज्याने मृत्यू सोडून दिला, जीवनही सोडलं.

हे असंच आहे की, माझ्या हातात एक रुपयाचं नाणं आहे आणि मी म्हणतो आहे की, या नाण्याच्या मागच्या भागाची मी पर्वा का करू? जर मी उलटी बाजू सोडून देत आहे, तर सुलटी बाजूही माझ्या हातातून निसटणार आहे. नाण्याच्या दोन्ही बाजू घ्याव्या लागतात. एक बाजू फेकून दिली, तर दुसरीही आपोआपच फेकली जाणार. कारण दोन्ही गोष्टी, बाजू एकाच वस्तूच्या आहेत. जन्म आणि मृत्यू एकाच जीवनाच्या दोन बाजू आहेत. आणि ज्या दिवशी हे जाणवतं, त्या दिवशी मृत्यूचा दंश निघून जातो. तेव्हां जाणवतं की, जन्मही आहे आणि मृत्यूही, दोन्ही एकच आनंद आहे.

सकाळी उठून आम्ही कामासाठी निघून जातो. कुणी खड्डे खणतं, कोण काय, तर

कोण काय... दिवसभर घाम गाळत राहतात. सकाळी उठणं एक आनंद आहे, तर रात्री झोपणं हा आनंद नाहीये? कोण म्हणतं तसं? कुणी वेडे जर असे जगात येतील, निर्माण होतील की, लोकांना समजवतील की झोपू नका; तर सकाळी उठणं बंद होऊन जाईल. कारण जो झोपणार नाही, तो जागणारही नाही. मग जीवन बंद होईल.

पण आम्ही जाणतो की, झोपणं म्हणजे जागण्याची दुसरी बाजू आहे. जो शांत, ठीक झोपेल; तो ठीक जागाही होईल. जो ठीक जगेल, तो ठीक मरेल. जो ठीक मरेल, तो ठीकपणे जीवनाच्या पुढेही पाऊल उचलेल. जो ठीक जगणार नाही, तो ठीक मरणार नाही. सगळं अस्ताव्यस्त होऊन जाईल. विकृत आणि कुरूप होईल. आणि या विकृतीत, कुरूपतेत मृत्यू भय निर्माण करण्याचं कार्य करत आहे. झोपण्याची जर कुणाला भीती वाटू लागली, तर सर्व कठीण होईल.

एक मुलगा आपल्या वृद्ध आईला घेऊन माझ्याकडे घेऊन आला. तिला झोपेची भीती वाटत होती. मी विचारलं, ''काय झालं?'' तो म्हणाला, ''गेले काही दिवस ती आजारी आहे आणि तिला अशी भीती वाटत आहे की, ती झोपली, तर झोपेतच करून जाईल. म्हणून रात्रभर जागत राहते. तिचा आजारही त्यामुळे बरा होत नाहीये. तुम्ही तिची ही भीती घालवून टाका.''

झोपेची भीती. झोपही एक प्रकारचा मृत्यू आहे. दिवसभर जीवन, रात्र मृत्यू. तुकड्या-तुकड्याने मृत्यू. रोज थोडं थोडं मरण, आत बुडून जातो, सकाळी ताजे होऊन पुन्हा परतून येतो. मग सत्तर, ऐंशी वर्षांपर्यंत शरीर थकून जातं. श्रम, श्रम, अथक श्रम, मग मृत्यू कब्जा करतो, आणि हे शरीर पूर्णपणे बदलून जातं. पण त्याची आम्हाला भीती वाटते. ही गाढ झोप आहे. तरीही भय वाटतं.

तुम्ही कधी विचार केला आहेत की, शरीर रोज सकाळी बदलतं? थोडंसं बदलतं, म्हणून समजत नाही. पार्शल ट्रान्सफॉर्मेशन आहे. जेव्हा संध्याकाळी थकून-भागून तुम्ही परतून येता, तेव्हाची शरीराची अवस्था आणि सकाळी जेव्हा तुम्ही उठता, तेव्हाची शरीराची अवस्था वेगळी असते. सकाळी शरीर ताजंतवानं, नवं झालेलं असतं. शक्ती असते की, काम करू. पुन्हा गाणं गाऊ शकता. संध्याकाळी तुम्ही गाणं गाऊ शकत नाही. थकलेले, तुटलेले. पण तुम्ही कधी विचार नाही केलात. यात घाबरण्यासारखं काय आहे? खूश असता, कारण अंग बदलतं, अंश बदलतो. मृत्यू सर्व काही बदलून टाकतो.

पूर्ण शरीर व्यर्थ झालं आहे. आता दुसरं शरीर देण्याची गरज आहे, मृत्यू दुसरं शरीर देतो. पण आम्ही त्याला घाबरतो. या घाबरण्याचं कारण संपूर्ण जीवन अपंग झालं आहे. सर्व बाजूंनी पंगुत्व! सदासर्वकाळ भीतीने धरून ठेवलं आहे. या भीतीपोटी आम्ही अशी सोय करून ठेवली आहे, जसं कुटुंब, समाज – जो जगतो कमी आणि मरणाला जास्त भितो. ज्याला मरणाची भीती वाटते, तो जगूच शकत

नाही. या दोन्ही गोष्टी एकत्र घडणं अशक्य. जो मरणासाठी सहजी तयार आहे, तो जगण्यासाठीही तयार आहे. एका गोष्टीच्याच या दोन बाजू आहेत.

म्हणून मी म्हणतो की, मृत्यूला बघा. विचार करण्यासाठी सांगत नाही मृत्यूचा. एखादा दुःखी, पीडित माणूस विचार करू शकतो की, मरण आलं, तर सगळं संपून जाईल. हा विचार त्याला प्रिय वाटेल. बरोबर आहे, म्हणून नाही. लक्षात ठेवा, जे तुम्हाला प्रिय वाटतं, ते म्हणून बरोबर आहे, असं नाही. असं कधीही समजू नका. प्रिय वाटणं हे सत्यावर निर्भर नाहीये, तुमच्या सोयीवर निर्भर आहे.

एका मित्राने विचारलं आहे की, काही माणसं आत्महत्या करतात, त्यांच्याबद्दल तुम्ही काय सांगाल? त्यांना मृत्यूची भीती वाटत नाही?

नाही. मृत्यूला तेही घाबरतात. पण त्यांना मृत्यूपेक्षा जीवनाची भीती जास्त वाटते. जीवन मृत्यूपेक्षा क्लेशकारक वाटतं. मग ते संपवूनच टाकतात. संपवलं म्हणजे असा अर्थ नाही की, जीवनाचा त्यांना आनंद असतो. जीवन मृत्यूहून भयानक वाटतं. म्हणून मृत्यूची निवड करणं योग्य वाटतं.

जो माणूस दुःखी, पीडित, त्रासलेला आहे; तो हा सिद्धान्त मानेल की, आत्मा मरतो, काहीही उरत नाही. आपला अंशही त्याला वाचवायचा नसतो, वाचला तर तो दुःखी राहील. ज्याला मृत्यूची भीती असते, तो हा सिद्धान्त मानतो की, आत्मा अमर आहे. हे सगळं सोयीनुसार आहे. हे आमचं ज्ञान नव्हे, आमच्या सोयीचं ध्यान आहे. जे आम्हाला सुविधापूर्ण वाटतं.

म्हणून जीवनाचे सिद्धान्त अनेकदा बदलतात. तरुण वयात माणसं नास्तिक असतात, वय वाढत गेलं की, आस्तिक होतात. खरंतर डोकेदुखी व्हायला लागली, की सिद्धान्त बदलतात. नक्की माहीत नाही की, तुमच्या सिद्धान्तावर शास्त्रांचा किती परिणाम होतो. गुरूंचा परिणाम किती होतो, माहीत नाही, पण शरीरात काय होत आहे, याचा परिणाम जास्त होतो. जेव्हा पोट खराब होतं, तेव्हा नास्तिकता येते, पोट एकदम ठीक असतं, तेव्हा आस्तिक व्हावंसं वाटतं. डोकं दुखत असताना माणूस कसं मानेल की, परमेश्वर आहे.

यावर एक प्रयोग करता येईल. पन्नास आजारी पकडा, क्रॉनिक आजारी माणसं आणि पन्नास स्वस्थ माणसं, त्यांचं जीवन म्हणजे एक आनंद आणि आजारी माणसांचं जीवन म्हणजे एक दुःख. तर जाणवेल की, या पन्नास जणांचं मन नास्तिकतेकडे झुकत जात आहे. आणि त्या पन्नास जणांचं मन आस्तिकतेकडे. असं नाही आहे की, आस्तिकतेमुळे आनंद मिळतो. जर कुणी आनंदी असेल, तर तो आस्तिक होतो. दुःखी मन नास्तिक होत जातं. म्हणून लक्षात ठेवा की, जर नास्तिकता वाढत असेल जगात, तर दुःख वाढत आहे म्हणून. आणि आस्तिकता जर वाढत असेल, तर समजून घ्यायला हवं की, सुख वाढत असणार.

म्हणून मी तुम्हाला सांगतो की, रशियाची संभावना आहे की, पुढल्या पन्नास वर्षांत तो देश आस्तिक झाला असेल आणि तुमची संभावना आहे पुढल्या पन्नास वर्षांत नास्तिक होण्याची. सिद्धान्ताने काहीही होत नाही की, रशियामध्ये मार्क्सची पुस्तकं चालतात आणि तुमच्याकडे महावीरांची पुस्तकं चालतात. याने काहीही फरक पडत नाही. त्यांची पुस्तकं दोन पैशांचाही बदल करू शकत नाहीत. रशियामध्ये जर सुखाची वाढ होत असेल, तर आस्तिकता परतून येईल. मंदिरात घंटा वाजतील, जी सुखचित्तं वाजवतात. दिवे जळू लागतील, प्रार्थना होतील, देवाला धन्यवाद दिले जातील, सुखचित्तं देतील. नाही तर कोण आभार मानणार? कारण आतल्या सुखाचं कारण दिसत नाही, तेव्हा ते चित्त आभार मानतं अज्ञाताचं; त्याच्याच कारणाने सुख मिळतंय, दु:खी चित्त राग व्यक्त करू इच्छितं. आणि काही कारण दिसत नाही, तर त्याची नाराजी अज्ञातावर असते. तो जो अज्ञात आहे, त्याच्याचमुळे हे सगळं घडतंय किंवा तो नाहीच आहे. आपली आस्तिकता, नास्तिकता ही आपल्या मन:स्थितीवर आधारित असते, आपल्या सोयीप्रमाणे असते.

जो मृत्यूपासून पळेल, तो कुठलासा एक सिद्धान्त धरेल. जो मरू पाहेल, तो एक सिद्धान्त धरेल. पण यांपैकी कुणालाही मृत्यू म्हणजे काय, हे जाणून घ्यायची उत्सुकता नसते. सोय आणि सत्य यांत खूप मोठा फरक आहे. आपल्या सोयीचा फार विचार करू नका. दर्शन सत्याचं असतं आणि विचार सोयीचा असतो.

एखादा कम्युनिस्ट असतो आणि घोषणा देतो की, क्रांती व्हायला हवी. गरिबांना संपत्ती मिळायला हवी. संपत्तीचं विभाजन व्हायला हवं. जरा असं करून बघा. त्याला एक गाडी द्या, बंगला, चांगली बायको द्या आणि पंधरा दिवसांनंतर बघा. तो माणूस एकदम बदललेला दिसेल. कम्युनिझमच्या विरोधात बोलताना दिसेल. काय झालं त्याला? जे सोयीचं होतं, तसे विचार होते. तेव्हा सुविधा नव्हती, संपत्ती वाटली जावी; आता सुविधा आहे, संपत्ती न वाटली जावी. कारण मग गाडी-बंगलासुद्धा वाटपात जाईल. ज्या व्यक्तींना सुंदर स्त्री मिळत नाही, ते कम्युनिझम त्यांच्या संदर्भातही करतील. सुंदर स्त्रियांवर काही जणांनी कब्जा का करावा? स्त्रियाही सर्वांच्या व्हायला हव्यात. अशी प्रस्तावना देणारी माणसं या पृथ्वीवर आहेत. आज संपत्ती, उद्या स्त्री. आणि यात काही चूकही नाही, कारण स्त्रीला संपत्ती तुम्ही मानत आला आहातच. ती संपत्ती तर आहेच. जर आम्ही आज असं म्हणतो की, एक माणूस मोठ्या घरात राहतो, हे चूक आहे आणि एक माणूस लहान घरात राहतो, हे चूक आहे; तर उद्या असंही म्हणू की, एकाला सुंदर स्त्री मिळो आणि एकाला नाही, हे कसं शक्य आहे? वाटणी बरोबर व्हायला हवी. यात धोका आहे. आज ना उद्या प्रश्न निर्माण होणार आहे. या दिवशी संपत्ती वितरीत होईल, त्या दिवशी स्त्रियांच्या वाटणीचा प्रश्न उभा राहणार आहे. पण ज्याच्याजवळ

सुंदर स्त्री असेल, तो हे मान्य करणार नाही.

सुविधा आमचा विचार होऊन जाते. आमच्या सोयीने आम्ही आमचे विचार तयार करतो. आमचे सगळे विचार आमच्या सोयीसाठी पोषक असतात अथवा गैरसोय संपवणारे असतात. दर्शनाची गोष्ट वेगळी आहे. त्याचा सुविधेशी काहीही संबंध नाही. म्हणून लक्षात ठेवा की, दर्शन एक तपश्चर्या आहे. तपश्चर्येचा अर्थ जिथे सोयीला महत्त्व नसतं. जिथे जे आहे, तेच जाणून घ्यावं लागतं. जसा आहे, तसा समजून घेणं.

तर मृत्यूच्या तथ्याचं दर्शन घ्यायचं आहे, विचार नाही. मृत्यूला तो जसा आहे, तसा जाणून घ्यायचा आहे. त्यात माझ्या सोय-गैरसोयीने काहीही फरक पडत नाही. त्याला जाणलं की, माणसाच्या आयुष्यात क्रांती होते, की मृत्यू नाहीचे. मृत्यू अज्ञाताचा अनुभव आहे, अमरत्वाचा अनुभव ज्ञान आहे.

अजूनही काही प्रश्न आहे, ते रात्रीला बघू. आता आपण सगळे सकाळच्या ध्यानाला सुरुवात करू.

ध्यान म्हणजे मृत्यू. ध्यान म्हणजे त्या ठिकाणी जाणं, जिथे आम्ही आहोत. मरण्याची तयारी असणारेच ध्यानात जातात अथवा ध्यानात जाऊ शकत नाहीत, ज्यांची तयारी नाही.

डोळे बंद, शरीर स्थूल, मन शांत. शांत शांत...

विचार शांत, शांत, शांत...

आता दहा मिनिटांसाठी आत जागे रहा. आत जागृतपणे बघा, बाहेर मृत्यू घडला. शरीर पडून राहिलं आहे... जवळ जवळ मृत... दूर... चेतना एखाद्या ज्योतीसारखी जळत आहे. केवळ जाणून घ्या. द्रष्टे व्हा. दर्शनात थांबा.

आत जात रहा... जात रहा... जात रहा...

मन संपूर्ण शून्यात गेलं...

शून्याकडे बघा... त्या शून्यातच आनंदाची किरणं पसरताना दिसतील. आनंदाचा प्रकाश! जसा झरा फुटला आणि आनंद आनंद वाहू लागला... कणाकणातून... आत बघत रहा बघत रहा...

(मौन... निर्जन... शांतता...)

आता हळूहळू खोल श्वास घ्या. अगदी दूर वाटेल श्वास. श्वासाला बघा. मन अजून शांत होईल.

हळूहळू डोळे उघडा. अगदी हळुवार...

ओशो – एक परिचय

आपल्यासारख्या भेदाभेद करणाऱ्या माणसांसाठी 'अर्थपूर्ण जाणीव' किंवा 'समजूत' म्हणू या हवं तर, पण तो अर्थबोध करून देण्याचं ओशोंचं मोठं योगदान आहे. ओशोंमध्ये एक गूढवादी तसंच एक वैज्ञानिकही आहे. त्यामुळे एक क्रांतिकारी म्हणता येईल, असं चैतन्य त्यांच्या अस्तित्वात आहे. म्हणूनच जीवनाचा नवीन मार्ग शोधण्याच्या निव्वळ गरजेसाठी 'सजग माणूसकी'ची गरज आहे, हे त्यांनी वारंवार जाणवून दिलंय. तीच त्यांची तीव्र इच्छा आहे.

या सुंदर आणि अलौकिक अशा पृथ्वीतलावर आपण आपल्या रोजच्या जगण्यात गतकाळानुसार सतत भीतीच्या छायेखाली वावरत असतोच.

प्रत्येकानं स्वत: बदलत राहणं, मग आपण सर्वांनी बदलत राहणं हा त्यांचा प्रमुख मुद्दा आहे. 'आपण सर्वांनी' म्हणजेच आपला समाज, आपली संस्कृती, आपल्या श्रद्धा एकूणच आपलं सर्व जग हे बदलणं आलं. त्या सर्व बदलाचं प्रवेशद्वार म्हणजे – ध्यान! मेडिटेशन!

आधुनिक जीवनपद्धतीतली अस्वस्थता जेव्हा हळूहळू शांत होत जाईल, तेव्हा प्रत्यक्ष कृती आपोआपच शांततेनं फक्त ऐकून घेण्याच्या मन:स्थितीत विरघळून जाईल. खऱ्याखुऱ्या 'मेडिटेशन'च्या आरंभाची ही एक गुरुकिल्लीच असणार आहे. या दुसऱ्या पायरीसाठी आधार म्हणून ओशोंनी नीट ऐकून घेण्याच्या प्राचीन कौशल्याचं सूक्ष्म पद्धतशीर भाषणांमध्ये रूपांतर केलं आहे. इथं 'शब्द' म्हणजे संगीत बनतं. ऐकणारा जे काही ऐकतो, त्यातून जागरूकतेची अनुभूती घेतो. या

सगळ्या नाजूक घडामोडींमध्ये शांतता जसजशी वाढू लागते, तसतसं पटकन मनापर्यंत पोहोचेल अशा गोष्टी ऐकण्याची गरज असते. ती गरज एखाद्या जादूप्रमाणे पूर्ण होते. नेहमीप्रमाणे मनाचे इतर अडथळे दूर होतात आणि सुंदर जादूमय घडामोडी घडू लागतात.'

लंडनच्या 'संडे टाइम्स'नं विसाव्या शतकातल्या जग बदलून टाकणाऱ्या एक हजार व्यक्तींमध्ये त्यांची गणना केलेली आहे. टॉम रॉबिन्स या अमेरिकन लेखकानं तर त्यांना 'जिझस ख्राईस्ट' नंतरचं सर्वांत 'खतरनाक' व्यक्तिमत्त्व असं बिरुद त्यांना बहाल केलंय. भारताचं भाग्य बदलवणाऱ्या गांधी, नेहरू आणि बुद्ध यांच्या बरोबरीनं भारतातील 'संडे-मिडडे'नं त्यांचा गौरव केला आहे.

आपल्या कार्याविषयी ते म्हणतात, 'नवीन आधुनिक मनुष्याच्या जन्मासाठी मी 'भूमी' तयार करतो आहे.' या नवीन मनुष्याला ते 'झोरबा द बुद्ध' म्हणतात. झोरबा अशा की, ज्यामध्ये पृथ्वीवरची सर्व सुखं उपभोगण्याची क्षमता असेल, तसंच बुद्धांची शांत, सौम्य अशी प्रवृत्ती असेल. ओशोंच्या सर्वांगीण विचारांमध्ये जीवन-दर्शनाचा एक झुळझुळता प्रवाह आहे. त्यामध्ये पूर्वेकडची कालातीत असलेली प्रज्ञा आणि पश्चिमेकडचं विज्ञान, तसंच तंत्रज्ञानाच्या सर्वोच्च शक्यतांचा समावेश आहे.

आंतरिक परिवर्तनाच्या शास्त्रात 'ओशो' म्हणजे क्रांतिकारी उपदेशासाठी उत्तम पर्याय आहेत. तसंच ध्यानाच्या विविध पद्धतीचे प्रसारक आहेत. आत्ताच्या आधुनिक वेगवान जीवनशैलीला अनुसरून या पद्धती त्यांनी निर्माण केल्या आहेत.

सक्रिय ध्यानपद्धती अशापद्धतीनं तयार केलीय की, त्यामध्ये शरीर आणि मन या दोन्हीमध्ये एकत्रितपणे ताणतणावांचा निचरा होऊ शकेल आणि रोजच्या जीवनात सहज स्थिर मनोवृत्ती प्राप्त होऊ शकेल आणि गाढ शांतीचा अनुभव येईल.

ओशो हे कोणत्याच अवकाशात मावणारे नाहीत. माणसाच्या व्यक्तिगत शोधापासून ते समाजातल्या सर्व सामाजिक तसंच राजकीय प्रश्नांवर प्रकाश टाकणारी अशी त्यांची प्रवचनं आहेत. ओशोंनी स्वतःही पुस्तकं लिहिलेली नाहीत. जागतिक स्तरावर सर्व श्रोत्यांसमोर दिलेल्या प्रवचनांच्या ऑडिओ व्हिडीओच्या वार्ताकिनांचं संकलन म्हणजे त्यांची पुस्तकं आहेत. ते म्हणतात "मी जे काही सांगतो ते केवळ तुमच्यासाठीच नसून भविष्यातल्या पिढींसाठी सांगत असतो.

ओशोंची दोन आत्मकथात्मक पुस्तकं याप्रमाणे.

१) 'ऑटोबायोग्राफी ऑफ ए स्पिरिच्युअली इनकरेक्ट मिस्टीक', सेंट मार्टिस प्रेस, यूएसए.

२) 'ग्लिम्प्सेस ऑफ ए गोल्डन चाइल्डहूड', ओशो मीडिया इंटरनॅशनल, पुणे, भारत.

◆

ओशो इंटरनॅशनल मेडिटेशन रिझॉर्ट

शंभरपेक्षाही जास्त अशा निरनिराळ्या देशांमधून हजारो पर्यटक दरवर्षी या रिसॉर्टला भेट देतात. इथला अनुपम असा परिसर उत्साहानं परिपूर्ण, शांत-निवांत असा असून काहीतरी सर्जनात्मक असं नवीन जीवन जगण्याविषयी प्रेरणा देणारा आहे. संपूर्ण वर्षभर चोवीस तास चालणारे निरनिराळे उपक्रम इथे आहेत. अर्थात काहीही न करता नुसतं शांत बसणं, हाही त्यातलाच एक भाग!

इथल्या सर्व कार्यक्रमांच्या रचनेत ओशोंच्या 'झोरबा द बुद्ध'ची आंतरदृष्टी समाविष्ट आहे. यामध्ये एका नवीन मनुष्याचा नवीन ढंग आहे. जो माणूस रोजचं दैनंदिन जीवन सर्जनात्मक पद्धतीनं जगूनसुद्धा मौन तसंच ध्यानामध्ये मग्न होण्याची क्षमता राखतो.

ठिकाण : मुंबईपासून शंभर मैलावर दक्षिणपूर्वेला असलेल्या संपन्न अशा आधुनिक पुणे शहरात सुट्टी घालवण्याचं एक सुरेख असं स्थान म्हणजे, 'ओशो इंटरनॅशनल मेडिटेशन रिसॉर्ट!'' घनदाट झाडीमध्ये लपलेलं हे रिसॉर्ट सर्वपिक्षा वेगळं असून अठ्ठावीस एकराच्या बगिचामध्ये पसरलेलं आहे.

इथली कार्यक्रमपद्धती :

ध्यान : दिवसभर चालणाऱ्या ध्यान कार्यक्रमांमध्ये सक्रिय तसंच निष्क्रिय, परंपरागत तसंच क्रांतिकारक, खासकरून 'ओशो डायनॅमिक मेडिटेशन'पद्धतीनुसार, प्रत्येक व्यक्तीनुसार अनेक ध्यानपद्धती उपलब्ध आहेत. या सर्व ध्यानपद्धती जगातल्या सर्वांत भव्य अशा 'ओशो ऑडिटोरियम' ध्यान सभामंडपात पार पाडल्या जातात.

विविधता : इथल्या विविध व्यक्तिगत सेशन्समध्ये, शिबिरात सर्जनशील अशा कलांपासून ते संपूर्ण स्वास्थ्यापर्यंत, तसंच व्यक्तिगत परिवर्तन, व्यक्तिगत संबंध, जीवनातील अग्रक्रम, कार्यध्यान, गुह्यविज्ञान, खेळ, मनोरंजन या सर्व गोष्टीत अगदी 'झेन पद्धती'चा सुद्धा समावेश आहे. इथल्या (मल्टिव्हर्सिटी) विविध गोष्टींच्या यशाचं रहस्य म्हणजे इथले सर्वप्रकार पूर्णपणे ध्यानाशी जोडलेले आहेत. त्यामुळे इथल्या माणसांमध्ये हा विचार घट्टपणे रुजवला जातो की, 'मनुष्य म्हणजे फक्त शरीराशी निगडीत नसून त्यापलीकडेही खूप आहे.'

बाशो स्पा : हिरव्यागार झाडांच्या सान्निध्यात, मोकळ्या हवेत असलेला भव्य असा, पाण्यात मनसोक्त तरंगण्याचा आनंद देणारा जलतरण तलाव म्हणजे मोठं आकर्षण आहे. वैशिष्ट्यपूर्ण तयार केलेली मोठी झकूझी, सौना, जीम, टेनिसकोर्ट या सर्वांचा समावेश इथे केलेला आहे.

भोजन : निरनिराळ्या पद्धतींनी बनवलं जाणारं इथलं स्वादिष्ट भोजन पूर्णपणे शाकाहारी असून ते पाश्चात्त्य तसंच आशियाई ढंगामध्ये उपलब्ध आहे. मेडिटेशन रिसॉर्टसाठी विशेषत्वानं लागवड केलेल्या सेंद्रिय भाज्याच इथं वापरल्या जातात. ब्रेड आणि केक रिसॉर्टच्या स्वतःच्याच बेकरीत बनवले जातात.

संध्याकाळचे कार्यक्रम : या कार्यक्रमांची यादी तर खूप मोठी आहे. पण सर्वांत पहिल्या स्थानावर आहे नृत्य! इतर कार्यक्रमात चांदण्यारात्रीतलं ध्यान, विविध मनोरंजक कार्यक्रम, संगीताचे कार्यक्रम तसंच रोजच्या जीवनासाठी ध्यान हे सम्मिलित आहे.

याव्यतिरिक्त प्लाझा कॅफेमध्ये मित्र-परिवारा बरोबर गाठीभेटी तसंच रात्रीच्या शांतवेळी या परिकथेसारख्या वाटणाऱ्या वातावरणात भटकण्याचा आनंदही घेऊ शकतो.

सोयी : रोजच्या उपयोगाच्या वस्तू आपण रिसॉर्टच्या दुकानांमधून खरेदी करू शकता. मल्टिमीडिया सभागृहात ओशोंची सर्व 'मीडिया' सामुग्री मिळू शकते. बँक ट्रॅव्हल एजन्सी तसंच सायबरकॅफेची सोयही इथे आहे. खरेदीची आवड असणाऱ्यांना पुण्यामध्ये भरपूर गोष्टी उपलब्ध आहेत. अगदी पारंपरिक भारतीय वस्तुंपासून ते आंतरराष्ट्रीय बँडपर्यंतची सर्व दुकाने आहेत.

राहाण्यासाठी : ओशो गेस्टहाउसमध्ये एखादी छानशी खोली मिळू शकते. खूप दिवस राहायचं असेल, तर 'लिव्हिंग-इन'चं पॅकेज घेऊ शकता. याव्यतिरिक्त आसपास बरीच चांगली हॉटेल्स आणि सर्व्हिस्ड अपार्टमेंट सुद्धा आहेत.

www.OSHO.com/meditationresort
www.OSHO.com/guesthouse
www.OSHO.com/livingin

अधिक माहितीसाठी

सध्या सोशल नेटवर्किंगद्वारा संपूर्ण माहिती मिळू शकते. हे माध्यम फक्त तरुण वर्गच वापरतो असं नाही. काळ बदलतोय तसंच आम्हीही बदलतोय.

* विविध वेबसाइट – www.OSHO.com

* हिंदीसाठी – www.OSHO.com/hindi

* ओशो लायब्ररीमध्ये आपल्या आवडत्या विषयांसाठी
  www.OSHO.com/library
  www.OSHO.com/library-hindi

* संपूर्ण ओशो ध्यानपद्धती आणि संबंधित संगीतासाठी
  www.OSHO.com/Meditation

* ओशोंचं संपूर्ण हिंदी-इंग्रजी साहित्य आणि इ-बुक्ससाठी
  www.OSHO.com/shop
  www.OSHO.com/shop-hindi
  www.OSHO.com/ebooks

* ऑडिओ प्रवचनांसाठी MP3 व इतर
  www.OSHO.com/hindiAudiobooks

* रिसॉर्टला येण्यासाठी माहितीखातर
  www.OSHO.com/MeditationResort

* ओशो इंटरनॅशनल न्यूजलेटरच्या मोफत सदस्यत्वासाठी
  www.OSHO.com/newsletters
  www.OSHO.com/hindinewsletters

* ओशो टॅराकार्ड ऑनलाइन वाचनासाठी
  www.OSHO.com/tarot

* ओशो हिंदी रेडिओसाठी पाहा.
  www.OSHOtalks.info
  radiohindi.OSHO.com

* इथल्या कार्यक्रमांसाठी, उत्सवांसाठी माहिती घेण्यासाठी

www.facebook.com/OSHO.International

* विविध उपक्रम, कार्यक्रमांसाठी माहिती
www.facebook.com/OSHO.International.Meditation.Resort

* ओशो व्हिडीओ चॅनल, कुठेही केव्हाही
www.youtube.com/OSHO.International

* दिवसाची सुरुवात ओशोंच्या संदेशानं
www.twitter.com/OSHOtimes

* या साइट्सवर रजिस्ट्रेशन तसंच ब्राउज करण्यासाठी थोडा वेळ काढा. ओशोंबद्दल भरपूर माहिती मिळेल.

* या व्यतिरिक्त आणखीनही निरनिराळ्या रोचक पद्धतीनं आपण शोधू शकता ज्यायोगे 'ओशोंना जगभरात' प्राप्त करता येईल.

■

ओशो का हिंदी साहित्य

उपनिषद
सर्वसार उपनिषद
कैवल्य उपनिषद
अध्यात्म उपनिषद
कठोपनिषद
ईशावास्य उपनिषद
निर्वाण उपनिषद
आत्म-पूजा उपनिषद
केनोपनिषद

महावीर
महावीर-वाणी (दो भागों में)
जिन-सूत्र (दो भागों में)
महावीर या महाविनाश
महावीर : मेरी दृष्टि में
ज्यों की त्यों धरि दीन्हीं चदरिया

कृष्ण
गीता-दर्शन
(आठ भागों में अठारह अध्याय)
कृष्ण-स्मृति

बुद्ध
एस धम्मो सनंतनो (बारह भागों में)

अष्टावक्र
अष्टावक्र महागीता (नौ भागों में)

लाओत्से
ताओ उपनिषद (छह भागों में)

च्वांगत्सु
संसार और मार्ग
सत्य असत्य

मीरा
मैंने राम रतन धन पायो
झुक आई बदरिया सावन की

जगजीवन
नाम सुमिर मन बावरे
अरी, मैं तो नाम के रंग छकी

कबीर
सुनो भई साधो
कस्तूरी कुंडल बसै
कहै कबीर दीवाना
मेरा मुझमे कुछ नहीं
गुंगे केरी सरकारा
कहै कबीर मैं पूरा पाया
होनी होय सो होय

शांडिल्य
अथातो भक्ति जिज्ञासा (दो भागों में)

दादू
सबै सयाने एक मत
पिव पिव लागी प्यास

पलटू
अजहूंचेत गंवार
सपना यह संसार
काहे होत अधीर

दरिया

कानों सुनी सो झूठ सब
अमी झरत बिगसत कंवल

सुंदरदास

हरि बोलौ हरि बोल
ज्योति से ज्योति जले

धरमदास

जस पनिहार धरे सिर गागर
का सोवै दिन रैन

मलूकदास

कन थोरे कांकर घने
रामदुवारे जो मरे

बाउल संत

प्रेम योग
आनंद योग

अन्य रहस्यदर्शी

भक्ति-सूत्र (नारद)
शिव-सूत्र (शिव)
भजगोविन्दम् मूढ़मते (आदिशंकराचार्य)
एक ओंकार सतनाम (नानक)
जगत तरैया भोर की (दयाबाई)
बिन घन परत फुहार (सहजोबाई)
नहीं सांझ नहीं भोर (चरणदास)
संतो, मगन भया मन मेरा (रज्जब)
कहै वाजिद पुकार (वाजिद)
मरौ हे जोगी मरौ (गोरख)
सहज-योग (सरहपा-तिलोपा)
बिरहिनी मंदिर दियना बार (यारी)

प्रेम-रंग-रस ओढ़ चदरिया (दूलन)
दरिया कहै सब्द निरबाना (दरियादास
बिहारवाले)
हंसा तो मोती चुगैं (लाल)
गुरु-परताप साध की संगति (भीखा)
मन ही पूजा मन ही धूप (रैदास)
झरत दसहुं दिस मोती (गुलाल)
अकथ कहानी प्रेम की (फरीद)

झेन, सूफी और उपनिषद की कहानियां

बिन बाती बिन तेल
सहज समाधि भली
दीया तले अंधेरा
मनुष्य होने की कला
सदगुरु समर्पण
उस पथ के पथिक
अंतर्यात्रा के पथ पर

विचार-पत्र

क्रांति-बीज
पथ के प्रदीप

पत्र-संकलन

अंतर्वीणा
प्रेम की झील में अनुग्रह के फूल
ढाई आखर प्रेम का
पद घुंघरू बांध
प्रेम के फूल
प्रेम के स्वर
पाथेय

बोध-कथा

मिट्टी के दीये

नये समाज की खोज
नये भारत का जन्म
भारत का भविष्य

अंतरंग वार्ताएं
संबोधि के क्षण
प्रेम नदी के तीरा
सहज मिले अविनाशी
उपासना के क्षण
अनंत की पुकार

प्रश्नोत्तर
नहिं राम बिन ठांव
प्रेम-पंथ ऐसो कठिन
उत्सव आमार जाति, आनंद आमार गोत्र
मृत्योर्मा अमृतं गमय
प्रीतम छवि नैनन बसी
रहिमन धागा प्रेम का
उड़ियो पंख पसार
सुमिरन मेरा हरि करैं
पिय को खोजन मैं चली
साहेब मिल साहेब भये
जो बोलैं तो हरिकथा
बहुरि न ऐसा दांव
ज्यूं था त्यूं ठहराया
ज्यूं मछली बिन नीर
दीपक बारा नाम का
अनहद में बिसराम
लगन महूरत झूठ सब
सहज आसिकी नाहिं
पीवत रामरस लगी खुमारी
रामनाम जान्यो नहीं
सांच सांच सो सांच
आपुई गई हिराय

बहुतेरे हैं घाट
कोंपलें फिर फूट आईं
क्या सोवै तू बावरी
कहा कहूं उस देस की
पंथ प्रेम को अटपटो
फिर पत्तों की पांजेब बजी
मैं धार्मिकता सिखाता हूं, धर्म नहीं
ओशो उपनिषद
एक नई मनुष्यता का जन्म
भविष्य की आधारशिलाएं

विविध
अमृत-कण
अमृत वाणी
कुछ ज्योतिर्मय क्षण
नये संकेत
चेति सकै तो चेति
हसिबा, खेलिबा, धरिबा ध्यानम्
धर्म साधना के सूत्र
मैं कहता आंखन देखी
जीवन क्रांति के सूत्र
जीवन रहस्य
करुणा और क्रांति
विज्ञान, धर्म और कला
प्रभु मंदिर के द्वार पर
तमसो मा ज्योतिर्गमय
प्रेम है द्वार प्रभु का
अंतर की खोज
अमृत वर्षा
अमृत द्वार
एक नया द्वार
प्रेम गंगा
समुंद समाना बुंद में

सत्य की प्यास

शून्य समाधि

व्यस्त जीवन में ईश्वर की खोज

अज्ञात की ओर

धर्म और आनंद

जीवन-दर्शन

जीवन की खोज

क्या ईश्वर मर गया है

क्या मनुष्य एक यंत्र है

नानक दुखिया सब संसार

नये मुनष्य का धर्म

धर्म की यात्रा

स्वयं की सत्ता

सुख और शांति

नारी और क्रांति

सम्यक शिक्षा

शिक्षा में क्रांति

गहरे पानी पैठ

ज्योतिष विज्ञान

नव संन्यास क्या

सत्य का अन्वेषण

सत्य का दर्शन

घाट भुलाना बाट बिनु

पथ की खोज

जीवन अलोक

जीवन की कला

जीवन क्रांती की दिशा

जीवन गीत

मन का दर्पण

आंखों देखी सांच

आनंद की खोज

स्वर्णिम बचपन

ओशोंच्या साहित्यासंबंधी माहितीसाठी तसेच मागणीकरिता संपर्क :

ओशो मिडिया इंटरनॅशनल

१७ कोरेगाव पार्क, पुणे ४११००१ (महाराष्ट्र-भारत)

फोन नं. +९१ (२०) ६६०१९९८१

Email : distribution@osho.net

ओशोंच्या ऑडियो व्हिडियो प्रवचनांसंबंधी माहितीसाठी तसेच मागणीकरिता संपर्क :

ओशो मल्टिमीडिया ॲन्ड रिसॉर्ट्स प्रा. लि.

१७, कोरेगाव पार्क, पुणे ४११००१ (महाराष्ट्र-भारत)

फोन नं. +९१ (२०) ६६०१९९८१

Email : distribution@osho.net

श्रोत्यांसमोर प्रत्यक्ष दिलेल्या तत्कालीन प्रवचनांचा समावेश असणारी ही ओशोंची पुस्तकं आहेत. ओशोंची सर्व प्रवचनं, पुस्तकरूपात तसंच ऑडिओ रेकॉर्डिंगच्यारूपात उपलब्ध आहेत. ही रेकॉर्डिंग्ज तसंच पुस्तकं यांच्यासाठी www.OSHO.com/library या संकेतस्थळावर संपर्क साधता येईल.

ध्यानसूत्र

ओशो

अनुवाद
माधव कर्वे

महाबळेश्वरच्या निसर्गसंपन्न वातावरणामध्ये ओशोंनी संचालित केलेल्या ध्यानशिबिरामधल्या प्रवचनांचं तसंच ध्यानाच्या प्रयोगांचं संकलन असलेलं हे पुस्तक आहे. शरीर, विचार आणि भावना यांच्या एकेका पापुद्र्यांनी पेशीपेशींना विलीन करण्याची अद्भुत कला समजवताना ओशो आपल्याला संपूर्ण स्वास्थ्य, तसंच संतुलनाकडे घेऊन जातात.

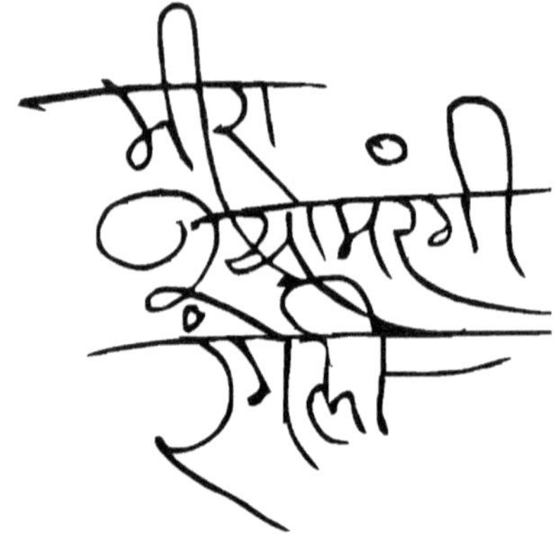

ओशो

अनुवाद
स्वाती चांदोरकर

जेव्हा दु:खाचा भडिमार होतो तेव्हा सामान्य मनुष्य ईश्वराला दोष देतो, वेठीला धरतो आणि मीरा मात्र ईश्वराचे आभार मानते. 'सर्व मोहपाशातून सुटका केलीस,' असं म्हणते. 'ईश्वराराधना व्हावी म्हणूनच अशी तजवीज केलीस.' असं म्हणते. ती ईश्वराराधनेत कधी रममाण होते, हे तिचं तिलाही कळत नाही. ईश्वराराधना म्हणजे फक्त कृष्णाची आराधना. पंचवीस हजार वर्षांपूर्वी अवतरलेल्या कृष्णावर ती पंचवीस हजार वर्षांनंतर स्वत:ला समर्पित करू शकते.

अशा भक्तीला नावं ठेवली जातात, कलंक लावला जातो, जीवे मारण्याचा यत्न केला जातो. तरीही प्रसन्नता, शांतता, सुमधुर हास्य विलसत राहतं. न पाहिलेल्या मीरेचं रूप नजरेसमोर तरळत राहतं. शिल्पकारांनी त्यांच्या कल्पनेनुसार घडवलेली मीरा नजरेसमोर येते आणि वाटून जातं, 'खचितच, मीरा अशीच दिसत असणार. शांत, सुंदर, जगाचं भान नसलेली, कृष्णमय झालेली.'